'जी पुस्तके भेट दिल्यामुळे भेट स्वीकारणाऱ्याच्या बुद्धीचा अवमान होणार नाही, अशी काही छोटी पुस्तके मी विकत घेऊ शकतो/शकते का? होय. अशी पुस्तके नक्कीच आहेत; 'येस' सारखी!'

– गार्डियन

'होकार मिळवण्यासाठी सुचवल्या गेलेल्या सर्व क्लृप्त्या किंवा टिप्स अत्यंत नावीन्यपूर्ण आणि जिज्ञासा निर्माण करणाऱ्या आहेत.'

– इंडिपेंडंट

'हे पुस्तक म्हणजे माहितीचा अक्षरश: खजिना आहे. 'येस' हे अत्यंत वाचनीय पुस्तक असून ग्राहकांचे वर्तन समजून घेण्यासाठी यात अनेक क्लृप्त्या आणि दृष्टिकोन दिलेले आहेत. एखाद्या व्यावसायिक स्त्रीला किंवा पुरुषाला ख्रिसमसची भेट देण्यास हे पुस्तक अत्यंत योग्य आहे.'

– बिझनेस लाइफ

'वापरलेल्या आणि तावून-सुलाखून बाहेर पडलेल्या मन वळविण्याच्या ५० मनोरंजक पद्धती!'

– एस्क्वायर

'प्रामाणिकपणे आणि आस्थापूर्वक लिहिलेले एक अत्यंत वाचनीय पुस्तक!'

– इव्हिनिंग स्टँडर्ड

'तुम्ही हे पुस्तक वाचलेच पाहिजे. तुम्ही हे वाचलेच पाहिजे, कारण ते वाचताना तुम्हाला मजा वाटेल. हुशार व्यावसायिकांसाठी हे परिपूर्ण पुस्तक आहे. एखाद्या मित्राची किंवा विमानाची वाट पाहत असताना सहजपणे तुम्ही ते वाचू शकता. एखाद्याला आपल्या वरचढ बनू द्यायचे नसेल, तर हे उत्तम व्यावहारिक, मनाला भिडणारे, ओघवत्या शैलीतील पुस्तक तुम्ही वाचलेच पाहिजे. ते तुमच्या मनाला भिडेल.'

– द माइंड जिम

'मनोरंजक! डोळे उघडणारे! यातला सर्वच मजकूर चांगला असून त्याची मांडणीही चांगली आहे.'

– स्पाइक्ड डॉट कॉम

'विलक्षण आणि आश्चर्यकारक उदाहरणांचा खजिना!'

– संडे एक्स्प्रेस

'या पुस्तकाने माझा जगाकडे पहाण्याचा दृष्टिकोन बदलला.
असा विचार हा खरा हेतू आहे. गमावू नका.'

डॅनियल फिंकेल्स्तेन, द टाइम्स

येस!

मनःपरिवर्तन शास्त्रातील ५० गुपितं

मूळ लेखक

नोह जे. गोल्डस्टेन (पीएच.डी.)

स्टीव्ह जे. मार्टिन

रॉबर्ट बी. सीअलडिनी (पीएच.डी.)

अनुवाद

डॉ. धरणीधर रत्नाळीकर

मेहता पब्लिशिंग हाऊस

Translated in Marathi Language by Dr. Dharnidhar Ratnalikar

येस! / मार्गदर्शनपर

अनुवाद : डॉ. धरणीधर ना. रत्नाळीकर
सिंहगड कॉलेज, स्टाफ क्वॉर्टर्स, साऊथ ब्लॉक, क्वॉर्टर नं ४,
वडगाव बुद्रुक, सिंहगड रोड, पुणे – ४१.

प्रकाशक : सुनील अनिल मेहता, मेहता पब्लिशिंग हाऊस,
१९४१, सदाशिव पेठ, माडीवाले कॉलनी, पुणे – ४११०३०.

मुद्रक : स्पेक्ट्रम ऑफसेट डी - २/४, सत्यम इस्टेट,
सीडीएसएसच्या मागे, एरंडवणे, पुणे ४११००४.

मुखपृष्ठ : चंद्रमोहन कुलकर्णी

प्रथमावृत्ती : सप्टेंबर, २०११

किंमत : ₹ २००/-

ISBN 978-81-8498-272-5

येस!

अनुक्रम

Contact : © 020-24476924 / 24460313
Website : www.mehtapublishinghouse.com
info@mehtapublishinghouse.com
production@mehtapublishinghouse.com
sales@mehtapublishinghouse.com

येस!

प्रस्तावना

'जग जर रंगमंच असेल, तर तुमच्या संवादातील छोट्या बदलाचा सुद्धा नाट्यमय परिणाम दिसून येतो.'

एक जुना विनोद आहे. हेन्री यंगमॅन हा विनोदवीर तो राहिलेल्या हॉटेलच्या रूमबद्दल सांगत असे, ''काय हॉटेल होतं! टॉवेल्स इतके मोठे आणि मुलायम होते की, मला माझी सुटकेस बंदच करता येत नव्हती.''

मात्र गेल्या काही वर्षांत हॉटेलमध्ये राहणारे पाहुणे वेगळ्याच नैतिक प्रश्नाने भांबावले आहेत. आजकाल, हॉटेलच्या रूम्समधून टॉवेल न्यावेत की नाहीत, या प्रश्नाची जागा, आपल्या हॉटेलच्या मुक्कामात टॉवेल्स पुन्हा वापरावेत की नाही, या प्रश्नाने घेतली आहे. पर्यावरणाच्या संवर्धनाचे कार्यक्रम अंगीकारल्यामुळे हॉटेल्सनी प्रवाशांना टॉवेल्स पुन्हा वापरण्याचे आवाहन केले आहे. त्यातून संसाधनांचा अपव्यय टाळता येतो, ऊर्जाबचत करता येते, वातावरण दूषित करणाऱ्या डिटर्जंटसचे प्रमाण कमी करता येते. अनेकदा प्रवाशांच्या स्नानगृहात अशा प्रकारच्या विनंतीचा फलक लावण्यात येतो. हे फलक शास्त्रोक्त गोपनीय मनःपरिवर्तनास एक लक्षणीय सूक्ष्मदृष्टी देतात.

असंख्य दृष्टिकोन आणि प्रेरणादायी युक्त्या यांचा विचार करता, हॉटेलमधील प्रवाशांचे मनःपरिवर्तन अधिक परिणामकारकपणे करण्यासाठी, या फलकांवरील आवाहन कोणत्या शब्दांत करावे; या प्रश्नाचे उत्तर आम्ही पहिल्या दोन प्रकरणात देणार आहोत. त्यापूर्वी या छोट्या फलकावरील संदेश तयार करणाऱ्यांना हे विचारू की, ते हॉटेल्समधल्या अतिथींना या मोहिमेत भाग घेण्यासाठी कसे प्रवृत्त करतात? जगभरातील वेगवेगळ्या हॉटेल्समधून फलकांचे सर्वेक्षण केल्यानंतरच

हे लक्षात आले की, बहुतेकांनी 'पर्यावरण संरक्षण' केंद्रस्थानी ठेवूनच सर्व अतिथींना विनंती केली आणि टॉवेल्सचा पुनर्वापर करण्याला प्रोत्साहन दिले. अतिथींना प्रकर्षाने हेच सुचविले की, टॉवेल्सचा पुनर्वापर केल्याने नैसर्गिक साधनसंपत्तीचे संरक्षण होते आणि पर्यावरणाची भविष्यातील हानी टाळता येते. ही माहिती देताना इंद्रधनुष्य, पावसाचे थेंब, पावसातले जंगल आणि अगदी रेनडिअरच्या चित्राचाही उपयोग सोबत केला गेला.

ही मन:परिवर्तन करण्याची पद्धत सर्वसाधारणपणे परिणामकारक झाल्यासारखी वाटते. कारण अशा फलकांच्या सर्वांत मोठ्या उत्पादकाने नमूद केले की, या मोहिमेत भाग घेणारे हॉटेल्सचे अतिथी आता दिवसांतून कमीतकमी एकदा तरी टॉवेल वापरतात. या फलकांमुळे या मोहिमेत सहभागी होणाऱ्यांची संख्या लक्षणीयरित्या वाढली आहे.

शास्त्रीय ज्ञानाचा वापर करून धोरणे ठरविण्यासाठी आणि त्यांच्या परिणामकारक अंमलबजावणीसाठी सामाजिक मानसशास्त्रज्ञ सतत प्रयत्न करतात. रस्त्याच्या कडेला जसे फलक लावलेले असतात; 'आपण आपली जाहिरात येथे लावू शकता' तसेच या टॉवेल्स पुनर्उपयोगात आणण्याच्या फलकांनी 'तुमच्या कल्पनेची येथे कसोटी घ्या', असे आव्हान दिले आणि आम्ही ते पेलले. आम्ही दाखवून दिले की विनंतीमध्ये छोटे बदल केल्याने हॉटेल्स अधिकाधिक चांगल्या प्रकारे योजना राबवू शकतात. त्याबद्दल आम्ही विस्ताराने पुढे सांगणार आहोत.

पर्यावरणासंबंधीच्या योजना जास्तीतजास्त प्रभावीपणे मांडण्यासाठी प्रोत्साहन देणे, हा काटेकार गुणसंवर्धनाचा एक भाग आहे. अधिक विस्ताराने सांगायचे तर, आम्ही असा दावा करणार आहोत की, शास्त्रीय पद्धतीने यशस्वी सिद्ध झालेल्या कार्यपद्धती अवलंबिल्याने प्रत्येक जण दुसऱ्याचे मन:परिवर्तन करण्याची आपल्यात असलेली क्षमता वृद्धिंगत करू शकतो. संदेशामध्ये सरळ, साधे, छोटे बदल केल्यामुळे आपण ते अधिक मन:परिवर्तनीय करू शकतो; हे आम्ही या पुस्तकातून दाखवून देणार आहोत. आम्ही केलेल्या अभ्यासाच्या तसेच इतर शास्त्रज्ञांनी केलेल्या अभ्यासाच्या आधारे ही गोष्ट या पुस्तकातून पटवून देण्याचा प्रयत्न केला आहे. त्यासोबतच या सर्व अभ्यासामागच्या तत्त्वाचीसुद्धा आपण चर्चा करणार आहोत. त्यामागचा प्रमुख उद्देश वाचकाला या सर्वांमागच्या मानसशास्त्रीय प्रक्रियेची उत्तम जाण करून देण्याचा आहे, ज्यामुळे इतर लोक प्रभावित होऊन त्यांच्या वृत्तीत आणि वागणुकीत सकारात्मक बदल होईल आणि तो उभयतांना हितावह ठरेल.

तसेच मन:परिवर्तन करण्याच्या विविध नैतिक आणि परिणामकारक पद्धतीही या पुस्तकातून मांडण्यात आल्या आहेत. ज्या अनेक गोष्टींचा प्रत्यक्ष किंवा अप्रत्यक्ष प्रभाव तुमच्या निर्णयक्षमतेवर पडत असेल, त्यांचीसुद्धा चर्चा करणार आहोत.

महत्त्वाचे म्हणजे लोकप्रिय मानसशास्त्र किंवा सर्वसामान्यपणे वैयक्तिक अनुभवावर अवलंबून राहण्याऐवजी, यशस्वी आणि प्रभावी कृतीयोजनांच्या मागचे मानसशास्त्र आणि या संदर्भात त्यांना पुष्टी देणारे काटेकोर प्रमाण यांची चर्चा केली जाईल. हे आम्ही गोंधळात टाकणाऱ्या अनेक प्रसंगांवर जास्त भर देऊन करू. सामाजिक प्रभावाच्या मानसशास्त्राच्या आकलनाने हे अधिक विस्ताराने समजावून देणे शक्य आहे. उदाहरणार्थ, आधुनिक इतिहासातील एखाद्या अतिशय लोकप्रिय पोपच्या जाण्याची बातमी येताच त्याच्यापासून हजारो मैल दूर असणारा जनसमुदाय– ज्याचा पोपच्या राजवाड्याशी किंवा कॅथॅलिक चर्चशी काहीच संबंध नसतो– पोपशी संबंधित स्मृतिचिन्हे खरेदी करण्यासाठी दुकानाजवळ गर्दी करतो. आम्ही तुम्हाला एक मार्मिक दृष्टी देऊ, ज्यामुळे तुमचे इतरांचे मन:परिवर्तनाचे प्रयत्न अधिक परिणामकारक होतील. ल्यूक स्कायवॉकर नेतृत्वाविषयी शिकवताना काही मुद्दे सांगतो. उदा. संवाद साधताना होणाऱ्या चुका ज्यामुळे तुमचा संदेश नंतर तुमच्यावर उलटतो, तुमच्यातील कमजोरीचे रूपांतर मन:परिवर्तनाच्या शक्तीत कसे करावे आणि कधीकधी तुम्ही स्वत:कडे आणि इतरांनी तुमच्याकडे तज्ज्ञ म्हणून पाहणे कसे धोकादायक ठरू शकते.

मन:परिवर्तन करणे एक शास्त्र, कला नाही.

मन:परिवर्तनाचा शास्त्रोक्त अभ्यास अर्धशतकापेक्षा जास्त काळापासून चालू आहे. अजूनही मन:परिवर्तनावरील संशोधन गोपनीय शास्त्राप्रमाणे शैक्षणिक मासिकांच्या पानांवरच राहिले आहे. या विषयाचे एवढ्या मोठ्या प्रमाणावर झालेले संशोधन नेहमी दुर्लक्षित का राहिले आहे, याचा क्षणभर तरी विचार करणे आवश्यक आहे. ज्यांना इतरांचे मन:परिवर्तन कसे करावे, कोणती पद्धत निवडावी असे प्रश्न पडतात, ते अर्थशास्त्र, राज्यशास्त्र किंवा जनहिताच्या धोरणांचा विचार करून निर्णयाप्रत येतात. यात आश्चर्य वाटण्याचे काहीच कारण नाही. पण बुचकळ्यात टाकणारी गोष्ट म्हणजे मानसशास्त्रीय प्रस्थापित तत्त्व आणि प्रणालि यांची दखल घेण्यात निर्णायक व्यक्ति कमी पडतात.

विश्लेषणात्मक गोष्ट ही की अर्थशास्त्र, राज्यशास्त्र किंवा लोकहित या क्षेत्रांत किमान कौशल्य प्राप्त करण्यासाठीसुद्धा त्या विषयाचा अभ्यास करणे, इतरांपासून अध्ययन करणे याची आवश्यकता असते. या क्षेत्रांशी आपला किती आणि कसा संबंध आहे, याचा विचार न करता लोक समजतात की; त्यांना आयुष्याच्या अनुभवावरून, जनसंपर्काने आणि आत्मिक आकलनाने मानसशास्त्रीय तत्त्वांची जाण आहे. परिणामी निर्णय घेण्यासाठी त्यांची शिकण्याची किंवा मानसशास्त्रीय

संशोधनाशी संपर्क साधण्याची शक्यता जवळजवळ नसतेच. या वाजवीपेक्षा जास्त आत्मविश्वासामुळे इतरांवर प्रभाव पाडण्याची सुवर्णसंधी लोक गमावतात किंवा त्याहीपेक्षा जास्त वाईट म्हणजे ते मानसशास्त्रीय तत्त्वाचा स्वत:साठी आणि इतरांसाठी हानिकारकरीत्या दुरुपयोग करतात.

वैयक्तिक अनुभवावर अतिविसंबून राहण्याबरोबर चिकित्सेवरसुद्धा लोक भर देतात. उदाहरणार्थ : टॉवेल्सचा पुनर्उपयोग करावा, म्हणून प्रचार करणारे व्यावसायिक लोक आपल्या चित्रांतून केवळ पर्यावरण कार्यक्रमांवर होणाऱ्या परिणामावरच भर का देतात? आपल्यापैकी कोणीही केले असते, तेच ते करतात – ते स्वत:ला विचारतात टॉवेलचा पुनर्वापर करून अशा प्रकारच्या कार्यक्रमात सहभागी होण्यामागची माझी प्रेरणा काय असेल? त्यांच्या स्वत:च्या प्रेरणा तपासल्यानंतर त्यांच्या लक्षात येते की, पर्यावरणाविषयी बांधिलकी असलेली व्यक्ति म्हणून त्यांच्या आदर्शांना / मूल्यांना पूरक अशी गोष्ट त्यांना प्रेरित करते. पण हे करताना ते या गोष्टीचा विचार करत नाहीत, की केवळ संदेशातला थोडासा बदल या मोहिमेतल्या लोकांचा सहभाग वाढवू शकतो. त्यांनी स्वत:ला विचारले, 'माझा टॉवेल प्रक्रिया करून दुसऱ्यांदा वापरण्याच्या या कार्यक्रमात भाग घेण्यासाठी मला कशापासून प्रेरणा मिळाली असती?' उत्तर शोधताना स्वत:चे मूल्य आणि ओळख लक्षात घेता त्यांना जाणीव झाली असती की, पर्यावरण संबंधित व्यक्तिस विशेष प्रेरणा मिळाली असती. पण हे करीत असताना, काही विनंतीशब्दांत बदल करून आपण यातला सहभाग वाढवू शकलो असतो याची जाणीव त्यांना झाली नसती.

मन:परिवर्तन करणे एक शास्त्र आहे. त्याचा संदर्भ नेहमी एक कला असाच घेण्यात येतो. प्रतिभावंत कलावंतास त्याच्यातील नैसर्गिक कलागुण वृद्धिंगत करण्यासाठी काही कौशल्ये निश्चित शिकविली जाऊ शकतात; मात्र खऱ्या कलाकारामध्ये त्याची स्वत:ची प्रतिभा आणि निर्मितीक्षमता असते, जी बाहेरून त्याच्यामध्ये घालता येत नाही. सुदैवाने मन:परिवर्तनाच्या बाबतीत असे नाही. जे लोक इतरांचे मन:परिवर्तन करण्याच्या बाबतीत स्वत:ला कमी समजतात, ज्यांना असे वाटते की आपण मुलांना एखाद्या खेळण्याबरोबर खेळण्यासाठीसुद्धा लाडीगोडी लावू शकत नाही; ते लोक सुद्धा मन:परिवर्तनात सामर्थ्यवान होऊ शकतात. त्यासाठी त्यांनी मन:परिवर्तनाचे मानसशास्त्र समजून घ्यायला हवे आणि शास्त्रीय पद्धतीने परिणामकारक सिद्ध झालेल्या प्रक्रियांचा अवलंब करायला हवा.

तुम्ही व्यवस्थापक, वकील, आरोग्य कर्मचारी, कृतियोजक, वाढपी, विक्रेता, शिक्षक किंवा यांपेक्षा एकदम भिन्न कोणीही असा; तुम्हाला मन:परिवर्तन शास्त्रात पारंगत करण्याच्या दृष्टीनेच या पुस्तकाची आखणी केलेली आहे. आमच्यापैकी रॉबर्ट सिआल्दिनी यांनी लिहिलेल्या 'इन्फ्लुअन्स : सायन्स अॅण्ड प्रॅक्टिस' या

अभ्यासपूर्ण पुस्तकाच्या आधारे सर्वव्यापी सामाजिक प्रभावाच्या सहा तत्त्वांचा ऊहापोह आपण करणार आहोत.

१. परतफेड (Reciprocation) - आपल्यावर कोणी उपकार केले असतील, तर आपल्याला त्याची परतफेड करावी वाटते.

२. अधिकार (Authority) - तज्ज्ञांनी आपल्याला मार्गदर्शन करावे, या दृष्टीने आपण त्यांच्याकडे पाहत असतो.

३. बांधिलकी / सातत्य (commitment/consistency) - आपल्याला सातत्याने आपल्या बांधिलकी आणि मूल्यांसाठी कार्य करावे वाटते.

४. अभाव (scarcity) - साधनांची उपलब्धता जेवढी कमी, तेवढी ती अधिक जास्त हवी असतात.

५. आवड (liking) - आपल्याला लोक जेवढे जास्त आवडतात, तेवढे जास्त आपल्याला त्यांच्याशी सहमत व्हावे वाटते.

६. सामाजिक पुरावा (Social proof) - लोक काय करतात, याकडे पाहून आपण आपली वागणुकीची दिशा ठरवितो.

या सहा तत्त्वांच्या आधारे आम्ही मन:परिवर्तनाच्या काही क्लृत्या सांगू. तसेच या तत्त्वांचा आणि ती कशी कार्यरत होतात, याचा सविस्तर ऊहापोह करू. पण पूर्णपणे त्यांच्यावर अवलंबून राहणार नाही. जरी ही सहा तत्त्वे बऱ्याच सामाजिकदृष्ट्या प्रभावशाली प्रक्रियेची मूलाधार असली; तरी मन:परिवर्तनासाठी आणखी बरीच तंत्रे आहेत, जी मानसशास्त्रीय घटकांवर आधारित आहेत. आम्ही त्यांचीसुद्धा उकल करणार आहोत.

शिवाय ती विविध विषयांच्या संदर्भात कशी कार्यरत असतात, यावरसुद्धा आम्ही जास्त प्रकाश टाकणार आहोत. असे करताना केवळ तुमच्या कामाच्या ठिकाणाचाच विचार करणार नाही; तर एक पालक, शेजारी किंवा मित्र म्हणून असलेल्या वैयक्तिक संबंधांवरही लक्ष केंद्रित करणार आहोत. आम्ही दिलेला सल्ला व्यावहारिक, कृतिशील, नैतिक आणि अवलंबण्यास सोपा असेल. त्यासाठी आम्हाला अगदी थोडे जास्त कष्ट पडतील किंवा लाभांशाची मोठी किंमत मोजावी लागेल.

हेन्री यंगमॅनची (Henny Youngman) क्षमायाचना करून आम्ही अशी अपेक्षा करतो की; तुम्ही हे पुस्तक वाचून पूर्ण कराल, तेव्हा तुमची मन:परिवर्तनाच्या साधनसामुग्रीची पेटी शास्त्रसिद्ध सामाजिक प्रभावाच्या कृतियोजनांनी इतकी खचाखच भरून जाईल, की ती तुम्हाला बंद करणे दुरापास्त होईल.

९ तुमच्या श्रोत्यांची गैरसोय करून तुम्ही तुमची मन:परिवर्तन क्षमता कशी वाढवू शकाल?

दूरचित्रवाणी वाहिन्यांवरून 'इन्फोर्मेशियल' म्हणजे जाहिरातीच्या स्वरूपात माहिती देण्याच्या सशुल्क कार्यक्रमांचे प्रसारण ही अतिशय सर्वसामान्य बाब झाली आहे. अशाच सशुल्क कार्यक्रम व्यवसायातील यशस्वी लेखिकांपैकी कॉलिन स्झॉट या एक आहेत. अमेरिकेतील एका टेलिशॉपिंग वाहिनीसाठी तिने लिहिलेल्या एका कार्यक्रमाने जवळपास वीस वर्षे वस्तूंच्या विक्रीचा विक्रम केला. तिच्या कार्यक्रमात तिने जाहिरातीतील आकर्षून घेणारे चटपटीत वाक्प्रचार, उत्साही प्रेक्षक आणि नामांकित व्यक्तींनी त्याचा केलेला गौरव अशा सर्वसामान्य तंत्रांचा वापर केलाच; पण त्याशिवाय तिने जाहिरातीच्या रूढ साच्यातल्या तीन शब्दांमध्ये बदल केला. त्यामुळे त्या उत्पादनाच्या वस्तूंची खरेदी करणाऱ्यांच्या संख्येत वाढ झाली. अधिक लक्षणीय बाब म्हणजे या तीन शब्दांमुळे सक्षम ग्राहकाला कळून चुकले, की या वस्तू मागविणे म्हणजे कटकटीचे काम होणार आहे. ते तीन शब्द कोणते होते, की ज्यामुळे छप्परफाड विक्री झाली?

'ऑपरेटर्स प्रतीक्षा करत आहे, कृपया फोन करा' या वाक्यात तिने 'जर ऑपरेटर्स कार्यमग्न असतील, तर पुन्हा फोन करा' असा बदल केला. सकृतदर्शनी हा बदल थोडासा वेडसर वाटतो. एक तर सक्षम ग्राहकाने फोन करण्यात आपला वेळ वाया घालवायचा किंवा विक्रीप्रतिनिधीचा संपर्क होईपर्यंत पुन:पुन्हा फोन करावा, एवढाच अर्थबोध यातून होतो. मात्र हा साशंक दृष्टिकोन सामाजिक तत्त्वाच्या सामर्थ्याकडे दुर्लक्ष करतो.

थोडक्यात, जेव्हा लोक एखाद्या कार्यप्रणालीच्या बाबतीत अनिश्चित

असतात, तेव्हा ते विचलित होतात आणि सभोवतालचे इतर लोक काय करतात, यातून धडा घेतात.

कॉलिन स्झॉटच्या उदाहरणाचा विचार करा. 'ऑपरेटर्स प्रतीक्षा करत आहेत' या वाक्याने मनात कशी प्रतिमा तयार होते– कंटाळलेले कर्मचारी आपल्या नखांना घासून आकार देत आहेत किंवा फोनजवळ बसून वाट पाहात असताना आपल्या जवळील कुपन्सची व्यवस्थित जुळवणी करीत आहेत – 'कमी मागणी आणि जेमतेम विक्री' अशीच प्रतिमा यातून निर्देशित होते.

आता 'ऑपरेटर्स कार्यमग्न असतील, तर पुन्हा फोन करा' या वाक्यावर विचार करा आणि उत्पादनाची लोकप्रियता कशी वाढते ते समजून घ्या. त्या कंटाळवाण्या आणि निष्क्रिय कर्मचाऱ्यांऐवजी, तुम्ही कदाचित विचार कराल की, ऑपरेटर्स एकानंतर एक फोन घेण्यात सतत कार्यमग्न असतील.

'जर फोनलाईन्स व्यग्र येत असतील, तर माझ्यासारखा घरात बसून जाहिरातीचा कार्यक्रम बघणारासुद्धा आता फोन करत असेल,' असा विचार प्रेक्षक करतात. म्हणजेच या सुधारित वाक्यामुळे घरात बसलेल्या प्रेक्षकवर्गाने इतर अपरिचित लोकसुद्धा काय करत असतील, हे समजून घेऊन त्याचा अभ्यास केला.

'सामाजिक कसोटीमध्ये इतरांच्या कृतीवर प्रभाव पाडण्याची शक्ति असते', अशा प्रकारच्या तत्त्वांची पडताळणी सामाजिक मानसशास्त्रातील प्रयोगांद्वारे केली जाते.

शास्त्रज्ञ स्टॅनले मिलग्रॅम आणि त्यांच्या सहकाऱ्यांनी केलेल्या प्रयोगाचे उदाहरण घेऊ. एकदा मिलग्रॅम यांचे संशोधक सहकारी न्यूयॉर्क शहरातील गजबजलेल्या मार्गावर ६० सेकंद आकाशाकडे पाहत उभे राहिले. त्यांच्या आजूबाजूनी जाणारे लोक ते काय पाहात आहेत, याची दखल न घेता बाजूने निघून गेले. जेव्हा त्यांनी आणखी चार संशोधकांस आकाशाकडे पाहण्यास समूहात सामील करून घेतले, तेव्हा जवळून जाणाऱ्या लोकांत चारपटीने भर पडली. इतर लोकांची वागणूक हे सामाजिक प्रभावाचे सशक्त साधन असले; तरी जेव्हा आपण आपल्या अभ्यासात सहभागी झालेल्या लोकांना त्यांच्या वागणुकीवरील इतर लोकांच्या प्रभावाबद्दल विचारतो, तेव्हा ही गोष्ट ते अमान्यच करतात. पण प्रायोगिक सामाजिक मानसशास्त्रज्ञांना हे चांगल्या प्रकारे माहीत असते. लोकांची आपल्या वर्तणुकीवर परिणाम करणाऱ्या घटकांना ओळखण्याची क्षमता फारच कमी असते, हे आम्ही जाणतो. कदाचित हे एक कारण असू शकते की, 'टॉवेल्सचा पुनर्उपयोग करावा' यासाठी फलक तयार करणाऱ्या व्यापाऱ्यांनी त्यांच्याच सोयीसाठी असलेल्या सामाजिक कसोटीतत्त्वाचा विचार केला नसावा. 'मला कशातून प्रेरणा मिळते?' हा प्रश्न स्वत:लाच विचारून त्यांच्या वर्तणुकीवर पडणाऱ्या इतरांच्या प्रभावाकडे ते सोयिस्कररित्या दुर्लक्ष

करतात. याचाच परिणाम म्हणून टॉवेल्सच्या पुनर्उपयोगाचा पर्यावरण संरक्षणात कसा उपयोग होतो, यावरच ते आपले लक्ष केंद्रित करतात आणि वरकरणी तरी हे प्रेरक अपेक्षित आणि वर्तणुकीस संबद्ध आहे, असे समजतात.

हॉटेल्समधील बहुतांश अतिथी जे टॉवेल्सच्या पुनर्उपयोगाचा निर्देशक सूचना फलक पाहतात, ते आपल्या वास्तव्यात एकदा तरी प्रक्रिया करून दुसऱ्यांदा टॉवेल्स वापरतात का? आपण जर ही वास्तवता अतिथींना सांगितली तर काय? त्यातून बचावमोहिमेत त्यांच्या सहभागी होण्यावर काही प्रभाव पडतो काय? आमच्यापैकी दोघे जण आणि इतर काही संशोधकांनी टॉवेल्सच्या पुनर्वापराच्या मोहिमेत वापरल्या जाणाऱ्या चिन्हांपेक्षा या माहितीचा परिणाम अधिक होतो का, हे जाणून घेण्याचा प्रयत्न केला.

हे करण्यासाठी आम्ही दोन सूचनाफलक तयार केले आणि हॉटेल व्यवस्थापकांच्या साहाय्याने हॉटेल्सच्या रूममध्ये ठेवले. एक सूचनाफलक अगोदरच बहुतेक हॉटेल्समध्ये वापरात असलेला मूळ पर्यावरण संरक्षण संदेश प्रतिबिंबित करणारा होता. त्यातून या मोहीमेत सहभागी होऊन पर्यावरणाचे संरक्षण करा आणि निसर्गाप्रति प्रेम दाखवा, असे आवाहन अतिथींना केले होते. दुसऱ्या फलकातून सामाजिक प्रमाणांची माहिती देऊन, आपल्या वास्तव्यात अतिथींनी टॉवेल्सवर प्रक्रिया करून त्यांचा कमीतकमी एकदा तरी वापर करावा, असा प्रामाणिक संदेश दिला होता. असे फलक आणि इतर काही फलक ज्यांच्याबद्दल आपण पुस्तकात नंतर चर्चा करणारच आहोत, हॉटेलच्या वेगवेगळ्या खोल्यांमध्ये ठेवले. सुदैवाने प्रायोगिक मानसशास्त्रज्ञांसोबत माहिती एकत्रित करण्याच्या कामात मदत करण्यासाठी काही उत्सुक पदवीधर संशोधक साहाय्यकांचा एक समूह आहे. पण तुम्ही कल्पना करू शकता, हॉटेलमधील अतिथी बाथरूम किंवा विद्यापीठ बोर्ड बाथरूममध्ये जाऊन माहिती गोळा करण्यात आमचे साहाय्यक संशोधक फारसे खूश नसतात. (तसे आमच्या 'आई'वर्गासमुद्धा ते फारसे आवडत नाही.) सुदैवाने हॉटेल्सचे ॲटेन्डण्टस मात्र स्वेच्छेने ही माहिती आमच्यासाठी गोळा करण्याइतपत कृपाळू आहेत. पहिल्या दिवशी त्यांनी फक्त एका विशिष्ट रूममध्ये एक तरी टॉवेलचा पुनर्उपयोग झाला किंवा नाही, याची नोंद केली.

आम्ही हाती आलेल्या माहितीचा सूक्ष्म अभ्यास केला, तेव्हा असे आढळून आले की, सामाजिक प्रमाणाच्या विनंतीफलकावरून टॉवेल्सचा पुनर्उपयोग करणाऱ्यांची संख्या पर्यावरण संरक्षणाच्या संदेशावरून पुनर्उपयोग करणाऱ्यांच्या तुलनेत २६ टक्क्याने जास्त होती. यापूर्वी अशा सूचनाफलकांचा उपयोग एकाही हॉटेलने केला नव्हता. ही सहभागातील २६ टक्के वाढ आम्ही दुसरे काय करत होतो, हे सांगणाऱ्या वाक्यांतील काही शब्द बदलून मिळवली. आपल्यावर कसलाही प्रभाव

पडत नाही; असे म्हणणाऱ्या लोकांचा विचार करता, ही वाढ काही वाईट नाही.

या निष्कर्षावरून हे दिसून येते की मन:परिवर्तन करण्याच्या तुमच्या प्रयत्नात सामाजिक कसोटीच्या शक्तितून किती फायदा होऊ शकतो.

अर्थात तुम्ही माहिती कशा पद्धतीने इतरांपर्यंत पोहोचविता, याचे महत्त्व कमी करून चालत नाही. तुम्ही जर विधान केले की, 'अहो! तुम्ही मेंढी व्हा आणि कळपात सामील व्हा बँएए...एँ!'; तर तुम्हाला प्रतिसाद मिळण्याची शक्यता फारच कमी असते. त्यापेक्षा 'पर्यावरणाचे संरक्षण करण्यासाठी इतर असंख्य लोकांत सामील व्हा' या विधानास जास्त प्रतिसाद मिळण्याची शक्यता आहे.

जनहिताच्या परिणामासोबत सामाजिक कसोटीचा तुमच्या कामाच्या ठिकाणीही मोलाचा प्रभाव पडू शकतो. खूप विक्री असलेल्या वस्तूंची लोकप्रियता दर्शविणारी प्रभावशाली आकडेवारी देऊन, ग्राहकांना आकर्षित करण्यासाठी, तुम्ही आठवणीने समाधानी ग्राहकांकडून आणि व्यावसायिकांकडून प्रशस्तीपत्र मागा. हे तुम्ही अधिक चांगल्या प्रकारे करू शकाल. जेव्हा तुम्ही सक्षम ग्राहकासमोर तुमच्या वस्तूचे महत्त्व सादर करीत असता, त्यांना तुमची संस्था काय लाभ देऊ शकते याची खात्री देत असता; तेव्हा तुम्ही या प्रशस्तीपत्रांचा प्रामुख्याने वापर करू शकता. त्यापेक्षाही चांगले म्हणजे तुम्ही तुमच्या प्रस्तुत ग्राहकांसाठी वातावरणनिर्मिती करून, ते तुमच्याबद्दल आणि तुमच्या कंपनीबद्दल किती समाधानी आहेत, याची ग्वाही नवीन ग्राहकांना देण्याची संधी उपलब्ध करून द्या. हे करण्याची एक पद्धती म्हणजे तुम्ही एखादी मेजवानी किंवा चर्चासत्र तुमच्या प्रस्तुत आणि सक्षम ग्राहकांसाठी आयोजित करा. म्हणजे ते एकत्र बसून सहज एकमेकांत मिसळू शकतील. या आयोजनात अनौपचारिक गप्पांतून सहजच तुमच्या कंपनीसोबत काम करण्यातले फायदे सांगितले जाऊ शकतात. जर निरोप घेताना सक्षम ग्राहक तुम्हाला म्हणाले की, आम्ही पुन्हा फोन करून तुम्हाला कळवू; तेव्हा त्यांना सांगा, 'जर, आमची फोन लाईन व्यग्र असेल, तर त्यांनी प्रयत्न चालू ठेवावा...'

२ लोकप्रियतेचा परिणाम कशाने वाढविता येतो?

आमचा सामाजिक कसोटीचा संदेश औद्योगिक गुणवत्तेच्या तुलनेत, टॉवेल्सचा पुनर्उपयोग करण्यासाठी अधिक प्रेरणादायी ठरला. त्यातून आम्हाला कळले की, लोक इतरांच्या वर्तणुकीचे अनुकरण करण्याने प्रेरित होतात. पण या निष्कर्षातून आणखी एक प्रश्न उद्भवतो, लोक कोणाच्या वर्तणुकीचे अनुकरण करण्याची अधिक शक्यता आहे?

उदाहरणार्थ, सर्वसाधारणपणे त्यांच्यापूर्वी त्यांच्याच रूममध्ये राहणाऱ्या ज्यांना टॉवेल्सच्या पुनर्उपयोगाचा सामाजिक कसोटीचा संदेश हॉटेल्समध्ये देण्यात आला होता, त्या संदेशाला विरोध करणाऱ्यांपासून लोक जास्त प्रेरित होतील काय? या प्रश्नाचे नकारार्थी उत्तर अपेक्षण्यासाठी काही सबळ कारणे आहेत. वस्तुस्थितीत तुमच्या विशिष्ट रूमच्या सर्वसामान्य प्रमाणावर जास्त विश्वास ठेवणेच चुकीचे आहे. त्याची दोन कारणे आहेत. पहिले– शुद्ध तार्किक दृष्टीने पाहता, तुमच्या अगोदर तुमच्या रूममध्ये राहणाऱ्याकडे पाहण्याचा तुमचा दृष्टिकोनच फारसा सकारात्मक न राहण्याची जास्त शक्यता असते. कारण तुमच्या अगोदरच तुमच्या रूममध्ये (खोलीत) थांबलेल्या या लोकांमुळेच तुमच्या खोलीचा दर्जा आणि प्रसन्नता कमी झालेली असते. दुसरे म्हणजे– बाजूच्या रूममधल्या लोकांपेक्षा तुमच्या अगोदर थांबलेल्या लोकांची वर्तणूक वैध आहे, असे समजण्याचेही काही कारण नसते. आम्ही यापूर्वीच चर्चिल्याप्रमाणे, आपल्याला कोणत्या वर्तणुकीतून प्रेरणा मिळते, हे समजण्यात लोक नेहमी कशी गल्लत करतात, हे मानसशास्त्रीय संशोधन स्पष्ट करते.

तुम्हाला आठवत असेल तर, हॉटेल्सच्या अभ्यासात सामाजिक संदेशाच्या वापराद्वारे सांगितले की, तुमच्यासारख्या विशेषत: तुमच्या अगोदर त्या हॉटेलमध्ये

थांबलेल्या इतर अतिथींनी त्यांच्या वास्तव्यात एकदा तरी टॉवेल्सचा पुनर्उपयोग केला होता. अशाच प्रकारच्या दुसऱ्या एका प्रयोगातून हा अभ्यास एक पाऊल पुढे नेण्याचे आम्ही ठरविले. या प्रयोगात हॉटेलमधील अतिथींना टॉवेल्सचा पुनर्वापर करण्याची विनंती त्यांच्याच खोलीत त्यांच्याच पूर्वी राहिलेल्या अतिथींनी टॉवेल्सचा पुनर्वापर केला होता, अशा आशयाच्या फलकाद्वारे केली गेली. त्यामुळे अगोदरच्या अभ्यासातल्या पर्यावरणसंरक्षणाच्या, तसेच सामाजिक कसोटी आवाहनासोबत अतिथींच्या हे दृष्टीस पडले की; त्यांच्या अगोदर त्यांच्या रूममध्ये थांबलेल्या इतरांनी टॉवेल्सचा पुनर्उपयोग करण्याच्या मोहिमेत सहभाग घेतला होता.

जेव्हा आम्ही सर्व माहितीचा सविस्तर अभ्यास केला, तेव्हा आमच्या हे लक्षात आले; की ज्यांना फक्त हॉटेल्सचे निकष कळले होते, त्यांच्यापेक्षा ज्यांना त्यांच्या अगोदरच्या लोकांनी टॉवेल्सचा पुनर्वापर केल्याचे कळले होते, त्या लोकांनी या मोहिमेत जास्त प्रमाणात भाग घेतला होता आणि प्रमाणित पर्यावरण संरक्षण आवाहनाच्या तुलनेत सहभागात ३३% वाढ झाली. हे निष्कर्ष सुचवितात की; हेन्री यंगमनला त्याच्या रूमच्या बाथरूममध्ये जर असे फलक पाहायला मिळाले असते की, त्याच्या अगोदर त्या रूममध्ये राहिलेल्या एकासुद्धा अतिथीने टॉवेलची चोरी केली नाही, तर रूम सोडताना सुटकेस बंद करणे त्याच्यासाठीसुद्धा खूप सोपे झाले असते. पण का?

विशिष्ट वातावरणात किंवा परिस्थितीमध्ये आपल्याला अनुकूल असलेले वर्तणुकीचे निकष अवलंबणे नेहमीच फायदेशीर असते. उदाहरणार्थ, जेव्हा तुम्ही सार्वजनिक ग्रंथालयात असता, तेव्हा तुम्ही इतर ग्रंथालयांचे निकष पाळता का? कल्पित कथासंग्रहाचा विभाग चाळताना हळूच मित्रांशी अधूनमधून कुजबूज करता, की तुमच्या आवडीच्या बारच्या आश्रयदात्याच्या निकषांचे पालन करता; जिथे प्रत्येक 'e' अक्षरापासून चालू होणाऱ्या शब्दासोबत तुम्ही पेय घेता आणि धाडस एकवटण्यासाठी कपाळावर पुस्तक रगडता आणि खेळ खेळता? तुम्हाला कपाळावर पुस्तक चुरगळताना ग्रंथपालाने पकडून ग्रंथालयातील परिसरात नेहमीकरिता प्रतिबंध करावा; हे जर टाळावयाचे असेल तर तुम्ही दुसऱ्यापेक्षा पहिल्या पद्धतीचा अवलंब करणे जास्त पसंत कराल.

इतरांचे मत आपल्यासारखे करून घेण्याच्या प्रयत्नात प्रशस्तिपत्राचे महत्त्व आम्ही या अगोदरच सविस्तर सांगितले आहे. या प्रयोगाचे निकाल हे सुचवितात की; प्रशस्तिपत्र देणारी व्यक्ति जितकी जास्त नवीन प्रेक्षकासारखी असेल, तितका तुमचा संदेश अधिक मन:परिवर्तनकारक बनतो. याचाच अर्थ कोणते प्रशस्तिपत्र जास्त प्रभावशाली आहे, हे ठरवताना, तुम्हाला तुमची अस्मिता या प्रक्रियेतून बाहेर ठेवणे गरजेचे आहे. तुम्हाला ज्या गोष्टीचा अभिमान आहे तिच्यापासून सुरुवात करू

नका, त्याऐवजी जी प्रेक्षकांच्या जवळची परिस्थिती आहे, तिच्यापासून सुरुवात करा. जसे, शाळेत नियमित येण्याकरता शिक्षकाने नियमित येण्याचे महत्त्व आणि त्याचे फायदे सांगावेत आणि याची सुरुवात समोरच्या बाकांवर बसणाऱ्या विद्यार्थ्यांपासून करण्याऐवजी मागच्या बाकावरच्या विद्यार्थ्यांपासून करावी, जे इतर अनेक विद्यार्थ्यांसारखे आहेत.

दुसरे एक उदाहरण म्हणजे– तुम्ही जर स्थानिक सौंदर्य सलून्सच्या शृंखलेच्या मालकिणीला सॉफ्टवेअर विकत असाल, तर तुमचे सॉफ्टवेअर वापरून तिच्यासारखे इतर सलून मालक किती समाधानी आणि आनंदी आहेत, याची माहिती दिली; तर ती प्रतिष्ठित, मोठ्या ब्रिटिश एअरवेजमध्ये त्या सॉफ्टवेअरच्या होणाऱ्या उपयोगाच्या माहितीपेक्षा जास्त प्रभावी होईल. शेवटी ती विचार करते की; माझ्यासारख्या इतर लोकांना जर यातून चांगला फायदा होत असेल, तर मलासुद्धा तेवढाच होणे रास्तच आहे.

जर तुम्ही एक नेता किंवा व्यवस्थापक आहात आणि तुमच्या कर्मचाऱ्यांना एखादी नवीन कार्यप्रणालि अवलंबिण्यासाठी प्रवृत्त करण्याचा प्रयत्न करीत आहात; तेव्हा त्याच विभागातील ज्या लोकांनी नवीन कार्यप्रणालीवर अवलंबून बदल स्वीकारला, त्यांच्याकडून प्रशस्तिपत्र घ्यायला हवे. पण समजा तुम्ही अगोदरच असा प्रयत्न केला असेल आणि एक कर्मचारी हटवादी असेल, जो दीर्घ काळापासून जुन्या पद्धतीनेच काम करत आहे आणि तुम्ही त्याच्यावर अद्याप विजय मिळवू शकत नसाल तर काय? साधारणपणे अशा बाबतीत व्यवस्थापक एक चूक करण्याची शक्यता असते– ती म्हणजे दुसऱ्या एखाद्या बोलण्यात चतुर असलेल्या कर्मचाऱ्याची निवड करायची आणि त्या जुन्या हटवादी कर्मचाऱ्याचे मन:परिवर्तन करण्यास सांगायचे, मग तो/ती हटवादी कर्मचारी इतर कितीही बाबतीत सरस आणि इतरांपेक्षा सर्वस्वी वेगळा असो. त्याऐवजी उत्तम मार्ग म्हणजे कदाचित त्याच्यासारख्याच दीर्घ काळापासून त्याच कार्यप्रणालीमध्ये काम करणाऱ्या एखाद्या कर्मचाऱ्याच्या मताचे स्वागत करायचे, मग हा दुसरा कर्मचारी कामात कमी सरस असला किंवा कमी लोकप्रिय असला तरी चालेल.

३ संदेश आत्मघातकी होण्यास कोणत्या सर्वसामान्य चुका कारणीभूत होतात?

खरं तर जाहिरातींची रचना उत्पादित वस्तूंसाठी वैशिष्ट्यपूर्ण केलेली असते... लोकांसाठी नाही. पण १९७० च्या सुरुवातीस 'कीप अमेरिका ब्युटीफूल' या संस्थेने एक जाहिरात इतकी हृदयस्पर्शी केली होती की, बहुतेकांच्या मते ते जनसेवेप्रीत्यर्थ केलेले अतिशय परिणामकारक असे प्रकटन होते. अमेरिकेतील रोज टेलिव्हिजन पाहणाऱ्या लोकांसाठी अमेरिकेचा एक नागरिक आजूबाजूच्या दूषित/ खराब झालेल्या वातावरणाकडे पाहून एक अश्रू... एक शक्तिशाली अश्रू ढाळतो. बऱ्याच वर्षांनंतर तीच संस्था आपल्या जुन्या मित्रास एका नव्या मोहिमेच्या संदर्भात पुन्हा भेटली. या वेळी त्यांनी बसची वाट पाहात कॉफी पिणाऱ्या, वर्तमानपत्र वाचणाऱ्या, सिगारेट पिणाऱ्या लोकांची गर्दी चित्रित केली. सर्व लोक बसमध्ये चढल्यानंतर कॅमेरा वाट पाहायच्या रिकाम्या जागेवर फिरविला. कॉफी पिऊन टाकलेल्या कपांनी आणि सिगारेट्सच्या थोटकांनी ती जागा व्यापली होती. कॅमेरा उजवीकडून डावीकडे फिरतो, तेव्हा हळूच दूरच्या पोस्टरवर एक जन्मजात अमेरिकेचा नागरिक या दृश्याकडे कानाडोळा करीत असलेला दिसतो, पण त्याच्या डोळ्यांत अजूनही एक अश्रू असतो; अशी ती जाहिरात होती, पडदा जेव्हा अंधुक होऊन काळा होतो, तेव्हा घरात संदेश पोहोचविणारी अक्षरे दिसतात : 'लोकप्रिय दुर्लक्षाचे पुनरागमन' (Back by popular neglect).

'Back by popular neglect' या जाहिरातीत चित्रित केलेल्या वाक्प्रचारातून आणि जाहिरातीत चित्रित केलेल्या वातावरणातून कोणत्या प्रकारचा संदेश दिला गेला? अजागळ वागणुकीला लोकांची नापसंती असली, तरी बरेच लोक तशाच

प्रकारचे वर्तन करत असतात. अशा वर्तणुकीबद्दल सक्त नापसंती दर्शविणारा संदेश निश्चितपणे प्रेरक सिद्ध होऊ शकला असता, तरी अशा वर्तणुकीची सर्वसामान्य सवय असते, अशी संदेश देण्याची कल्पना सामाजिक कसोटी सुचविते. कारण सामाजिक कसोटीचे तत्त्व हे सांगते; की जी कार्यप्रणाली जास्त लोकप्रिय असते, ती अवलंबण्याकडे लोकांचा कल असतो, मग ती कार्यप्रणाली हितकारी असो किंवा अहितकारी असो.

दैनंदिन आयुष्यात इतरही अशी पुष्कळ उदाहरणे आहेत. आरोग्यकेंद्र आणि दवाखान्याच्या प्रतीक्षालयाच्या भिंतीवर वेळ घेऊनही न येणाऱ्या रुग्णांची यादी लावलेली असते आणि जसजशी ही यादी वाढत जाते, तशी त्यांच्यात नैराश्याची भावना वाढत जाते. जास्तीतजास्त मतदार मतदानाला येत नाहीत, हे पाहून त्यांच्यातील राजकीय औदासिन्याला दोष देऊन राजकीय पक्ष त्यांच्या प्रचाराच्या परिणामाचा चुकीचा अर्थ लावतात.

'एका वेळी एक छोटा तुकडा, या दराने प्रतिवर्षी १४ टन 'पाषाण रूपांतरित लाकडाच्या' चोरीतून तुम्ही तुमची वडिलोपार्जित संपत्ती नष्ट करत आहात' अशा ठसठशीत फलकामुळे ॲरिझोनामधील 'पेट्रीफाईड फॉरेस्ट नॅशनल पार्क'ला भेट देणाऱ्या लोकांच्या लक्षात आले की, पार्कचे अस्तित्व धोक्यात होते. कारण भेटीला येणारे बरेचसे लोक पाषाण रूपांतरित लाकूड जमिनीतून चोरून काढून नेत होते.

जरी या सर्व अत्यंत उत्कृष्ट ध्येयापोटी उद्‌भवलेल्या प्रसंगातून वस्तुस्थिती प्रतिबिंबित होत असली, तरीही ही मोहिम राबविण्यामागे असणाऱ्या लोकांना याची जाणीव होत नाही; की ह्या सार्वत्रिक आक्रोशामध्ये नकारात्मक सामाजिक कसोटीचा उपयोग केल्याने अनपेक्षित वर्तणुकीवर भर देण्याऐवजी, अप्रत्यक्षरित्या बेजबाबदारीने प्रेक्षकांच्या प्रचलित रूढीवर ते भर देत आहेत. पेट्रीफाईड फॉरेस्टमधील लाकूडचोरीच्या प्रकाराची माहिती आम्हाला एका माजी पदवीधर विद्यार्थ्याकडून कळली. तो आणि त्याची होणारी वधू यांनी पेट्रीफाईड फॉरेस्टला भेट दिली होती. त्याने सांगितल्याप्रमाणे त्याची वाग्दत्त वधू ही अतिशय प्रामाणिक होती. एखाद्याकडून घेतलेली पेपर क्लीपही ती आवर्जून परत करायची. पार्कला भेट देणाऱ्या लोकांसाठी पाषाण रूपांतरित लाकडाची चोरी करण्याच्या विरोधात सक्त ताकीद करणारा फलक त्यांनी पाहिला. फलक वाचत असतानाच नेहमी नियमबद्ध वागणाऱ्या त्याच्या वधूने त्याला कोपऱ्याने धक्का दिला आणि बाजूला घेऊन मिश्कील हास्य करीत म्हणाली, ''आपण सुद्धा आपल्यासाठी एक तुकडा आत्ताच घेऊ.'' हे ऐकून त्याला धक्काच बसला.

नकारात्मक सामाजिक कसोटी पडताळण्यासाठी (आणि आपण अधिक

परिणामकारक संदेश तयार करू शकतो का, हे पाहण्यासाठी) दुसऱ्या एका वर्तणूक शास्त्रज्ञांच्या गटासोबत आमच्यापैकी एकाने, पेट्रीफाईड फॉरेस्ट नॅशनल पार्कमधील लाकूडचोरीला प्रतिबंध घालण्यासाठी दोन फलक तयार केले. नकारात्मक सामाजिक कसोटीच्या संदेशात सांगितले होते, की पार्कला भेट देणाऱ्या पुष्कळ जणांनी लाकडाची चोरी केली होती. त्यात म्हटले होते, 'या अगोदरच भेट देणाऱ्या बऱ्याच जणांनी पार्कमधून पाषाण रूपांतरित लाकूड काढले आहे त्यामुळे पेट्रीफाईड फॉरेस्टची नैसर्गिक अवस्था बदलली आहे.' सोबत पार्कमधून लाकूड घेऊन जाणाऱ्या बऱ्याच लोकांचे चित्र होते. दुसऱ्या प्रकारच्या फलकात सामाजिक कसोटीची कोणतीच माहिती नव्हती. त्यात सरळ सोप्या शब्दांत सांगितले होते की, लाकडाची चोरी करणे योग्य नाही किंवा मान्यही नाही. त्यात म्हटले होते, 'पेट्रीफाईड फॉरेस्ट नैसर्गिक अवस्थेत जोपासण्यासाठी कृपया पार्कमधून पाषाणरूपी लाकूड काढू नका.' त्यासोबत लाल वर्तुळात पाषाण रूपांतरित लाकडाच्या तुकड्याची चोरी करणारा एक माणूस आणि त्यावर काट ('नाही' किंवा 'प्रतिबंधा'चे जागतिक मान्यताप्राप्त चिन्ह) असलेले चित्र होते. आमच्यावरसुद्धा नियंत्रणाची परिस्थिती होती, पण आम्ही अशा कोणत्या चिन्हाचा वापर केला नव्हता. भेट देणारे निघून गेल्यावर आम्ही मार्गावर हे फलक लावले. वेगवेगळ्या मार्गांच्या प्रवेशाजवळ वेगवेगळे फलक लावले. या प्रक्रियेतून वेगवेगळ्या फलकांचा चोरीवर कसा परिणाम होतो याचे निरीक्षण आम्ही करू शकणार होतो.

हे निष्कर्ष नॅशनल पार्कच्या व्यवस्थापनासाठी अतिशय धक्कादायक होते. जेव्हा नियंत्रणासाठी कोणत्याच प्रकारचा फलक नव्हता, त्या परिस्थितीत फक्त २.९२ टक्के लाकडाच्या तुकड्यांची चोरी झाली होती. त्या तुलनेत जेव्हा नकारात्मक सामाजिक कसोटीचे फलक लावण्यात आले, तेव्हा ७.२९ टक्के चोरी झाली. थोडक्यात, चोरीचे प्रमाण जवळपास तीन पटीने वाढले. म्हणजेच ही गुन्ह्याला प्रतिबंध घालणारी नसून गुन्ह्याला प्रेरणा देणारी कार्यपद्धती होती. या विरुद्ध ज्या संदेशात 'भेटीस येणाऱ्यांनी चोरी करू नये' एवढीच सूचना केली होती, तेव्हा चोरीचे प्रमाण नियंत्रण करण्याच्या परिस्थितीपेक्षा थोडे कमी– म्हणजे १.६७ टक्के होते. सामाजिक कसोटीचा सिद्धान्त वापरत असताना, जेव्हा एखादी अयोग्य वर्तणूक वारंवार घडत असते; तेव्हा त्या गोष्टी संदर्भातील माहितीला अधिक प्रसिद्धी देणे, विनाकारण हानीकारक ठरू शकते. म्हणून नकारात्मक सामाजिक कसोटीची माहिती पुरविण्याऐवजी, अशा प्रसंगी लोकांनी कसे वागावे किंवा वागू नये, हे सांगण्यावरच संदेश देणाऱ्यांनी भर द्यावा किंवा प्रसंगी संधी मिळाली तर सकारात्मक लोक कसे वागतात हे प्रेक्षकांना निक्षून सांगावे. काही वेळा हे काम साधा आढावा घेऊनसुद्धा करता येते. जसे, जरी पार्कमधून प्रतिवर्षी १४ टन

लाकूड चोरी होत असेल, तरी प्रत्यक्ष चोरांची संख्या भेट देणाऱ्या लोकांच्या फक्त २.९२ टक्के एवढीच आहे. त्यांच्या तुलनेत पार्कच्या नियमांचा आदर करणारे आणि नैसर्गिक सामग्रीचे जतन करण्याची आवड असणारे लोक संख्येने कितीतरी जास्त आहेत.

अधिक मन:परिवर्तन होण्याच्या प्रयत्नामागे तुमचा उद्देश काय आहे?

आपण अशी कल्पना करू, की तुम्ही एक व्यवस्थापक आहात आणि तुमच्या मासिक बैठकीची उपस्थिती रोडावली आहे, हे तुम्हाला समजले आहे. त्या वेळी बैठकीला उपस्थित राहणाऱ्यांच्या रोडावलेल्या संख्येकडे लक्ष वेधून नाराजी व्यक्त करण्याबरोबर बैठकीला उपस्थित राहणाऱ्यांची संख्या अनुपस्थित राहणाऱ्यांपेक्षा कितीतरी अधिक आहे, हेही तुम्ही दाखवून देऊ शकता. तसेच ज्या विभागातील कर्मचाऱ्यांनी किंवा सहकाऱ्यांनी नवीन कार्यप्रणाली, नवीन सॉफ्टवेअर, नवीन ग्राहकसेवा योजना त्यांच्या दैनंदिन व्यवहारात अगोदरच आत्मसात केली आहे त्यांना व्यावसायिक नेत्यांनीसुद्धा चांगली प्रसिद्धी द्यावी, असा आमचा सल्ला आहे. असे केल्याने, त्यांच्यासोबत न येणाऱ्यांविषयी तक्रार करीत ही कार्यप्रणाली आपल्यावरच लादली जात आहे, असे म्हणण्याऐवजी त्यांना खात्री पटेल की, तेसुद्धा सामाजिक कसोटी सशक्त करण्यात सहभागी होत आहेत.

४ जेव्हा मन:परिवर्तन उलटण्याची शक्यता असते, तेव्हा 'चुंबकीय मध्य' तुम्ही कसे टाळाल?

'पेट्रीफाईड फॉरेस्ट'च्या अभ्यासावरून हे स्पष्ट होते की; एखादी वर्तणूक अनिष्ट असली, तरी इतर बहुतेक लोक ती करीत असतील, तर ते करण्याची लोकांची सहजप्रवृत्ति असते. अशा वेळी ज्यांची वागणूक अधिक इष्ट असते, त्यांच्या उदाहरणांवर भर देता येईल, असा बदल आपल्या संदेशात करावा; अशी जरी आम्ही शिफारस केली असली, तरी दुर्दैवाने प्रत्येक वेळी असे करणे शक्य होत नाही. मन:परिवर्तकाने अशा प्रसंगी काय करावे?

आपण आमच्यापैकी दोघांनी आघाडीचा संशोधक वेस शुल्ट्झ (Wes Schulz) आणि त्याच्या इतर अनेक सहकाऱ्यांसोबत केलेल्या अभ्यासाचा विचार करू. अगोदर आम्ही कॅलिफोर्नियामधील जवळपास ३०० लोकांकडून, दर आठवड्याला ते किती वीज वापरतात, यांच्या नोंदी घेण्यासाठी परवानगी घेतली. अगोदर आमच्याकडे यात सहभागी होणाऱ्या घराच्या बाजूला किंवा परसात जाऊन, दर आठवड्याला घरटी किती वीज वापरली जाते याची नोंद मीटरवरून घेण्यासाठी साहाय्यक होते.* त्यानंतर आम्ही प्रत्येक घराच्या समोरच्या दारावर एक छोटे कार्ड लटकविले. त्यावर त्यांच्या आणि शेजाऱ्यांच्या वीजवापराच्या तुलनात्मक सरासरीची माहिती दिली. अर्थात जवळपास अर्ध्या घरांमध्ये सरासरीपेक्षा जास्त विजेचा वापर केला होता, तर बाकी अर्ध्यांनी सरासरीपेक्षा कमी वापर केला होता.

पुढील बऱ्याच आठवड्यांनंतर आमच्या असे निदर्शनास आले की, जे शेजाऱ्यांपेक्षा जास्त वीज वापरीत होते, त्यांनी वीजेचा वापर ५.७ टक्क्याने कमी केला होता. यात फारसे आश्चर्य नाही. जास्त मजेची बाब म्हणजे; जे शेजाऱ्यांपेक्षा कमी वीजेचा

वापर करीत होते त्यांनी आपल्या वीजवापरात ८.६ टक्क्याने वाढ केली होती. हे निष्कर्ष दर्शवितात की, इतर बहुतेक लोक जी गोष्ट करतात, ती काहीशी 'चुंबकीय मध्या'प्रमाणे काम करते. म्हणजेच जे लोक सामान्यापासून दूर जातात, ते पुन्हा त्याकडेच येऊ पाहतात. आपण अगोदर इष्ट वागत होतो का अनिष्ट वागत होतो, याचे तारतम्य न बाळगता निकषाच्या मार्गाप्रमाणे आपली वागणूक लोक बदलत असतात. पण जेव्हा सामाजिक जागरूकतेच्या मार्गाने वागणारे लोक निकषांमुळे इष्ट मार्गापासून दूर जातात, तेव्हा हा उलट परिणाम थांबविण्यासाठी काय करावे? कदाचित समाजाला मान्य असलेल्या सकारात्मक वागणुकीचे चिन्हांकित निशाण लावणे उचित होऊ शकेल. हे निशाण फक्त समाजाची अपेक्षाच दर्शविणार नाही, तर सकारात्मक प्रतिष्ठासुद्धा उंचावणारे असेल. पण कशा प्रकारचे चिन्ह वापरावे? अंगठा उभा असलेले चित्र का प्रत्यक्ष मान्यतेचा छाप?

किंवा साधा हसरा चेहरा कसा राहील? ही कल्पना पडताळून पाहण्यासाठी आम्ही आमच्या अभ्यासात दुसरी प्रायोगिक गोष्ट समाविष्ट केली. या घरांतील वीजवापराच्या नोंदीच्या कार्डावर, शेजाऱ्याच्या सरासरीपेक्षा ते कमी वीज वापरतात की अधिक, यानुसार हसऱ्या चेहऱ्याचे ☺ किंवा त्रस्त चेहऱ्याचे ☹ चित्र जोडले. माहितीवरून उघडकीस आले की, त्रस्त चेहऱ्यामुळे फारसा फरक पडला नव्हता. दुसऱ्या शब्दांत सांगावयाचे तर जे तुलनेत जास्त प्रमाणात विजेचा वापर करत होते, त्यांनी त्रस्त चेहऱ्याची जास्त तमा न बाळगता विजेचा वापर ५ टक्क्यांनी कमी केला होता. ज्या कार्डस्‌वर हसरा चेहरा होता, त्याच्या परिणामाने आम्ही जास्त प्रभावित झालो. जे तुलनेत कमी वीज वापरत होते, त्यांनी कोणतेच चित्र नसताना त्यांचा वापर ८.६ टक्क्याने वाढविला होता, हे आम्ही अगोदरच नमूद केले आहे आणि हसऱ्या चेहऱ्याचे चिन्ह लावल्यावरसुद्धा अगोदरच्या कमी वापराच्या माहितीवर विजेचा वाढीव वापर करणे त्यांनी चालूच ठेवले होते.

चुंबकाप्रमाणे लोकांच्या वर्तणुकीस आपल्याकडे आकर्षित करण्याच्या सामाजिक निकषाच्या शक्तीचेच दर्शन घडत नाही, तर सर्वमान्य इष्ट वागणुकीचा संदेश जो अर्धेअधिक लोक स्वीकारतात त्यांच्यावर उलटण्याची संभाव्यता कशी कमी करू शकतो, हे सुद्धा दाखवू शकतो.

आणखी एक उदाहरण घ्यायचे तर, समजा एका मोठ्या कंपनीचा अंतर्गत अहवाल प्रसिद्ध होतो आणि त्यात असे म्हटलेले असते, की सरासरी कर्मचारी ५.३ टक्के वेळा कामावर उशीरा येतात. यातील चांगली बातमी म्हणजे, जे सरासरी वेळेपेक्षा उशीरा येतात, ते सरासरी वेळेशी जुळत्या वेळेत येण्याची शक्यता आहे; पण सोबतच वाईट गोष्ट ही, की जे प्रामाणिकपणे वेळेवर येण्यात तत्पर होते, तेसुद्धा सरासरी उशीरा येण्याच्या वेळेशी मिळतेजुळते घेऊन येतील.

संशोधन हे स्पष्ट सांगते की; जे वेळेवर येण्याच्या प्रयत्नात असतात, त्यांचे तात्काळ त्यांच्या सकारात्मक वागणुकीबद्दल कौतुक करावे आणि तत्परता किती स्वागतार्ह आहे, हे पटवून द्यावे.

जे समाजसेवा करतात, त्यांनी सुद्धा आपल्या संदेशाच्या प्रभावाविषयी काळजी घेतलीच पाहिजे. उदाहरणार्थ, वर्गात उनाडक्या करणे आणि डुम्मा मारण्याचे प्रमाण वाढत आहे. अशा वेळी संबंधित व्यक्तींनी जाहीररीत्या ताकीद दिलीच पाहिजे, की बहुतांश पालकांनी आपली मुलं नियमितपणे वर्गात उपस्थित राहतील, याकडे लक्ष द्यावे आणि त्याबद्दल त्यांचे शाब्बासकी देऊन कौतुक करावे. तसेच जे अल्प पालक असे करीत नसतील, त्यांच्याबद्दल नाराजीसुद्धा व्यक्त करावी.

५ लोकांना जास्तीचे देऊन त्यांची हाव कमी केव्हा होईल?

आपण सर्वजण भावना जाणतो. आपण नव्याने नोकरी चालू करतो आणि तात्काळ आपल्यावर कामाच्या कागदांचे ओझे लादले जाते. सर्व प्रकारचे महत्त्वाचे निर्णयसुद्धा घेण्यास सांगितले जाते आणि बऱ्याच लोकांना एक निर्णय घ्यायचा असतो, तो म्हणजे सेवानिवृत्ती योजनेत नाव नोंदवावे का नोंदवू नये. या योजनेत आपल्याच पगारातून ठेव म्हणून पैसे गुंतविले जातात. त्या पैशाचा आपण नंतरच्या आयुष्यात विनियोग करू शकतो. आपण या योजनेस संमती देण्याचे ठरवताच आपल्याला अनेक पर्याय दिले जातात. त्यापैकी आपल्याला आपल्यासाठी उपयुक्त पर्याय निवडावा लागतो. या योजनेसोबतच करात सवलत, गुंतवणुकीत आपल्या वाट्याइतकाच मालकाचा वाटा, अशा अनेक पूरक योजनाही सांगितल्या जातात.

तरीही या सर्व बाबींकडे दुर्लक्ष करून बरेच लोक या योजनेचा फायदा घेत नाहीत. पण का घेत नाहीत? पुष्कळ जास्त पर्याय देऊन अप्रत्यक्षरित्या त्यांना नाव नोंदविण्यापासून संस्था परावृत्त करत आहे, असे तर नसावे?

वर्तणूकशास्त्रज्ञ शिना अय्यंगारही असा विचार करते. (ती आणि तिच्या अनेक सहकाऱ्यांनी) कंपनीतर्फे दिल्या जाणाऱ्या सेवानिवृत्ती योजनेच्या अनुषंगाने जवळपास ८,००,००० कामगारांचा सूक्ष्म विस्ताराने अभ्यास केला. आर्थिक पर्यायांच्या प्रमाणात, या योजनांमध्ये सहभागी होणाऱ्यांचे प्रमाण कसे बदलत जाते, याकडे त्यांनी विशेष लक्ष दिले. एक निश्चित गोष्ट संशोधकांच्या निदर्शनास आली, ती म्हणजे जेवढे जास्त पर्याय दिले, तेवढी या योजनेत नाव नोंदविणाऱ्यांची संभावना कमी झाली. त्यांना हेसुद्धा आढळून आले की, कंपनीने कर्मचाऱ्यांना देऊ केलेल्या

दर दहा अतिरिक्त फंडासोबत या योजनेत सहभागी होण्याचा कर्मचाऱ्यांचा दर जवळपास २ टक्क्यांनी कमी झाला होता. तुलनात्मकरित्या सांगायचे तर; कंपनीने जेव्हा फक्त दोनच निधी दिले होते तेव्हा सहभाग ढोबळमानाने ७५ टक्के होता. पण जेव्हा ५९ निधी दिले गेले, तेव्हा सहभाग कमी होऊन जवळपास ६० टक्केच झाला.

अय्यंगार आणि त्यांचे सहकारी सामाजिकशास्त्रज्ञ मार्क लीपेर (Mark Leeper) यांनी इतर क्षेत्रातही असेच जास्त पर्याय दिल्याने नुकसान होते का, याचे परीक्षण केले. उदा. अन्न उत्पादके. त्यांनी एका उच्च प्रतीच्या सुपरमार्केटमध्ये येणाऱ्यांसाठी एकाच उत्पादकाच्या विविध प्रकारच्या जामचे नमुने नियोजनबद्ध मांडून ठेवले. या अभ्यासाच्या दरम्यान संशोधकांनी नमुन्यांची संख्या सतत बदलली. कधी सहा तर कधी चोवीस नमुने मांडण्यात आले. परिणामाने दोन परिस्थितीत आश्चर्यकारक फरक दाखवून दिला. जेव्हा जास्त पर्याय होते, तेव्हा प्रत्यक्ष जाम विकत घेणाऱ्यांची संख्या फक्त ३ टक्केच होती; त्याविरुद्ध जेव्हा मर्यादित पर्याय ठेवण्यात आले होते; तेव्हा जाम विकत घेणाऱ्यांची संख्या ३० टक्के होती.

ही विक्री दहापटीने वाढली, यामागचे रहस्य काय असू शकते? संशोधकांचे असे मत आहे; की जेव्हा खूप जास्त पर्याय उपलब्ध करून दिलेले असतात, तेव्हा कोणता पर्याय निवडावा, हे ठरविणे ग्राहकास कंटाळवाणे वाटू शकते. कदाचित एवढ्या जास्त पर्यायांत फरक करण्याचे दडपण त्याच्यावर येत असावे. परिणामी हाती घेतलेल्या कामापासून तो अलिप्त होतो; याची परिणति त्या उत्पादनातील स्वारस्य किंवा प्रेरणा कमी होण्यात होते. निवृत्तीवेतन योजनेबाबतसुद्धा हाच तर्क लागू पडतो.

याचाच अर्थ असा आहे का, की विविध प्रकार किंवा पर्याय देणे नेहमीच वाईट असते? या प्रश्नाचे उत्तर देण्याचा प्रयत्न करण्यापूर्वी 'व्हॅनकॉवर'चे (Vancouver) एक अत्यंत प्रसिद्ध मिठाई घर 'La casa Gelato' बद्दल विचार करू. इथे जिलेटो, आईस्क्रीम आणि सारबेट्टो, तुम्ही विचार करू शकाल किंवा करू शकणार नाहीत अशा कोणत्याही फ्लेवर्समध्ये उपलब्ध असतात.

१९८२मध्ये व्हॅनकॉवर जिल्ह्यात 'स्पोर्टस् अ‍ॅण्ड पिझ्झा बार' या नावाने सुरू झालेल्या या दुकानाचा विस्तार इतका वाढला, की त्यांचा मालक व्हिन्स मिसिओ आता त्याचे वर्णन 'आईस्क्रीम वंडरलँड' असे करतो. या दुकानात प्रवेश करताच ग्राहकास इलेक्ट्रिक बोर्डवर केलेली दोनशे फ्लेवर्सची यादी दृष्टीस पडते. वाईल्ड अ‍ॅस्पॅरगस, फीग अ‍ॅण्ड अल्मंड, अेजड बालसामिक व्हिनेगार, जलपेनो, गार्लिक, रोजमेरी, डॅण्डेलॉयन आणि करी ही त्यातील काहीच नावे आहेत.

संशोधनाच्या निष्कर्षांच्या आधीन राहून आम्ही व्हिन्स मिसिओ यांच्याशी

त्यांच्या पर्यायाविषयी चर्चा केली. दोनशे विविध पर्याय देऊन काही चूक केली असे वाटते का? असे विचारल्यावर त्यांनी ग्राहकाला जास्त पर्याय दिल्याने व्यापाराची चांगली भरभराट होते, या तत्त्वज्ञानाचेच समर्थन केले आणि आपल्या प्रगतीवरून हे सिद्ध होत असल्याचे सांगितले. कारण एक म्हणजे अधिक व्यापक, अनेक प्रकारांनी त्यांच्या धंद्याभोवती प्रसिद्धीचे वलय निर्माण केले. त्यांची अनेकविध प्रकार देण्याची एक अद्वितीय ओळख आणि छाप निर्माण झाली. दुसरे म्हणजे त्याच्या दुकानाचे ग्राहक खरोखरच चविष्ट खाणारे असे असले पाहिजेत, त्यांना विविध चवीचे नमुने निवडून त्याची चव घ्यावी वाटत असेल. तिसरे म्हणजे जेव्हा ग्राहक त्यांना काय हवे, हे नक्की जाणून घेण्याच्या प्रयत्नात असेल आणि तसे पर्याय देणाऱ्या एखाद्या दुकानाच्या शोधात असेल, तेव्हा जास्तीतजास्त पर्याय उपलब्ध करून देणे विशेष फायदेशीर ठरते.

तथापि, काही मोजक्याच कंपन्यांनी याबाबतीत स्वत:चे सुदैवी स्थान प्रस्थापित केलेले आहे. त्यांच्याकडे ग्राहकांची झुंबड असते. लोक त्यांच्या वस्तूंचा आवाका आणि त्यांचे विविध प्रकार पाहण्याच्या संधीसाठी आणि खरेदीसाठी तसेच त्यांच्याकडून मिळणाऱ्या सेवेसाठी आतुर आहेत. बऱ्याच सक्षम ग्राहकांनासुद्धा काय उपलब्ध आहे, याचा आढावा घेतल्याशिवाय आपल्याला काय हवे आहे, हे नेमकेपणाने समजत नाही. याचा अर्थ काय होतो; की बहुतेक व्यापारात, बाजारात जास्त प्रकारच्या अनावश्यक मालाचा भरणा केल्याने त्याचा विक्रीवर विपरीत परिणाम होतो, परिणामी नफा कमी होत जातो. अशा परिस्थितीत व्यापारात वस्तू आणि सेवा यांचा आढावा घेऊन, अनावश्यक किंवा जास्त लोकप्रिय नसलेल्या वस्तू काटकसरीने खरेदी करण्याच्या ग्राहकाच्या प्रवृत्तीस पुष्टी मिळण्याची शक्यता असते. अवास्तव दिल्या गेलेल्या पर्यायांचा सर्वसामान्य ग्राहक तिरस्कार करतो; या वस्तुस्थितीस प्रतिसाद देण्यासाठी आजकाल बरेच मोठमोठे कारखानदार ग्राहकांसाठी लागणाऱ्या उत्पादनांच्या विविधतेचा आवाका सुटसुटीत करीत आहेत.

प्रॉक्टर अॅण्ड गॅम्बल कंपनीचेच उदाहरण घ्या. ही कंपनी कपडे धुण्याच्या पावडरपासून ते औषधांपर्यंत अनेक वस्तूंचे उत्पादन करते. जेव्हा त्यांनी त्यांच्या 'हेड अॅण्ड शोल्डर' या अतिलोकप्रिय शॅम्पूचे २६ प्रकार कमी करून, त्यांची संख्या फक्त १५ वर आणली; तेव्हा त्यांची विक्री १० टक्क्यांनी वाढल्याचे त्यांनी लगेच अनुभवले.

तर, याचा तुम्हाला काय अर्थबोध होऊ शकतो? समजा, तुम्ही एकाच वस्तूचे अनेक प्रकार विक्री करणाऱ्या संस्थेसाठी काम करता. प्रथमदर्शनी हे तुमच्या मनाच्या विरुद्ध असले; तरी तुम्ही जे देऊ करता, त्यात ग्राहकांची गोडी वाढविण्यासाठी तुमच्या व्यापारातील प्रकारांच्या संख्येतील घट विचारात घेण्यासारखी आहे. नेमके

काय हवे आहे, याबाबत अनिश्चितता असणारे ग्राहक तुमच्याकडे असतील; तर कदाचित विशिष्ट दृष्टीने हे खरे असू शकले असते. अर्थात कमी प्रकार देण्यामागे काही अवांतर फायदे आहेत. जसे– साठा करण्यासाठी लागणारी जास्तीची जागा, कच्च्या मालावरच्या खर्चात घट, जाहिरातीतील घट आणि आवाक्यातील व्यापाला विक्रीच्या दृष्टिकोनातून उचलून धरण्यासाठी लागणारे साहित्य. तुमच्या उत्पादनाच्या आवाक्याचा आढावा घेत असताना, एका गोष्टीचा अभ्यास करणे अत्यंत महत्त्वाचे आहे आणि त्यासाठी तुम्ही स्वत:ला प्रश्न विचारा– आपल्या आवश्यकतेबद्दल संदिग्ध असणारे ग्राहक कुठे आहेत? आपण देत असलेल्या प्रकारांची संख्या ग्राहकांना इतरत्र पर्याय शोधण्यास कारणीभूत ठरू शकते काय?

या संशोधनाचे धडे घरगुती आयुष्यातसुद्धा लागू पडू शकतात. मुलांना कोणत्या प्रकारची पुस्तके वाचावीशी वाटतात किंवा जेवणात काय खावे वाटते, यासाठी पर्याय नि:शंक फायदेशीर ठरतील. पण पर्यायांच्या विपर्यासाचा शेवट निरुत्साहात होऊ शकतो. जुन्या म्हणीप्रमाणे विविधतेने जीवनाचे आकर्षण वाढते; पण शास्त्रीय संशोधनाप्रमाणे काही प्रसंगी अतिविविधता तुमच्या प्रयत्नांत अडथळे निर्माण करू शकते; जसे फार जास्त मसाला वापरल्याने अन्नाची चव बिघडते.

४ 'बोनस' देणे कर्तव्य केव्हा बनते?

लेखनसाहित्य संच, बॉलपॉईंट पेन, शृंगारपेटी, चॉकलेटबॉक्स, अत्तर किंवा सुवासिकाची नमुनाकुपी, तेल बदल ही सर्व उदाहरणे कंपन्या देत असलेल्या भेटवस्तूंची किंवा सेवांची आहेत आणि काही प्रसंगी एखाद्या वस्तूच्या खरेदीवर मोफत मिळणाऱ्या भेटीकडे ग्राहक म्हणून तुम्हीसुद्धा कदाचित आकर्षित झाला असाल. एखाद्या वेळी या थोड्याशा जास्त मिळणाऱ्या भेटीमुळे तुम्हीसुद्धा इतर कंपनीच्या वस्तूंऐवजी मोफत भेटवस्तू देणाऱ्या कंपनीच्या वस्तूला पसंती दिली असेल. पण जर प्रत्येकाला मोफत भेटवस्तू आवडत असेल, तर प्रत्यक्षात त्या देण्याचा उलट परिणाम कसा होऊ शकतो?

जेव्हा एखाद्या वस्तूच्या खरेदीवर जास्त किंमतीची मोफत भेट दिली जाते, तेव्हा नियोजित मूल्य आणि एकमेव उत्पादन म्हणून ती वस्तू खरेदी करण्याची असलेली इच्छा या संकल्पनेस पडताळून पाहावे, असे प्रिया रघुबीर या सामाजिक शास्त्रज्ञ महिलेस वाटले. तिने सुचविले, की ग्राहकास असे वाटू शकते की, कोणताही कारखानदार विनाकारण एखादी मौल्यवान वस्तू भेट म्हणून देणार नाही. वस्तुस्थितीत त्यांना असाही प्रश्न पडू शकतो, 'या वस्तूत काय खोट असू शकते?' ते असेही समजू शकतात, की भेटवस्तू कालबाह्य किंवा निरुपयोगी आहे किंवा कदाचित तिचे उत्पादन मागणीपेक्षा खूप जास्त झाले असावे, तेव्हा कारखानदार आपली गुंतवणूक भरून काढण्याचा प्रयत्न करत असावेत.

जेव्हा एखादी वस्तू मोफत भेट म्हणून दिली जाते, तेव्हा त्या वस्तुची किंमत कमी होते– ही संकल्पना पडताळून पाहण्यासाठी, रघुबीर यांनी एका करमुक्त यादीचा– ज्यात दारू एक 'लक्ष्य' वस्तू दर्शविली होती आणि त्या सोबत मोत्याचे ब्रेसलेट मोफत भेट होती– आढावा घेतला. एका सहभागी गटास इष्टता आणि

मोफत भेटवस्तू म्हणून असलेल्या ब्रेसलेटची असलेली किंमत या संदर्भात मूल्यमापन करण्यास सांगितले आणि दुसऱ्या गटास मोत्याच्या ब्रेसलेटचे मूल्यमापन 'स्वतंत्र वस्तू' म्हणून करण्यास सांगण्यात आले. निष्कर्षातून गृहीत अनुमान निश्चित झाले : जेव्हा लोकांनी मोत्याचे ब्रेसलेट 'लक्ष्य' वस्तूसोबत मोफत भेटवस्तू म्हणून जोडलेले पाहिले, तेव्हा मोत्याच्या ब्रेसलेटला स्वतंत्र वस्तू म्हणून तिच्या मूळ किंमतीपेक्षा ३५ टक्क्यांपेक्षा कमी किंमत ते देऊ इच्छित होते.

ज्या वस्तू सर्वसामान्यपणे स्वतंत्र विकल्या जातात, इतर एखाद्या वस्तूच्या विक्रीला बढावा देण्यासाठी त्या वस्तूसोबत मोफत दिल्या जातात; त्या संदर्भातील अभ्यासाच्या निष्कर्षावरून, त्यांच्या धंद्यावर भरभक्कम नकारात्मक परिणाम होतो, ही गोष्ट स्पष्ट होते. भेटवस्तू किंवा मोफत सेवा देण्यामुळे धंद्यावर होणाऱ्या उलट परिणामास प्रतिबंध घालण्यासाठी रघुबीर सुचविते की, ग्राहकांना त्या वस्तूची खरी किंमत सांगा किंवा त्याची आठवण करून द्या. उदाहरणार्थ, कल्पना करा की, तुम्ही एका सॉफ्टवेअर कंपनीसाठी काम करता. नवीन उद्योगाकडे ग्राहकांना आकर्षित करण्यासाठी तुम्ही एक मोफत सॉफ्टवेअर देऊ करता. जर तुम्ही तुमच्या जाहिरातीत किंवा पत्रव्यवहारात, तुमचे मोफत सॉफ्टवेअर स्वतंत्रपणे विकत घेतले असते, तर त्याची काय किंमत पडली असती, हे सांगितले नाही; तर निश्चितच तुम्ही तुमच्या उपयोगी आणि मौल्यवान भेटवस्तू देण्यातून होणाऱ्या प्रभावास मुकता. कारण शेवटी तुम्ही जेव्हा 'मोफत' असे लिहिता, तेव्हा संख्यात्मकदृष्ट्या त्याची किंमत शून्य (£०.००) होते. त्यातून तुम्हाला तुमच्या वस्तूचे मूल्य ग्राहकांपर्यंत पोहोचवायचे आहे, तो संदेश उभरत्या नवीन ग्राहकापर्यंत जात नाही. तुमचा मोफत देण्याचा प्रस्ताव उत्पादन मौल्यवान दिसण्यासाठी असतो, जो खराच असतो; पण तुम्हाला ग्राहकांना त्याची मूळ किंमत निदर्शनास आणून देणेही गरजेचे आहे. म्हणून तुमचा संदेश 'एक मोफत सुरक्षा सॉफ्टवेअर प्रोग्रॅम मिळवा', असा गेला नाही पाहिजे. त्याऐवजी ' १५० किंमतीचा सुरक्षा सॉफ्टवेअर प्रोग्रॅम काही किंमत न देता मिळवा', असा पाहिजे.

तुम्ही काय करता, याच्या मूल्यमापनाची कल्पना चालू व्यापारास लागू पडत नाही. इतरांवर प्रभाव टाकण्याच्या प्रयत्नात असताना त्याचा उपयोग होतो. तुम्ही तुमच्या सहकाऱ्याला सांगू शकता, की तुम्ही त्याच्या एखाद्या महत्त्वाच्या कामात मदत करण्यासाठी आनंदाने जास्त वेळ थांबू शकता. कारण त्या कामाचे त्याच्या/ तिच्या व्यवसायाच्या उत्कर्षामध्ये काय महत्त्व आहे, हे तुम्ही जाणता. तुम्ही तुमच्या सहकाऱ्याच्या नजरेत तुमच्या वेळेचे मूल्य ठरवित आहात. निव्वळ स्तब्ध राहण्यापेक्षा ही पद्धत निश्चितच प्रभावशाली सिद्ध होते.

अशाच प्रकारे, जर तुम्ही एका शाळेच्या समितीवर आहात, आणि ती शाळा

विद्यार्थ्यांना शाळेच्या वेळेनंतर मोफत क्लबची सुविधा पुरविण्यासाठी प्रोत्साहन देते, त्यावेळी तुमच्या संवादातून तुम्ही पालकांना जाणीव करून दिली पाहिजे की, शाळेच्या वेळेनंतर त्यांनी एखाद्या खासगी क्लबची निवड केली, तर त्यांना किती किंमत मोजावी लागली असती. यातून फक्त तुम्ही तुमच्या क्लब मोफत सुविधेची मूल्यनिर्मितीच करता असे नाही तर परिणामी त्याचे महत्त्व उंचावत असता.

फक्त व्यापार आणि जनसेवेच्या कार्यातच या सर्व निष्कर्षाचा विनियोग होतो असे नाही. त्याचा उपयोग संसारातसुद्धा करू शकता. कदाचित तुम्ही या संशोधनाच्या परिणामांचा उपयोग तुमच्या सासू-सासऱ्यांना समजाविण्यासाठी करू शकता. ज्यामुळे त्यांच्या मताचे अवमूल्यन टाळण्यासाठी त्यांनी मोफत सल्ले देणे थांबविले पाहिजे.

७ नवीन उच्च प्रतीच्या मालामुळे हलक्या प्रतीच्या मालाची विक्री कशी वाढू शकते?

काही वर्षांपूर्वी, अमेरिकी स्वयंपाकघरातील साहित्याचे किरकोळ दुकानदार विल्यम्स सोनोमा (Williams Sonoma) यांनी, त्यांच्याकडे उत्तम खप असलेल्या ब्रेड बनविण्याच्या मशीनपेक्षा, कितीतरी उच्च प्रतीचे ब्रेड बनविण्याचे मशीन विकण्यास सुरुवात केली. त्यांनी जेव्हापासून या नवीन वस्तूची आपल्या मालाच्या यादीत भर टाकली, तेव्हापासून अगोदरच्याच चांगल्या खपाच्या मशीनची विक्री दुपटीने वाढली. का?

विल्यम्स सोनोमा रिटेल ही उद्योगातील अत्यंत प्रसिद्ध कंपनी आहे. त्यांच्या यशोगाथेची सुरुवात १९४०च्या शेवटी आणि १९५०च्या सुरुवातीच्या दरम्यानच्या काळात झाली; जेव्हा सोनोमा कॅलिफोर्नियातले एक ठेकेदार गृहस्थ चक विल्यम्स त्यांच्या काही मित्रांसह पॅरिसला आले होते. त्यांनी त्या वेळेस प्रथमच ऑम्लेटचा तवा आणि सूफलेइचे पात्र ही फ्रेंच बनावटीची स्वयंपाकाची उपकरणे पाहिली. इतक्या उत्तम प्रतीची आणि घडणीची उपकरणे त्यांनी यापूर्वी युनायटेड स्टेट्समध्ये कुठेच पाहिली नव्हती. अशा रितीने विल्यम्स सोनोमाच्या स्वयंपाक साहित्याच्या 'व्होईला' (Voila) या दुकानाचा जन्म झाला. ते फार लवकर वाढत गेले, त्यांच्या अनेक शाखा उघडल्या गेल्या आणि अनेक वस्तूंच्या यादीने व्यापारास सुरुवात झाली. आज ही कंपनी आणि त्यांच्या उपशाखा यांची किरकोळ वार्षिक विक्री ३.५ अब्जपेक्षाही अधिक आहे. ब्रेड बनविण्याच्या मशीनच्या नवीन सुधारित आणि महाग प्रारंभामुळे ज्या ब्रेड बनविण्याच्या मशीनची विक्री दुप्पट झाली, ती विक्री या विक्रीच्या प्रमाणातच आहे.

का? इटमार सायमनसन यांच्यामते, जेव्हा ग्राहक वस्तूंच्या निवडीचा विचार करतो, तेव्हा तो साहजिकच सोयिस्कर निवडीकडे वळतो, जी 'तडजोडीची निवड' असते. त्यांना कमीतकमी किंमतीत जे हवे आहे ते आणि त्यांना जेवढा जास्तीतजास्त खर्च करणे शक्य असते, या दोन्हीच्या दरम्यान त्यांची निवड ठरते. जेव्हा ग्राहकास दोन वस्तूंमध्ये निवड करायची असते, तेव्हा तो सहसा कमी खर्चिक वस्तूची निवड करून तडजोड करतो. जेव्हा दोन पर्यायांपेक्षा जास्त महाग वस्तूचा तिसरा पर्याय दिला जातो, तेव्हा काटकसरीच्या वस्तूवरून माफक किंमतीच्या वस्तूवर निवड जाते. विल्यम्स सोनामाच्या ब्रेड बनविण्याच्या मशीनच्या बाबतीत तेच घडले. नवीन महाग मशीनच्या प्रस्तुतीकरणामुळे मूळ ब्रेड बनविण्याच्या मशीनची निवड करणे, तुलनेत जास्त शहाणपणाचे आणि काटकसरीचे झाले.

तिंबलेल्या कणकेत फिरत ध्येयाचे शिखर गाठणाऱ्या या ब्रेड बनविण्याच्या मशीनमधून जे धडे आपण शिकतो, त्यातून आपली सुटका कशी शक्य आहे? समजा, तुम्ही एक स्वत:चा व्यवसाय करणारे किंवा विक्रीव्यवस्थापक आहात आणि तुमच्यावर विक्री किंवा सेवेचे ठरावीक उद्दिष्ट गाठण्याची जबाबदारी आहे. तुम्हाला एक उत्तम सल्ला द्यावा वाटतो, की कंपनीचे अत्युच्च ध्येय आणि मौल्यवान वस्तू या दोन गोष्टी तुमच्या धंद्याच्या दृष्टीने फायदेशीर बाबी आहेत, हे तुम्ही लक्षात घेतले पाहिजे. पहिली बाब म्हणजे या उच्च दर्जाच्या वस्तू सध्या असलेल्या आणि अपेक्षित ग्राहकाच्या छोट्या गटाची गरज भागवू शकतात. परिणामी त्या वस्तू देऊन खूप जास्त पैसा धंद्यात गुंतविण्यासाठी मिळतो. दुसरा थोडासा अस्पष्ट आणि अपरिचित फायदा म्हणजे– या जास्त किंमतीच्या वस्तूंमुळे त्यापेक्षा थोड्या कमी किंमतीच्या वस्तू आकर्षक किंमतीच्या वाटण्याची अधिक शक्यता आहे.

दुसरे एक रोजच्या व्यवहारातील उदाहरण पाहू, जिथे या तत्त्वाचा पूर्ण क्षमतेने उपयोग करून घेतला जात नाही. बऱ्याच लोकांना परिचित असेल असे उदाहरण म्हणजे बार किंवा उपाहारगृहात वाईनची निवड करणे. बऱ्याच मोठ्या वाईनबारमध्ये किंवा हॉटेल्समध्ये महागड्या मद्याचे नाव यादीच्या शेवटी असते, काही वेळा निवड करत असताना ग्राहकांची नजरसुद्धा तिथपर्यंत जात नाही. काही प्रस्थापित ठिकाणी भारी शॅम्पेनसाठी खास वेगळे मेनूकार्ड असते आणि मध्यम किंवा सरासरी दर्जाची वाईन किंवा शॅम्पेन यांचा उल्लेख तडजोड पर्याय करण्यासाठीसुद्धा नसतो आणि म्हणून ग्राहकास ती कमी आकर्षक वाटते. थोडासा साधा बदल करून ही भारी वाईन आणि शॅम्पेन यांची नावे यादीच्या वरच्या क्रमांकावर टाकली, तर उपाहारगृहे किंवा बार ग्राहकांना तडजोडीसाठी एक सशक्त साधन उपलब्ध करून देतील.

हीच कार्यपद्धती कामाच्या संदर्भातसुद्धा परिणामकारक ठरू शकते. उदाहरणार्थ, समजा तुमच्या संस्थेने तुम्हाला जहाजावर होणार असलेल्या परिषदेसाठी उपस्थित राहण्यासाठी खर्च देण्याचे ठरविले आहे; आणि तुम्हाला खिडकी असलेल्या खोलीत थांबवयाचे आहे. त्यावेळी व्यवस्थापकाला खिडकी असलेल्या खोलीविषयी त्याचे किंवा तिचे मत विचारण्याऐवजी, तुम्ही दोन इतर पर्याय देऊन तुमच्या मनाप्रमाणे घडवू शकता. एक म्हणजे– खिडकी नसलेल्या केबिनमध्ये राहणे फारसे सोयीचे नाही, आणि दुसरे म्हणजे बाल्कनी असलेली खोली अधिक चांगली असते, पण ती जास्त खर्चिक असते; असे दोन पर्याय दिल्याने तुमचा इच्छित पर्याय त्याने किंवा तिने स्वतःच ठरविण्याची शक्यता जास्त बळावते.

ही तडजोडप्रक्रिया फक्त ब्रेड बनविण्याचे मशीन, दारू आणि निवासापुरतीच लागू पडते असे नाही. ज्या कोणाकडे वस्तूंचा किंवा सेवेचा मोठा आवाका असेल, तो अगोदर महाग वस्तू दाखवून मध्यम किंमतीच्या वस्तू जास्त लोकप्रिय करू शकतो. मात्र या गोष्टीची जाणीव ठेवणे महत्त्वाचे आहे; की तुमची कंपनी त्या भारी वस्तू देण्याची पद्धत अवलंबित असेल, तर एखादे वेळी अनपेक्षितपणे महाग वस्तूंची विक्री कोसळू शकते आणि त्यामुळे त्या वस्तू न देण्याकडे तुमचा कल जाऊ शकतो. हे संशोधन असे सुचविते की, त्याच प्रतीच्या दुसऱ्या वस्तूच्या सादरीकरणाशिवाय जर ही भारी वस्तू कमी केली, तर त्याचा नकारात्मक परिणाम पर्यायाने त्यापेक्षा कमी किंमतीच्या वस्तूच्या विक्रीवर होतो आणि घसरणीमुळे तोटा होतो.

आणि अशा प्रकारचा ग्राहकांच्या तडजोडीचा पर्याय तुमच्यावर तडजोड करण्याची वेळ आणू शकतो.

८ भीति - मनःपरिवर्तन करते का ते निष्क्रिय करते?

अमेरिकेचे अध्यक्ष फ्रँकलीन डेलॅनो रूझवेल्ट (Franklin Delano Roosevelt) यांनी, त्यांच्या पहिल्या उद्‌घाटन संदेशात अमेरिकेतील चिंतातुर आणि निराश जनतेसाठी खालील प्रसिद्ध शब्द उच्चारले, "सर्वप्रथम मी संपूर्ण विश्वासाने एक गोष्ट सांगू इच्छितो ती म्हणजे आपण फक्त 'भीति'लाच घाबरले पाहिजे; कारण ती अधोगतीचा बदल प्रगतीत करण्याच्या सर्व प्रयत्नांना निष्क्रिय बनविते." रूझवेल्ट यांचे म्हणणे बरोबर आहे का? त्यांच्या म्हणण्याप्रमाणे प्रेक्षकांचे मनःपरिवर्तन करण्याचा प्रयत्न करत असताना, भीति त्यांना निष्क्रिय बनविते का प्रेरणा देते?

बहुतांश प्रसंगी संशोधनाने हे दाखवून दिले आहे की, भीतिदायक संदेश प्राप्त करणाऱ्याला, त्यातील धमकी/भीति शिथिल करण्यासाठी प्रयत्न करण्यास प्रेरक ठरतो. या सर्वसामान्य नियमास एक महत्त्वाचा अपवाद आहे : जेव्हा भीतिदायक संदेश धोका वर्तवतात, पण ते प्राप्त करणाऱ्यास स्पष्ट आणि विशेषकरून तो धोका टाळण्याच्या परिणामकारक साधनाविषयी सांगितले जात नाही; तेव्हा ते त्या संदेशाकडे कानाडोळा करतात किंवा तो आपल्याला लागू पडत नाही, म्हणून दुर्लक्ष करतात. परिणामी ते कोणतीही कृती करण्यास संपूर्णपणे असमर्थ होतात.

हॉवर्ड लेवेन्थल (Howard Leventhal) आणि त्याच्या सहकाऱ्यांनी एक प्रयोग केला. धनुर्वाताच्या प्रादुर्भावातून होणाऱ्या धोक्यांची माहिती देणारी सार्वजनिक आरोग्याविषयी माहितीपत्रिका विद्यार्थ्यांना वाचून दाखवली. त्या पत्रिकेत धनुर्वात पीडितांची भयानक चित्रं होती किंवा नव्हती. शिवाय धनुर्वाताचे इंजेक्शन देण्याविषयी विद्यार्थ्यांकडे विशिष्ट नियोजन होते किंवा नव्हते. विद्यार्थ्यांचा एक नियंत्रण गट होता ज्यांना धनुर्वाताविषयी काही सूचना मिळाल्या नव्हत्या, पण धनुर्वाताचे इंजेक्शन कसे घ्यावे, याविषयीचे नियोजन त्यांच्याकडे होते. ज्या लोकांना जास्त भीतिदायक

निरोप मिळाले, त्यांनाच धनुर्वाताचे इंजेक्शन्स घेण्याची प्रेरणा मिळाली, पण फक्त त्याच लोकांनी इंजेक्शन घेतले, ज्यांना त्यांच्या निरोपात धनुर्वातापासून धोका टाळण्यासाठी काय पूर्वकाळजी घ्यावी लागते आणि इंजेक्शन कशी प्राप्त करावीत, याची माहिती मिळाली होती. या निष्कर्षातून हे स्पष्ट होते, की संभाव्य धोक्याच्या सूचनांसोबतच काय करावे म्हणजे धोका टाळता येईल, याची माहिती पुरविणेसुद्धा तेवढेच गरजेचे आहे. भीतिवर मात करण्याच्या कृतीविषयीच्या साधनांची स्पष्ट माहिती लोकांना मिळाल्यावर, त्यांच्या नकारात्मक मानसिकतेवर मानसोपचार करण्याची फारशी गरज पडत नाही.

हे निष्कर्ष व्यापार आणि त्याही पलीकडे जाऊन लागू पडू शकतात. उदाहरणार्थ, जी कंपनी आपल्या जाहिरातमोहिमेत सक्षम ग्राहकांस हे सांगते की, आमच्या कंपनीच्या वस्तू किंवा सेवा धोका शिथिल करतात; त्यांनी त्यासोबतच धोका शिथिल करण्याच्या स्पष्ट, विशिष्ट सूचना आणि परिणामकारक सावधगिरी बाळगण्यासाठी काय पावले उचलावीत, याचीसुद्धा माहिती द्यावी. फक्त तुमच्या वस्तू किंवा सेवा कोणत्याही अडचणीवर मात करण्यास मदत करू शकतात, असा जरबयुक्त विश्वास ग्राहकांत निर्माण करण्याने, ग्राहकांत विरुद्ध परिणाम होऊन त्यांची निष्क्रिय भावना पक्की होऊ शकते.

या संशोधनाची दुसरी उपयोजितता म्हणजे; समजा तुमच्या संस्थेने हाती घेतलेल्या फार मोठ्या प्रकल्पातील विशिष्ट संभाव्य गंभीर अडचणी दाखवून देण्याची तुमच्यावर वेळ आली, तर त्या सोबतच तुमच्या व्यवस्थापनात कमीतकमी एकतरी कृतीयोजना तुम्ही सादर करू शकता, ज्यायोगे तुमची संस्था संभाव्य अरिष्ट टाळू शकली असती. जर तुम्ही असे ठरविले की, अगोदर आपण आपल्या व्यवस्थापनास सांगू, नंतर सहकाऱ्यांसोबत कृतीयोजना तयार करू; तर असे होऊ शकते की, तुम्ही कृतीयोजना तयार करेपर्यंत तुमच्या संस्थेने अगोदरच पर्यायी मार्ग शोधला असेल किंवा तुमची योजना त्या विशिष्ट परिस्थितीला लागू होते, हेच मान्य करण्यास ते नकार देतील.

आरोग्यवर्धक व्यावसायिकांनी आणि जनसेवा करणाऱ्यांनी या अभ्यासाच्या उपयोजितेविषयी विशेष करून जागरूक राहणे अत्यंत आवश्यक आहे. जो डॉक्टर किंवा नर्स अतिवजन वाढलेल्या रोग्याचे वजन कमी करण्याची मानसिकता निर्माण करण्याचा प्रयत्न करू इच्छितात, त्यांनी सोबतच रोग्यास वजन कमी नाही केले, तर काय गंभीर धोके संभावतात, यावर अधिक भर द्यावा. पण फक्त जेव्हा ते रोग्यास काय पावले उचलावी लागतील, याविषयी सरळ आणि स्पष्ट सूचना देऊ शकत असतील आणि कदाचित विशिष्ट नियोजित आहार आणि नियमित ठरावीक व्यायामाविषयी माहिती देऊ शकत असतील, तेव्हाच त्यांनी हे करावे. फक्त

निदर्शनास आणून दिले, की वजन कमी नाही केले, तर तुम्हाला हृदयविकार किंवा मधुमेहाचा आजार होण्याचा फार मोठा धोका आहे, तर त्यातून फक्त भीति आणि विरोधाची भावना निर्माण होऊ शकते. जनसेवा करणाऱ्यांच्या बाबतीतसुद्धा त्यांनी जर धूम्रपान, असुरक्षित संभोग, दारू पिऊन गाडी चालविणे असे स्वच्छंद वागण्याचे विदारक चित्र फक्त रंगविले आणि त्यासोबत कृती योजना नाही दिली, तर त्यांचे सांगणे परिणामशून्य होऊ शकते किंवा त्याचा उलट परिणामसुद्धा होऊ शकतो.

धोक्याच्या संदेशाची जोड – स्पष्ट, मुद्देसूद आणि सहज अवलंबण्याचा मार्ग – यांच्याशी लावली; तर रूझवेल्टच्या विधानात कदाचित बदल करायला हवा आणि मग वाचावे की, 'आपल्याला फक्त भीतिचीच भीति वाटली पाहिजे.'

९ मन:परिवर्तक चाली चालण्याविषयी बुद्धिबळ आपल्याला काय शिकवू शकते?

एप्रिल २००५ मध्ये अमेरिकेच्या भक्कम दोषारोपास न जुमानता माजी जागतिक बुद्धिबळपटू आणि अमेरिकेच्या कायद्याच्या अंमलबजावणीतून पळून गेलेल्या बॉबी फिशरला नागरिकत्व मान्य करण्यासाठी एका सार्वभौम देशाच्या लोकसभेने भरघोस मते दिली. ११ सप्टेंबर २००१च्या हल्लेखोरांविषयी चांगले उद्‌गार काढणाऱ्या, बहिष्कृत अशा या तऱ्हेवाईक माणसाला आश्रय देताना, जगातील सर्वांत जास्त बलाढ्य राष्ट्राशी आपले संबंध बिघडविण्याचा केवढा धोका या देशाला पत्करावा लागला असेल? तो इराण होता का? कदाचित सिरिया? नॉर्थ कोरियाविषयी काय वाटते?

प्रत्यक्षात तो या देशांपैकी कोणताच देश नव्हता. ज्या देशाच्या लोकसभेने फिशरला नागरिकत्व मान्य करण्यासाठी एकमताने मतदान केले, तो विशेषकरून अमेरिकेला पाठिंबा देणारा 'आईसलँड' होता. बॉबी फिशरचे मुक्त हस्ताने स्वागत करण्यास जगातील सर्व देशांमध्ये आईसलँड एवढा उत्सुक का झाला असेल? जेव्हा की त्याने भूतपूर्व युगोस्लाव्हियात ५० लाख डॉलर्सची बुद्धिबळ स्पर्धा खेळून संयुक्त राष्ट्रसंघाची बंधने धुडकावली होती. या प्रश्नाच्या उत्तरासाठी १९७२ मध्ये बुद्धिबळाच्या जागतिक विजेतेपदासाठी आव्हानात्मक खेळ खेळणारा फिशर आणि सुरक्षित खेळ खेळणारा रशियन मास्टर बोरीस स्पास्की यांच्या दरम्यान झालेल्या सामन्याकडे पाहावे लागते. खेळाच्या इतिहासात एवढी जास्त जागतिक प्रसिद्धी दुसऱ्या कोणत्याच सामन्यास मिळाली नव्हती आणि त्यामुळे बुद्धिबळालाही सगळीकडे अनन्यसाधारण महत्त्व दिले गेले. शीतयुद्धाच्या काळात

चुरशीने खेळल्या गेलेल्या बुद्धिबळ सामन्याचा उल्लेख 'शतकातील बुद्धिबळ सामना' असा करण्यात आला.

फिशर त्याच्या नेहमीच्या विक्षिप्तपणाने उद्घाटनसोहळ्यासाठी आईसलँडमध्ये येऊ शकला नाही. बरेच दिवसांपर्यंत तर हा सामना खेळला जाईल किंवा नाही याबद्दलही साशंकता वाटत होती. कारण फिशरच्या अगणित, अवास्तव मागण्या. उदाहरणार्थ, टेलिव्हिजनच्या कॅमेऱ्यावर प्रतिबंध, प्रेक्षकांतून मिळणाऱ्या निधीतून ३० टक्के वाटा अधिकाऱ्यांना दिला जावा, या मागण्या मान्य करणे अशक्यप्राय होते. फिशरच्या वागण्यात त्याच्या वैयक्तिक आयुष्याप्रमाणे किंवा बुद्धिबळाच्या संपूर्ण करिअरप्रमाणेच भरपूर विसंगती होती. शेवटी आश्चर्यकारकपणे पारितोषिकाची किंमत दुप्पट केल्यानंतर आणि अमेरिकेचे तत्कालीन परराष्ट्रमंत्री हेन्री किसिंजर यांनी फोनवर मनधरणी केल्यानंतर, स्पास्कीला मात देण्यासाठी फिशर सोयीने विमानाने आईसलँडला आला. स्पर्धा पूर्ण होईपर्यंत देशी आणि विदेशी सर्व वर्तमानपत्रांमधून त्याला प्रसिद्धी देण्यात आली. फिशरच्या वादग्रस्त व्यक्तिमत्त्वास सहन करण्यास आईसलँड तयार होता, कारण आईसलँडच्या एका वर्तमानपत्राच्या वार्ताहराच्या शब्दांत सांगायचे तर 'त्याने आईसलँडचे नाव आंतरराष्ट्रीय नकाशावर प्रस्थापित केले.'

सकृतदर्शनी या गोष्टीकडे असे पाहिले गेले, की फिशरने फार मोठी ईश्वरी देणगी आईसलँडला बहाल केली होती. तिचे मोठेपण इतके जास्त होते की, नंतरच्या ३० वर्षांपर्यंत आईसलँडच्या लोकांना तिचा विसर पडला नव्हता. याचे उदाहरण म्हणजे, आईसलँडच्या परराष्ट्रखात्याच्या मंत्रिमंडळात एका प्रतिनिधीने विधान केले होते, 'फिशरचे इथल्या एका विशेष प्रसंगात एवढे मोठे योगदान होते, की तीस वर्षे उलटली तरी लोकांना अद्यापही ते चांगले स्मरणात आहे.' बीबीसीच्या विश्लेषणाप्रमाणे, 'आईसलँड'ची जनता कृतज्ञतेची परतफेड फिशरला एखादे पवित्र स्थान देऊन करण्यासाठी उत्सुक होती, जरी बरेच लोक फिशरला त्या पात्रतेचा समजत नव्हते.

सार्वत्रिक देवाणघेवाणीच्या रीति आणि महत्त्व यावर हा प्रसंग भर देतो. आपण जेव्हा इतरांकडून काही घेतो, तेव्हा त्याची परतफेड करणे अनिवार्य असते, हेही सांगतो. आपल्या दररोजच्या समाजजीवनातील संवाद, आपल्या व्यवसायातील व्यवहार आणि आपले निकटवर्तीय हितसंबंध ही पद्धत सुधारते आणि इतरांमध्ये विश्वास निर्माण करण्यास मदत करते.

डेनिस रिगन या संशोधकाने देवाणघेवाणीच्या पद्धतीचा उत्कृष्ट अभ्यास केला आहे. या प्रयोगात ज्या लोकांना कोणतीही याचना न करता 'जो' (Joe) या अपरिचित व्यक्तीकडून कोकाकोलाच्या कॅनची छोटी भेट मिळाली, त्या लोकांनी त्याच्याकडून धर्मादाय कार्यासाठी बक्षीस योजनेची तिकीटे, ज्यांना काहीच भेट मिळाली नाही त्यांच्या तुलनेत, दुपटीने खरेदी केली. जेव्हा 'जो' याने तिकीटे

घेण्यासाठी विनंती केली, तेव्हा दिलेल्या भेटीचा उल्लेखसुद्धा केला नाही. शिवाय, भेटवस्तू देणे आणि तिकीटे घेण्याची विनंती या दोन्हीत बराच कालावधी होता; तरीही ही घटना घडली.

रिगनच्या प्रयोगाची दुसरी बाजू– आईसलँड सरकारला फिशरसारख्या विसंगत व्यक्तिमत्त्वाने देशासाठी जे काही केले, त्याची परतफेड करणे आवश्यक का वाटते, यावर प्रकाश टाकते. आवड आणि पसंती यांच्यातील अतूट संबंधाला न जुमानता 'जो'ने हे पाहिले की, ज्यांना भेटवस्तू मिळाली, त्यांनी त्याच्याकडून खरेदी करण्याचा निर्णय घेतला. मग तो त्यांना आवडत असो किंवा नसो. दुसऱ्या शब्दांत सांगायचे तर ज्यांना भेटवस्तू मिळाली आणि ज्यांना तो आवडत नव्हता, त्यांनीसुद्धा तेवढीच खरेदी केली, जेवढी त्याच्या चाहत्या लोकांनी केली होती.

यातून हे स्पष्ट होते की, देवाणघेवाण केल्यामुळे उपकृततेची भावना जागृत होते आणि त्यातूनच स्नेह निर्माण होतो. देवाणघेवाण पद्धतीत खऱ्या अर्थाने स्थैर्याची शक्ती असते आणि जास्त मन:परिवर्तक होऊ इच्छिणाऱ्यांमध्ये स्नेहाची आत्मिक भावना पाझरते. ज्या व्यक्तीस थोड्या कालावधीसाठी, ज्यातून काहीही मिळणार नाही, असे मोठे उपकार करायला सांगण्यात आले असतील; त्यांच्यासाठी सुद्धा ही एक स्वागतार्हच गोष्ट ठरली पाहिजे. माहितगार आणि आत्मप्रबोधनकाराप्रमाणे आपण हे जाणून असले पाहिजे, की अगोदर दुसऱ्यांना मदत करावी किंवा सवलत द्यावी. जर आपण असे ठरविले आणि गट सदस्य, सहकारी किंवा स्नेही यांना मदत केली; तर भविष्यात आपल्याला मदत किंवा आधार देण्यास आपण त्यांच्यात सामाजिक बांधिलकीची भावना निर्माण करत असतो. आपल्या अधिकाऱ्यास मदत करून आपण त्यांच्यात आपल्याविषयी सहानुभूति किंवा सहकार्याची भावना निर्माण करीत असतो; जी आपणास जेव्हा गरज पडते, तेव्हा उपयोगी पडत असते. जो व्यवस्थापक त्याच्या एखाद्या सहकाऱ्यास दंतचिकित्सकाकडे नियोजित वेळी जाण्यासाठी कार्यालयातून लवकर जाण्याची परवानगी देतो, तो अतिचातुर्याने 'भविष्यात एखाद्या महत्त्वाच्या प्रकल्पाचे काम पूर्ण करण्यासाठी कार्यालयात जास्त वेळ थांबून परतफेड करता येईल', या भावनेची किंवा मानसिकतेची पेरणी करत असतो. जेव्हा आपल्याला मदत करण्यासाठी इतरांची मानसिक तयारी करायची असते किंवा त्यांना प्रेरित करावयाचे असते, तेव्हा आपण सहसा चूक करतो आणि स्वत:लाच विचारतो, 'मला आता कोण मदत करील?' हा कदाचित इतरांना प्रभावित करण्याचा लघु-दृष्टीचा मार्ग असू शकतो. आम्ही असा सल्ला देतो की, स्वत:ला विचारा की, 'मी कोणाला मदत करू शकतो?' यातून फार काही जास्त निष्पन्न होऊ शकेल. देवाणघेवाणीच्या पद्धती आणि सामाजिक कर्तव्याची जाण यातून भविष्यात तुमची विनंती निश्चितपणे परिणामकारक होईल. व्यवस्थापनाला

इतरांमार्फत कामे करून घ्यावयाची असतील; तर उपकृत सहकाऱ्यांचे चैतन्यपूर्ण वातावरण, सवलती, ज्यांचा उपयोगी माहितीतून फायदा झाला असेल ते, आणि कदाचित मैत्रीच्या भावनेने ऐकणारे कान; भविष्यात एक चांगला आणि उपयोगी व्यवस्थापक उभा करू शकतील. अशाच प्रकारे आपले मित्र, शेजारी, भागीदार आणि आपली मुलेसुद्धा आपल्या विनंतीस अधिक प्रतिसाद देणारे होतील, जर आपण त्यांना अगोदरच काही दिले असेल तर.

आपण आणखी एका व्यक्तीची कटाक्षाने नोंद घेणे आवश्यक आहे, ती म्हणजे 'ग्राहकसेवा प्रतिनिधी.' या व्यक्तीस थोडी जरी सहानुभूति दाखविली, तर ती बराच काळ टिकत असते. कधी तुमच्या क्रेडिट कार्डवर चार्ज पडला असेल, शेवटच्या क्षणी विमानाच्या तिकिटात बदल करण्याचा प्रयत्न केला असेल किंवा कधी काही परत करायची वेळ आली असेल; जर असे प्रसंग तुमच्यावर आले असतील, तर कुठे ना कुठे तुम्ही ग्राहकसेवा प्रतिनिधी अपेक्षेपेक्षा कमी मदत करणारा अनुभवलाच असेल. असे प्रसंग आयुष्यात पुन्हा येण्याची शक्यता कमी करावयाची असेल तर खालील प्रयत्न करून पाहा :

जर संभाषणाच्या सुरुवातीलाच तुमच्या लक्षात आले, की ग्राहकसेवा प्रतिनिधी स्नेहपूर्ण, सभ्य किंवा प्रतिसाद देणारा आहे; तर कदाचित तुमची अवघडलेली विनंती करण्यापूर्वी तुम्ही त्याला सांगा, की तुम्ही त्याच्या सेवेवर एकदम खूश आहात आणि फोनवरचे बोलणे संपताच त्याबद्दल तुम्ही त्याच्या /तिच्या वरिष्ठ अधिकाऱ्यास पत्र लिहून किंवा ई-मेलद्वारे कळविणार आहात. तुम्हाला प्रतिनिधीचे नाव आणि सुपरवायझरची संपर्क माहिती कळताच तुम्ही तुमच्या तूर्त कठीण/ गुंतागुंतीच्या अडचणीविषयी बोलू शकता. (वेगळ्या पद्धतीने, तुम्ही त्या व्यक्तीस सांगा की, तुम्ही त्याच्या सेवेवर खूप खूश आहात आणि हीच भावना तुम्हाला त्याच्या सुपरवायझरपर्यंत पोहोचवायची आहे. जेव्हा तुमचे काम होईल, तेव्हा लगेच त्याला अभिवादन करू शकता.) ही पद्धत परिणामकारक का आहे, त्यामागे मानसशास्त्रीय अनेक कारणे असतील. देवाणघेवाणीची पद्धत एक सशक्त घटक आहे : तुम्ही त्याच्यावर एक मेहेरबानी करण्याची तयारी दाखविली, तेव्हा त्या व्यक्तीलासुद्धा मेहेरबानीची परतफेड करणे आवश्यक आहे असे वाटणार. त्यानंतर तुम्ही लगेच कमी खर्चात त्याच्या सुपरवायझरला एक ई-मेल पाठवू शकता, ज्यामुळे प्रतिनिधीसोबत पारंपरिक बुद्धिबळ सामना– कदाचित घबराहट निर्माण करणारा सामना आणि पर्यायाने येणारी नाराजी आणि नैराश्य टाळू शकता.

जोपर्यंत तुम्ही तुमचे वचन पाळता, तोपर्यंत ही कार्यपद्धती नैतिक आणि परिणामकारक असलीच पाहिजे.

१० कार्यालयीन कोणती बाब तुमचा प्रभाव टिकवून ठेवू शकते?

तुम्ही हे पुस्तक तुमच्या डेस्कवर बसून वाचत असाल, तर वरील प्रश्नाचे उत्तर हाताच्या अंतरावर असू शकते. ते काय असावे? पेपरक्लीप? पेन? पेन्सील? पॅड/ प्रॉट्रॅक्टर? प्लॅनर? पेपरवेट? प्रिंटर? तुमचे ऑफिसमधले ड्रॉवर्स या प्रात्यक्षिक वस्तूंनी भरलेले असतात. कोणती गोष्ट तुमचा प्रभाव टिकवून ठेवू शकते?

समाजशास्त्रज्ञ रॅण्डी गार्नरला प्रश्न पडला की, चिकट टिप्पणीवर (3Mकॉर्पोरेशन ने बनविलेल्या पोस्ट-इट टिप्पणी सर्वपरिचित आहेत) लिहून दुसऱ्यास केलेल्या विनंतीमध्ये संमतीवर्धक सामर्थ्य असू शकते का? या औत्सुक्यपूर्ण अभ्यासासाठी त्याने लोकांना सर्वेक्षण पाठविले आणि ते पूर्ण करण्याची विनंती केली. या सर्वेक्षणासोबत पाठविलेल्या (a) पत्रासोबत हस्तलिखित चिकट टिप्पणी होती. त्यावर सर्वेक्षण पूर्ण करण्याची विनंती होती, त्याच प्रकारचा संदेश (b) पत्राच्या लिफाफ्यावर हस्तलिखित होता आणि (c) मध्ये फक्त पत्र आणि सर्वेक्षण पाठविले होते.

छोट्या पिवळ्या चौरसाने लक्षणीय धक्का दिला : ज्या लोकांना चिकट टिप्पणीसह सर्वेक्षण पूर्ण करण्यासाठी पाठविले होते, त्यापैकी ७५टक्क्यांपेक्षा अधिक लोकांनी ते भरून पूर्ण करून पाठविले होते. मात्र दुसऱ्या गटातील फक्त ४५ टक्के आणि तिसऱ्या गटातील फक्त ३६ टक्के लोकांनीच प्रतिसाद दिला होता. पण असे कशामुळे झाले? चिकट टिप्पणी त्यांच्या चकचकीत दिखाऊपणामुळे प्रेक्षकांना आकर्षित करू शकल्या, असा साधा सरळ निष्कर्ष निघतो का?

गार्नरने हाच प्रश्न स्वत:ला विचारला. शक्यता पडताळून पाहण्यासाठी त्याने

सर्वेक्षणाचा एक नवा गट पाठविला. या वेळी पहिल्या गटात सर्वेक्षणासोबत हस्तलिखित विनंती 'पोस्ट-इट' टिप्पणीवर होती, दुसऱ्या गटात 'पोस्ट-इट' टिप्पणी कोरी होती आणि तिसऱ्या गटात कोणतीही टिप्पणी नव्हती. फक्त 'पोस्ट-इट' टिप्पणीच्या निऑनसारख्या चकचकीत पिवळ्या रंगाकडे लोक आकर्षित झाले असते, तर पहिल्या दोन गटातील प्रतिसाद सारखाच असायला हवा होता; पण प्रत्यक्षात तसे नव्हते. ज्या टिप्पणीवर हस्तलिखित विनंती होती, तिने स्पर्धेत लक्षणीय कामगिरी करून दाखविली. हस्तलिखित टिप्पणीला मिळालेला प्रतिसाद ६९ टक्के होता. त्याच्याशी तुलना करता कोऱ्या चिकट टिप्पणीला ४३ टक्के प्रतिसाद मिळाला; तर टिप्पणी नसलेल्या सर्वेक्षणाचा प्रतिसाद केवळ ३४ टक्के होता.

यामागचे कारण काय? गार्नर म्हणतो, की 'पोस्ट-इट' टिप्पणी लावण्यासाठी जरी लोकांना घाम गाळावा लागत नसला, तरी ती टिप्पणी हस्तलिखित संदेशासह पत्रावर चिकटविण्यामुळे, लोकांना जाणीव होते, की यासाठी जास्तीचे कष्ट करावे लागतात. त्यात एक वैयक्तिक स्पर्श असतो आणि त्यामुळे या वैयक्तिक स्पर्शाच्या परतफेडीची भावना जागृत होते. यातून ते तुमची विनंती मान्य करतात. सारांश, देवाणघेवाण हा एक सामाजिक चिकट द्रव आहे, जो सहकारी नातेसंबंधांत लोकांना एकत्र आणण्यास मदत करतो आणि त्यांना एकत्र टिकवून ठेवतो. तुम्ही छातीठोकपणे सांगू शकता का; की ही देवाणघेवाण म्हणजे चिकट टिप्पणीच्या मागच्या बाजूस असलेल्या चिकट पदार्थापेक्षा अधिक शक्तिशाली, चिकट पदार्थ असतो. प्रत्यक्षात हा प्रसंग अधिक बोलका आहे.

गार्नरला असे आढळले, की वैयक्तिक हस्तलिखित चिकट टिप्पणी सर्वेक्षणाच्या कामात केवळ लोकांची मनधरणी करण्यापेक्षा कितीतरी अधिक काम करते. हस्तलिखित चिकट टिप्पणी ज्या लोकांच्या सर्वेक्षणासोबत होत्या, त्या लोकांनी सविस्तर माहिती दिली होती, तारतम्य ठेवून प्रश्नांची उत्तरे दिली होती आणि इतरांच्या तुलनेत तत्परतेने परतसुद्धा आणून दिली. संशोधकांनी टिप्पणीवर स्वत:ची नावे किंवा आद्याक्षरे आणि 'धन्यवाद' असा संदेश लिहून त्याला वैयक्तिक स्वरूप दिले, तेव्हा तर प्रतिसादाचा दर उंचावला होता.

सर्वसाधारणपणे बोलायचे, तर हे संशोधन मानवी वागणुकीस एक मौल्यवान आंतरिक दृष्टी देते. तुमची विनंती जितकी अधिक वैयक्तिक, तेवढा जास्त तुम्हाला प्रतिसाद मिळेल.

प्रामुख्याने या संशोधनातून हे स्पष्ट होते; की तुमच्या कार्यालयात, समाजात, घरीसुद्धा वैयक्तिक चिकट टिप्पणीमुळे तुमचा अहवाल तसेच पत्रव्यवहाराचे महत्त्व कळते. तसेच इतरांच्या अहवालात, पत्रात किंवा मेलमध्ये जाहीरपणे अडथळा

निर्माण करणे किंवा आपल्याकडे आकर्षित करून घेण्यासाठी स्पर्धा करणे, अशा गोष्टीस प्रतिबंध बसतो. अधिक महत्त्वाचे म्हणजे, तुमच्या विनंतीस वक्तशीरपणा तसेच गुणात्मक सहकार्यही मिळत असते.

सर्वांत महत्त्वाचा मुद्दा काय आहे?

जर तुम्ही वैयक्तिक संदेश मनःपरिवर्तन प्रक्रियेत वापरले, तर त्यापासून फक्त 3M कॉर्पोरेशनचाच फायदा होतो असे नाही.

११ उपाहारगृहांनी 'मिंट'ची टोपली ठेवणे का थांबविले पाहिजे?

लसूणयुक्त मसाल्यांच्या पदार्थांचे जेवण करून उपाहारगृहाबाहेर पडताना तिथे असलेली मिंटची टोपली पाहून पुष्कळ जणांना आनंद होतो. मिंटमुळे जरी तोंडाला चांगली चव येत असली; तरी उपाहारगृहातून बाहेर पडताना जिथे ही टोपली ठेवलेली असते, ती व्यवस्था त्या उपाहारगृहासाठी किंवा तेथील प्रशिक्षित कर्मचाऱ्यांसाठी फारशी चांगली असू शकते का?

बऱ्याच उपाहारगृहात स्वीट्स वेगवेगळ्या आणि परिणामकारक पद्धतीने दिले जातात. जेवणाच्या शेवटी छोटीशी भेट म्हणून वाढपी स्वीट देतो. ही छोटीशी भेट चॉकलेट किंवा तत्सम वस्तू रूपेरी छोट्या तबकात तुमच्या बिलासोबत दिली जाते. मात्र ह्या छोट्याशा भेटवस्तू लक्षणीय परिवर्तनशील असू शकतात.

वर्तणूकतज्ज्ञ डेव्हीड स्ट्रॉहमेट्झ आणि त्याच्या सहकाऱ्यांनी एक प्रयोग केला. जेवणानंतर या छोट्याशा भेटवस्तूमुळे वाढप्याच्या टीप्सवर काही परिणाम होतो का आणि होतच असेल तर काय परिणाम होतो, याचा अभ्यास या प्रयोगातून त्यांनी केला. एका परीक्षणात त्यांनी पाहिले; की ज्या वाढप्यांनी बिलासोबत एक स्वीट दिले, त्यांना स्वीट न देणाऱ्या वाढप्यापेक्षा सरासरीने जास्त टीप्स मिळाल्या. संशोधकांनी हेसुद्धा पाहिले, की टीप्समधील वाढ जास्त नव्हती, पण ती जवळपास ३.३ टक्क्यांपर्यंत होती. दुसऱ्या प्रसंगी वाढप्यांनी प्रत्येक जेवणाच्या बिलासोबत दोन स्वीट्स दिले. भेटवस्तू म्हणून दिलेल्या स्वीट्सची किंमत नगण्य होती, पण या वेळेस ज्यांना स्वीट्स दिले नव्हते, त्यांच्या तुलनेत स्वीट्स मिळालेल्या लोकांकडून साधारण १४.१ टक्के इतकी जास्त टीप मिळाली होती. या सर्वांतून

आपण एक अंदाज लावू शकतो; की आपल्याला देवाणघेवाणीच्या पद्धतीविषयी जी काही माहिती आहे, त्या संबंधाने एखादी व्यक्ती आपल्याला जेवढे जास्त देत असते, तेवढ्याच प्रमाणात परतफेड करण्याची आपली भावना असते.

पण कोणते घटक भेटवस्तूला जास्तीतजास्त मन:परिवर्तक करू शकतात? या अभ्यासातील तिसऱ्या प्रसंगातून या प्रश्नाचे उत्तर मिळू शकते.

तिसऱ्या प्रसंगी वाढप्यांनी टेबलावरील प्रत्येकाला एक स्वीट दिले. त्यानंतर त्यांनी टेबलापासून दूर जात असल्यासारखे भासविले, पण पूर्णपणे दूर जाण्यापूर्वी ते त्याच जेवणाऱ्यांकडे परत आले, खिशात हात घातला आणि टेबलावर प्रत्येकी दुसरे स्वीट ठेवले. हे सर्व करताना त्यांचा आविर्भाव असा होता की, ते जणू काही त्यांच्या गिऱ्हाईकास सांगत होते, 'तुम्ही सर्व चांगले लोक आहात, म्हणून तुमच्या प्रत्येकासाठी आणखी एक जास्तीचे स्वीट आम्ही देत आहोत.' आणि परिणाम? या वेळी टीपची रक्कम २३ टक्क्यांनी वाढली.

भेट किंवा मेहेरबानी यातून होणारे मन:परिवर्तन आणि पर्यायी जास्त देवाणघेवाण होण्याची शक्यता याबाबत तीन प्रमुख घटक हा अभ्यास सुचवितो. पहिला घटक म्हणजे, जे दिले आहे ते महत्त्वाचे आहे का, हे घेणारा पाहात असतो. जेवणाऱ्यांना एकच्या ऐवजी दोन स्वीट्स देण्याचा परिणाम म्हणजे ३.३ टक्क्यांऐवजी १४ टक्के एवढी जास्त टीपची रक्कम त्यांना मिळते. दोन स्वीट्स देण्यासाठी फार काही जास्त किंमत मोजावी लागत नाही. पण तिसऱ्या प्रसंगातील अधिक महत्त्वाच्या घटकाची नोंद घेणेसुद्धा आवश्यक आहे. दुसऱ्या आणि तिसऱ्या प्रसंगात जेवण करणाऱ्यास दोन स्वीट्स त्यांच्या वाढप्याने जेवणानंतर दिले होते. संख्येत फरक नव्हता पण देण्याच्या पद्धतीत फरक होता. हा दृष्टिकोन आपल्याला दोन महत्त्वाचे घटक सांगतो, जे दिलेली भेट अधिक मन:परिवर्तक बनवितात. दिलेली भेट कुठपर्यंत अनपेक्षित आहे आणि कुठपर्यंत वैयक्तिक आहे, हे ते दोन घटक आहेत.

तिसऱ्या प्रसंगात जेव्हा वाढपी एक स्वीट देऊन जातो, तेव्हा कदाचित जेवणारा समजतो की, एक स्वीट देऊन वाढपी गेला असावा आणि ही त्याची शेवटची कृती असावी आणि त्यामुळेच दुसरे स्वीट ही अनपेक्षित भेट होते. त्याशिवाय ते देताना हे भासविणे, की तुम्ही फारच चांगले ग्राहक आहात, म्हणून ही दुसरी भेट; यातून वाढपी एकदम वैयक्तिक संदेश देत असतो.

अर्थात वाढप्यांनी हीच युक्ती प्रत्येक टेबलावर वापरली, तर ग्राहकांना हे अनैतिक आहे असे वाटणार नाही. पण ही युक्ती फार काळ टिकणार नाही. जेवणाऱ्यांच्या जेव्हा हे लक्षात येईल, की एकच युक्ती वाढपी प्रत्येकासोबत वापरत आहेत; तेव्हा जास्तीचे स्वीट हे अनपेक्षित राहणार नाही किंवा वैयक्तिकरीत्या

महत्त्वाचे वाटणार नाही. त्याऐवजी ही एक फसवेगिरी वाटेल आणि त्याचा त्यांच्यावरच वाईट परिणाम होऊ शकतो. या अभ्यासातून जे धडे मिळतात, त्यांचा तात्त्विक उपयोग करणे शक्य आहे. तुम्ही जी काही भेटवस्तू देता किंवा एखाद्यावर कृपा करता; तेव्हा अगोदर खात्री करून घ्या, की ती त्यांना अधिक आवडेल. थोडा वेळ लागला तरी चालेल, पण नक्की खात्री करून घ्या की, घेणाऱ्यास ती वैयक्तिक उपयोगी आणि अनपेक्षित असेल.

या निष्कर्षातून आपण पहिल्या दोन प्रसंगांचा विचार केला, की लक्षात येते; ज्या उपाहारगृहात बाहेर जाण्याच्या मार्गात 'मिंट' ठेवलेले असतात, तेथील वाढपी त्यांच्या मायबाप प्रेक्षकांना कृतज्ञतेचे प्रतीक म्हणून स्वीट देणे आणि त्याच कृतज्ञतेची परतफेड म्हणून टीप मिळविण्याच्या महत्त्वाच्या संधीस मुकतात. जरी त्या स्वीट्सची किंमत फक्त थोडे पैसे असली, तरी वाढपी प्रत्येक जेवणाऱ्याला तो किंवा ती त्याच्याकरिता त्या स्वीट्सपेक्षा कितीतरी जास्त मोलाचे आहेत, हे दाखवून देऊ शकतो.

१२ बिनाशर्त देण्यात काय आकर्षण असते?

यापूर्वी आम्ही चर्चा केली आहे, की हॉटेल्सना त्यांच्या अतिथींना टॉवेल्सचा पुनर्वापर करण्याबद्दल सांगायचे असताना, त्यांनी अतिथींना पर्यावरणाच्या संरक्षणाचे महत्त्व सांगून त्यांचे मन वळविण्याचा प्रयत्न केला. काही हॉटेल्सनी त्यांच्या आवाहनातून सहकार्याचे वातावरण निर्माण करण्याच्या दृष्टीने पाऊल टाकले. त्यांनी अतिथींना त्यांच्या सहकार्याबद्दल काही प्रलोभने दाखविली. संदेशात, 'टॉवेल्सचा पुनर्वापर करा' दर्शविणाऱ्या फलकावर हे सांगितले होते; की अतिथींनी त्यांचे टॉवेल्स पुन्हा उपयोगात आणले, तर हॉटेल ऊर्जाबचतीचा काही टक्के भाग विना नफा तत्त्वावर चालणाऱ्या पर्यावरण संरक्षण संस्थेस देणगी स्वरूपात देईल.

प्रलोभन देणे जास्त परिणामकारक होईल, असा विचार हे फलक करणारे का करतात, हे पाहणे फार सोपे आहे. आपल्यापैकी बहुतेकांना आत्मिकदृष्ट्या असे वाटते, की प्रलोभने कामी येतात; आईस्क्रीमकोन मुलांची खोली स्वच्छ करण्याची मानसिकता तयार करण्याचे उत्तम साधन आहे, काळजीपूर्वक वेळेवर दिलेले खाद्य वयस्कर श्वानासससुद्धा नवीन कसरती शिकण्यास मदत करू शकते आणि अंथरुणातून उठण्यापूर्वी 'सूझ बटणवर' कितीदा मारायचे आणि कामावर जायचे यावर मर्यादा घालण्याची ताकद 'पे चेक्स'मध्ये असते. जरी दिल्या जाणाऱ्या प्रलोभनातून अतिथींचा प्रत्यक्ष फायदा होत नसला तरी पर्यावरणाच्या फायद्याच्या अधिक प्रलोभनाच्या कारणाने मोहिमेत सहभागी होण्याची अतिथींना प्रेरणा मिळते. पण यातून फलित साध्य होते का?

याचा शोध घेण्यासाठी आमच्यापैकी दोघांनी पूर्वीच्याच हॉटेलमध्ये एक प्रयोग केला. काही खोल्यांमधून टॉवेल्सच्या पुनर्वापरासंबंधी फलक लावण्यात आले, ज्यावर प्रचलित पर्यावरण संवर्धनाची याचिका होती आणि दुसऱ्या काही खोल्यांमधून

प्रलोभनावर आधारित सहकार्य पद्धतीची विनंती करण्यात आली होती. जेव्हा माहितीचे परीक्षण करण्यात आले, तेव्हा असे आढळून आले, की या नवीन पद्धतीच्या विनवणीमुळे, प्रमाणभूत पर्यावरणाच्या प्रचलित चिन्हांकित फलकावर फार काही परिणाम केला नव्हता. का?

या प्रकारच्या विनंतीस पुष्टी देणारे काही घटक असले, तरी हा संदेश प्रमाणित मन:परिवर्तनाच्या संदेशापेक्षा अधिक उपयुक्त आणि परिणामकारक करण्यासाठी, त्यातील काही शब्दांची अदलाबदल करणे गरजेचे आहे. यावर विश्वास ठेवण्यास सबळ कारण आहे. तुम्ही अगोदर पुढाकार घेतल्यानंतर जेव्हा समोरची व्यक्ती तुम्हाला सशर्त काही देते, तेव्हा त्या व्यक्तीवर सामाजिक बंधन फार कमी प्रमाणात असते. अशा वेळी होणारे आदानप्रदान हे केवळ आर्थिक स्वरूपाचे असते. दुसऱ्या बाजूस देवाणघेवाणीच्या पद्धतीत जेव्हा तुम्ही अगोदरच उपकृत असता, तेव्हा त्या उपकाराची परतफेड करण्याची अनिवार्य बंधनाची भावना तुमच्यात असते. थोडी आश्चर्याची बाब म्हणजे, टॉवेल्सचा वापर करण्यासाठी अतिथींचे मन:परिवर्तन करण्यात प्रलोभन आधारित विनंतीचा, प्रमाणित विनंतीपेक्षा फार काही अधिक परिणाम झाला नाही. त्यात विनंती मान्य करण्यासाठी सामाजिक बांधिलकीचा लवलेशही नव्हता, कारण हॉटेल्सनी अगोदर काहीच दिले नाही. यातून एका गोष्टीचा बोध होतो, की प्रलोभनयुक्त फलकामुळे सहकार्य मिळू शकते, ही हॉटेल्सची कल्पना बरोबर होती, फक्त प्रक्रियेचा क्रम चूक होता. देवाणघेवाणीची प्रक्रिया कसे कार्य करते, याबाबतचा आमचा अनुभव लक्षात घेता, मोहिमेतील सहभाग अधिक परिणामकारकरित्या वाढविण्याची पद्धत म्हणजे, प्रलोभन देण्याचा क्रम उलट करायला हवा. दुसऱ्या शब्दांत सांगायचे तर हॉटेल्सनी अगोदर बिनाशर्त एखादी गोष्ट देऊ करावी आणि नंतर अतिथींना टॉवेल्सचा पुनर्वापर करून या मोहिमेत सामील होण्यासाठी आवाहन करावे. आम्ही अभ्यासात समाविष्ट केलेल्या तिसऱ्या संदेशाचा पाया या कल्पनेने तयार केला.

हा तिसरा संदेश प्रलोभन आधारित संदेशासारखाच होता. यात विना-नफा तत्त्वावर काम करणाऱ्या 'पर्यावरण संरक्षण संस्थेस' देणगी दिल्याचा उल्लेख होता. अतिथींना अगोदर सहकार्य देण्याचे कष्ट घ्यावेत, त्यानंतर आम्ही देणगी देऊ, असे म्हणण्याऐवजी; विनंतीमध्ये सांगितले होते, की हॉटेल्सने अशा संस्थेला अगोदरच देणगी दिली आहे आणि ती आम्ही आमच्या अतिथींतर्फे दिली आहे. त्यानंतर त्यांनी अतिथींनी या देणगीची परतफेड त्यांच्या वास्तव्यात टॉवेल्सचा पुनर्वापर करून करावी अशी विनंती केली.

या देवाणघेवाणीवर आधारित संदेशामुळे टॉवेल्सचा पुनर्वापर करणाऱ्यांचा दर प्रलोभन आधारित संदेशापेक्षा ४५ टक्के इतका जास्त होता. या निष्कर्षातील

विशेष लक्षवेधी बाब म्हणजे, या दोन्ही संदेशांचा मजकूर जवळपास सारखाच होता, मात्र अर्थबोध लोकांपर्यंत वेगळ्या प्रकारे पोहोचत होता. या दोन्ही संदेशांतून विनाफायदा तत्त्वावर चालणाऱ्या पर्यावरण संरक्षण संस्थेस हॉटेल देणगी देत असल्याचीच माहिती कळविली जात होती; पण देवाणघेवाणीच्या पद्धतीत हे सामूहिक कष्ट आहेत, ही भावना जागृत करून दिली. यात अतिथींना सहभागी होण्याची प्रेरणा देण्यासाठी देवाणघेवाण आणि सामाजिक बांधिलकी या शक्तींचा उपयोग केला जातो.

इतरही संशोधन अभ्यासातील माहिती आणि या निष्कर्षाद्वारे हे स्पष्ट होते, की जेव्हा आपण इतरांकडून सहकार्य मिळविण्यासाठी विनंती करून प्रयत्न करीत असतो– मग ते सहकारी असोत, ग्राहक, विद्यार्थी किंवा सहवासातले लोक असोत, अगोदर आपण त्यांना खरोखर आणि बिनशर्त मदत द्यायलाच हवी. अशा प्रकारचे सहकार्याचे संबंध प्रस्थापित करत असताना प्रथमदर्शनी तुम्ही फक्त नुसती संमती मिळविण्याची शक्यता वाढवून चालत नाही; तर तुम्हाला जे सहकार्य मिळणार आहे, ते कमकुवत प्रलोभनाच्या संकल्पनेवर आधारित नसून, भक्कम विश्वासाच्या आणि परस्पर हितसंबंधांच्या पायावर उभे असल्याचेही जाणवून द्यावे लागते.

तुमच्याही हे लक्षात येईल की, ही पद्धत दीर्घकाळ टिकणारी असते. अन्यथा, ज्या क्षणी तुम्ही देऊ केलेले प्रलोभन किंवा मोबदला तुम्ही देऊ शकणार नाही किंवा घेणारा घेऊ इच्छिणार नाही; त्या क्षणी तुमच्या संबंधाच्या पोकळ पायास तडा जाण्याची शक्यता असते आणि तुम्ही प्रस्थापित केलेला संबंधाचा दुवा कोलमडून भूमिगत होऊ शकतो.

१३ 'कृपा' खाद्याचे काम करते का मद्याचे?

आपण एखाद्याला अगोदर भेटवस्तू दिली, सेवा दिली किंवा एखाद्यावर मेहेरबानी केली; तर ती स्वीकारणाऱ्यांमध्ये त्याची परतफेड करण्याची सामाजिक बांधिलकीची भावना आपण निर्माण करू शकतो. याबद्दलचे दाखले आम्ही यापूर्वीच्या संबंधित प्रकरणातून दिले आहेत. ती भेट एखादी संबंधित माहिती देणे असू शकते, सहकाऱ्यावर मदतीच्या रूपाने उपकार करणे असू शकते किंवा इतरांना केलेल्या विनंतीवर वैयक्तिक चिकट टिप्पणी चिकटविणे असू शकते किंवा बॉबी फिशरच्या बाबतीत संपूर्ण देशाला जगाच्या नकाशावर स्थान प्राप्त करून देणे असू शकते; आपल्यावर केलेल्या उपकाराची परतफेड करणे हे एक सामाजिक अनिवार्य बंधन असते. पण कालांतराने त्या भेटीच्या किंवा उपकाराच्या प्रभावाचे काय होते? उपकार हे ब्रेडप्रमाणे असतात का? ज्याप्रमाणे ठरावीक दिवसात ब्रेड शिळा होऊन जातो, त्याप्रमाणे काही कालावधीनंतर उपकारांचा प्रभावही कमी होतो का? की उपकार दारूप्रमाणे असतात; दारू जितकी अधिक जुनी, तितकी चांगली, त्याप्रमाणे काळानुरूप उपकारांचेही होते का? संशोधक फ्रान्सिस फ्लायनच्या (Francis Flynn) मते, या प्रश्नाचे उत्तर तुम्ही उपकारकर्ते आहात, की उपकृत आहात यावर अवलंबून असते.

यासाठी फ्लायनने अमेरिकेच्या एका मोठ्या एअरलाईन्सच्या ग्राहकसेवा विभागात काम करणाऱ्या कर्मचाऱ्यांचे सर्वेक्षण केले. या विशिष्ट व्यवसायात एकमेकांच्या कामाच्या पाळीत अदलबदल करून सहकारी एकमेकांना मदत करतात आणि मेहेरबानीचे आदानप्रदान करीत असतात. संशोधकाने अर्ध्या कर्मचाऱ्यांना त्यांनी त्यांच्या सहकाऱ्यांना केव्हा मदत केली, ती वेळ लक्षात ठेवण्यास सांगितले आणि राहिलेल्या कर्मचाऱ्यांना त्यांनी इतरांची मदत केव्हा घेतली, ती वेळ लक्षात

घेण्यास सांगितले. त्यानंतर सर्व कर्मचाऱ्यांना त्या मदतीचे त्यांच्या दृष्टीने असलेले मूल्य आणि किती काळापूर्वी ही मदत केली किंवा घेतली होती हे नमूद करण्यास सांगण्यात आले. या सर्वेक्षणाच्या परिणामातून हे उघडकीस आले, की ज्यांनी उपकार घेतले होते त्यांच्यासाठी त्या क्षणी ते बहुमोलाचे होते; पण जसा वेळ गेला, तसे त्याचे मूल्य कमी झाले होते. त्याउलट परिणाम उपकारकर्त्यांच्या बाबतीत दिसून आला. त्यांच्या दृष्टीने जेव्हा उपकार केले गेले त्या क्षणी ते फार मोलाचे नव्हते, पण कालांतराने त्यांच्या दृष्टीने ती गोष्ट अधिक महत्त्वाची झाली.

एक शक्यता अशी आहे; की जसा काळ जातो, तसा प्रसंगाच्या स्मृतिचा विपर्यास होतो किंवा प्रसंगाच्या स्मृती अंधुक होतात आणि लोकांची स्वत:ला जास्तीतजास्त स्वच्छ प्रकाशात पाहण्याची प्रवृत्ती असते. त्यामुळे उपकृत लोक विचार करू लागतात की, तेव्हा त्यांना तेवढ्या मदतीची आवश्यकता नव्हती आणि कर्ते विचार करू लागतात की, तेव्हा त्यांनी थोडे जास्तच केले होते.

कार्यालयात किंवा कार्यालयाबाहेर दुसऱ्याचे मन:परिवर्तन करण्याच्या आपल्या परिणामकतेचा गर्भित अर्थ या निष्कर्षात दडलेला आहे. तुम्ही तुमच्या सहकाऱ्यावर किंवा अल्पपरिचित व्यक्तीवर उपकार केले असतील, तर त्या व्यक्तीचे उपकार घेतल्यानंतर त्याची त्वरित परतफेड करण्याच्या इच्छेवर तुमच्या उपकाराचा प्रभाव राहतो.

जर तुम्ही उपकार घेतले असतील, तर तुमच्या स्थानी असलेल्या लोकांची प्रवृत्ती वेळेसोबत उपकारांचे मूल्य कमी करण्याची असते. याबद्दल तुम्ही जागरूक असणे गरजेचे आहे. जर तुम्ही आठवडे, महिने आणि वर्षांपर्यंत उपकारांच्या पूर्ण मूल्यांची जाणीव ठेवण्यास विसरलात; तर उपकारकर्त्यांचे आणि तुमचे नातेसंबंध परिणामत: खराब होऊ शकतात. तुम्ही जर उपकारकर्ते असाल आणि उपकृत तुमच्या उपकाराच्या परतफेडीविषयी स्तब्ध असेल, तर तुम्ही त्याच्याविषयी वाईट विचार करू लागाल. उपकृताच्या नजरेत काही काळानंतर उपकाराचे मूल्य कमी होत असेल, तर तुम्ही केलेल्या उपकाराचे महत्त्व जास्तीतजास्त करण्यासाठी काय करावे? एक मार्ग म्हणजे तुम्ही जेव्हा भेटवस्तू देता किंवा उपकार करता, तेव्हा ज्याच्यावर उपकार करता, त्याला जाणीव करून देऊ शकता आणि तेव्हाच त्याला सांगू शकता की 'तुम्हाला मदत करण्यात मला आनंद मिळत आहे. कारण जेव्हा परिस्थिती उलटेल तेव्हा तुम्हीसुद्धा माझ्यासाठी हेच कराल, याची मला खात्री आहे.'

दुसरी आणि ज्यामध्ये अधिक धोका आहे अशी शक्यता म्हणजे– भविष्यात जेव्हा तुम्ही त्याला मदत मागाल, तेव्हा त्याला तुम्ही अगोदर केलेल्या मदतीची आठवण करून देणे. अर्थात, ही पद्धत अवलंबताना तुम्ही शब्द काळजीपूर्वक

वापरावे. तुम्ही असे काही म्हटले, की मी काही आठवड्यांपूर्वी तुला मदत केली होती, ते तुला आठवते का? मित्रा, आता त्याची परतफेड करण्याची वेळ आली आहे; तर त्याचा अपपरिणाम होतो. त्याऐवजी सौम्य शब्दांत आठवण करून दिली, जसे 'मी यापूर्वी पाठविलेला अहवाल तुझ्या किती उपयोगी पडला?', तर ते योग्य ठरू शकते.

अर्थात, प्रत्येक वेळी इतरांना प्रभावित करण्याची सर्वसामान्य अशी एखादी पद्धत नाही. आम्हाला खात्री आहे की, उपकाराच्या मूल्यांचे प्रभाव टाकणारे घटक समजून घेणे ही एक चांगली सुरुवात आहे आणि सर्व काही निष्फळ ठरते, तेव्हा उपकाराच्या अदलाबदलीचा एक साधा नियम लक्षात ठेवा, 'व्हिनेगारपेक्षा मधाने तुम्ही जास्त माशांना पकडू शकता.' तसेच तुम्ही गेल्या आठवड्यातील शिळ्या ब्रेडपेक्षा जुन्या वाईनच्या बाटलीने अधिक मदत मिळवू शकता.

१४ दारातले एक पाऊल मोठ्या प्रगतीकडे कसे नेऊ शकते?

कल्पना करा– तुमचे घर धनिक, प्रेक्षणीय वस्तीत आहे. येथील शेजारी म्हणजे घराच्या भोवताली असलेल्या हिरव्यागार कुंपणाचा, सुंदर लॉनचा आणि घराभोवतीच्या नुकत्याच रंग दिलेल्या पांढऱ्या शुभ्र खांबांचा खूप अभिमान बाळगणारे लोक आहेत. या परिसरातील घरे विकण्याचा त्रास इस्टेट एजंट्सना कधीच होत नाही. किंबहुना इथे घर घेण्यासाठी उत्सुक असलेल्या लोकांची त्यांच्याकडे प्रतीक्षायादीच असते. यापुढे कल्पना करा, की एके दिवशी 'रहदारी मार्ग सुरक्षा समिती'च्या एखाद्या स्थानिक सदस्याने तुमच्या दारावर थाप दिली आणि तुम्हाला 'आपल्या शेजारच्या वस्तीतून वाहने काळजीपूर्वक चालवा' या मोहिमेत आपण भाग घेऊ इच्छिता का? आणि त्यासाठी तुमच्या लॉनमध्ये 'वाहने काळजीपूर्वक चालवा' (Drive carefully) असे लिहिलेला ६×३ फुटाचा फलक लावायला परवानगी द्याल का, असे विचारले. तुम्ही फक्त संमती द्यायची, आमचे लोकच खड्डे करतील आणि त्यात खांब रोवून बोर्ड लावतील, असेही त्या सदस्याने सांगितले.

किती लोक या विनंतीस मान्यता देतील असे तुम्हाला वाटते? सामाजिक मानसशास्त्रज्ञ जॉनथन फ्रिडमन आणि स्कॉट फ्रेझर यांनी केलेल्या एका प्रयोगानुसार, वर वर्णन केलेल्या उच्चभ्रू वस्तीतील फक्त १७ टक्के घरमालकांनी या विनंतीस मान्यता दिली. पण आश्चर्य म्हणजे संशोधकांनी आपल्या विनंतीत थोडी भर टाकून दुसऱ्या एका वस्तीत ७६ टक्के संमती मिळविण्यात यश प्राप्त केले. ही जास्तीची भर काय होती आणि दुसऱ्याचे मन:परिवर्तन कसे करायचे, याविषयी ती काय सांगते?

दोन आठवड्यांपूर्वी दुसऱ्या एका गटाने वेगळ्या वस्तीतील लोकांना विचारले

की; त्यांच्या घराच्या खिडकीवर अगदी छोटा, लक्षातसुद्धा येणार नाही असा ('Be a Safe Driver') 'सुरक्षित वाहनचालक व्हा!' असे लिहिलेला बोर्ड लावू देण्यास ते इच्छुक होते काय? ही अगदी छोटी विनंती असल्यामुळे बहुतेक सर्वच निवासी लोकांनी मान्यता दिली. दोन आठवड्यांनंतर आणखी कोणत्या तरी व्यक्तीने त्यांच्या सुशोभित लॉनमध्ये पूर्वी सांगितलेला मोठा बोर्ड लावण्याविषयी विचारले, तेव्हा त्यांचा कल संमती देण्याकडे दिसून आला.

पण अशा केवळ थोड्याशा साध्या विनंतीच्या पद्धतीने– ज्याला संशोधक 'दारातील एक पाऊलतंत्र' म्हणतात– त्यामुळे एखाद्या मोठ्या विनंतीस संमती देण्याची प्रेरणा का मिळते? हा प्रसंग सुचवितो, की एकदा विनंतीस मान्यता दिल्यानंतर, सुरक्षित वाहन चालविण्यासारख्या चांगल्या कार्याला रहिवासी स्वत:ला जबाबदार समजत होते. पण काही आठवड्यांनंतर जेव्हा पुन्हा या घरमालकांकडे संपर्क साधला, तेव्हा ते जागरूक नागरिकाच्या नात्याने सत्कार्य सातत्याच्या भावनेने प्रेरित झालेले होते.

'दारातील एक पाऊल' या तंत्राचे विक्रीसह अगणित उपयोग आहेत. उदाहरणार्थ, विक्रीत पारंगत अशा एका चाणाक्ष तज्ज्ञाच्या मते, 'परिपूर्ण पुरवठ्याचा भक्कम मार्ग प्रस्थापित करण्याची सर्वसामान्य युक्ती म्हणजे, अगदी छोट्या मागणीपासून सुरुवात करणे होय... एक व्यक्ती अगदी किरकोळ मालाची मागणी तुमच्याकडे नोंदवते. ती पुरविण्यात तुमचा नफा इतका कमी असतो की त्यातून तुमचा खर्ची घातलेला वेळ आणि कष्ट यांचीसुद्धा भरपाई होईलच असे नाही, तरी ती किंवा तो आता तुमचा भावी नसून प्रस्तुत ग्राहक आहे.'

ज्या व्यापारात सुरुवातीच्या मालखरेदीचीसुद्धा खात्री नसते, तिथेसुद्धा ही निष्ठा आणि सातत्याची पद्धत वेगळ्या पद्धतीने लागू करता येऊ शकते. उदाहरणार्थ, सुरुवातीला तुमची सेवा घेण्यास तयार नसलेल्या सक्षम ग्राहकाला दहा मिनिटांचा वेळ मागून तुम्ही लहानशी सुरुवात करण्यास उद्युक्त केले, तर त्याचा कल तुमच्या बाजूने होऊ शकतो.

अशाच प्रकारे जाहिरात किंवा विक्री संशोधन विभागाने अगोदर सर्वेक्षणाच्या लहान प्रश्नावलीची उत्तरे देण्यास इच्छुक आहात काय, असे विचारल्यास, नंतर मोठ्या प्रश्नावलीची उत्तरे देण्याकरितासुद्धा, जास्त लोक उपलब्ध होण्याची शक्यता असते. फ्रिडमन आणि फ्रेझर यांनी आणखी एक प्रयोग केला, ज्याचे निष्कर्ष या मुद्द्यास उचलून धरतात. या प्रयोगात त्यांनी घरमालकांशी संपर्क साधला आणि विचारले, की ते एका सर्वेक्षणात सहभागी होऊ इच्छितात काय? विशेषकरून त्यांनी खालील विधान केले.

या सर्वेक्षणात आमचे पाच किंवा सहा सहकारी असतील. ते एखादे दिवशी सकाळी दोन तासांकरिता तुमच्या घरी येतील. तुमच्या घरात असलेल्या सर्व

वस्तूंची मोजदाद करून वर्गीकरण करतील. त्यांना तुमच्या घरात मुक्त प्रवेश असावा, तसेच कपाट आणि इतर ठेवणीच्या जागा पाहाण्याचे स्वातंत्र्य असावे. ह्या सर्व माहितीचा उपयोग आमच्या 'द गाईड' या सामुदायिक सेवा प्रकाशनाच्या अहवाल लिखाणात केला जाईल.

या अतिशय गैरसोयीच्या विनंतीस फक्त २२ टक्के घरमालकांनी संमतीदर्शक प्रतिसाद दिला. गंमतीची बाब म्हणजे, अशा आगंतुक वर्तणुकीला 'सर्च वॉरंट'ची आवश्यकता असते, हे गृहीत धरून त्यांनी संमती दिली.

या प्रकाराच्या तीनच दिवस आधी संशोधकांनी दुसऱ्या निवासी लोकांना, या आक्रमक विनंतीपूर्वी खालील विनंती केली होती, ज्यासाठी बहुसंख्य लोकांनी मान्यता दिली.

'आज पहाटे आम्ही तुम्हाला इथे हे विचारण्यासाठी निमंत्रित केले आहे, की तुम्ही तुमच्या घरातील वापरत असलेल्या घरगुती वस्तूंविषयी अनेक प्रश्नांची उत्तरे देण्यास तयार आहात काय? आम्ही त्या सर्व माहितीचा उपयोग आमच्या सार्वजनिक सेवा प्रकाशनाच्या 'द गाईड' या अहवाल लिखाणासाठी करणार आहोत. आमच्या सर्वेक्षणाच्या या कार्यासाठी आपण ही माहिती आम्हास देण्यास तयार व्हाल काय?'

तीन दिवसांनंतर काय घडले? जवळपास ५३ टक्के घरमालकांनी या मोठ्या विनंतीस मान्यता दिली.

असा मार्ग तुमच्या नेहमीच्या अनुभवाच्या दोन प्रतिकारात्मक साध्यासाठी अवलंबू शकता– तुमची मुलं आणि तुम्ही स्वत: प्रतिकारी. गृहपाठ न करणे किंवा त्यांची खोली नीटनेटकी न ठेवण्याकरिता अगदी सहजपणे मुलं कोणता ना कोणता बहाणा सांगतात. जर आपण त्यांना त्या दिशेने छोटी सुरुवात करायला लावली, तर त्यांचे मन:परिवर्तन होण्याची फार जास्त शक्यता असते. त्यासाठी त्यांना थोडा वेळ तुमच्यासोबत गृहपाठ करायला लावा किंवा खेळून झाल्यानंतर खेळणी जागेवर ठेवायला लावा. जोपर्यंत त्यांना हे वाटते; की मी हे जबरदस्तीने नाही, तर स्वत:हून ऐकत आहे, तेव्हा मानसशास्त्रीय शक्तीने ते आपोआपच शैक्षणिक यशाकडे आणि नीटनेटक्या, स्वच्छ राहणीमानाकडे आकर्षिले जातात.

स्वत:चाच प्रभाव प्रस्थापित करायचा असेल; तर सुधारणा करण्यासाठी फार मोठे आणि प्रथमदर्शनी दुरापास्त ध्येय ठेवण्याऐवजी स्वत:वर छोटे बंधन घालण्याचे काम करा. दिवसांतून एकदातरी करण्यास कोणतीही अडचण राहणार नाही, असे काम करा. उदाहरणार्थ, घराच्या जवळपासच चालायला जाणे. यातून हळूहळू स्वत:च स्वत:वर निष्ठेने बंधन वाढवून सुदृढ प्रकृतीचे मोठे ध्येय गाठण्याचे मार्ग आखा. आत्मविश्वास म्हणतो, 'हजारो मैलांच्या प्रवासाची सुरुवात एका पावलाने होते.' आताच आळस टाका आणि लांब लांब पावले टाकण्यास सुरुवात करा. यापेक्षा जास्त चांगला दुसरा पर्याय असू शकणार नाही.

१५ तुम्ही सामाजिक प्रभावाचे 'जेडी मास्टर' कसे होऊ शकता?

फार पूर्वी (म्हणजे साधारण पाव शतकापूर्वी) दूर... अतिदूरच्या तारामंडलात ल्युक स्कायवॉकरने अंतिम मान्यता प्राप्त केली होती. त्याने डर्थ वॅडरचे (Darth Vader) दुष्ट सम्राटाविरुद्ध मन:परिवर्तन केले आणि स्वत:च्या आयुष्याचे संरक्षण केले. तसेच तारामंडलात पुन्हा शांति आणि आशावाद प्रस्थापित केला. ही मान्यता प्राप्त करण्यात त्याने कोणत्या सामाजिक प्रभावांच्या तत्त्वांचा वापर केला होता आणि त्या तत्त्वांचा तुमच्या उद्योगात प्रयत्न करत असताना एक प्रभावी शक्ती म्हणून उपयोग करण्यात कशी मदत होऊ शकते?

'स्टार वॉर्स' चित्रपटांच्या मालिकेतील 'रिटर्न ऑफ जेडी'मधील एका दृश्यात ल्युक स्कायवॉकर (Luke Skywalker) डर्थ वॅडरकडे वळतो आणि म्हणतो, 'मला माहिती आहे, की तुझ्यात अद्यापही चांगुलपणा आहे. तुझ्यात चांगलेपणा आहे आणि मी तो जाणू शकतो.' या साध्या शब्दांनी वॅडरचे मन:परिवर्तन होणे शक्य आहे काय? किंवा कमीतकमी प्रकाशात येण्याइतपत मन:परिवर्तनाचे बीजारोपण झाले असेल काय? सामाजिक मानसशास्त्राच्या दृष्टिकोनातून पाहता उत्तर होकारार्थी असेल असे वाटते.

या शब्दांतून जी कार्यपद्धती दाखविण्यात आली आहे, तिला 'उपाधीतंत्र' असे म्हणतात. या तंत्रात एखाद्या व्यक्तीसोबत विशिष्ट लक्षण, दृष्टिकोन, विश्वास किंवा इतर उपाधी लावल्या जातात आणि नंतर त्या व्यक्तीस या उपाधींशी सुसंगत राहण्याची विनंती केली जाते. संशोधक ॲलिस टायबाऊट (Alice Tybout) आणि रिचर्ड याल्च (Richard Yalch) यांनी, निवडणुकीच्या दिवशी जनतेची

मतदान करण्याची संभावना वाढविण्यात 'उपाधीतंत्रा'चा कसा उपयोग केला जाऊ शकतो, हे दाखवून या पद्धतीच्या प्रभावीपणाचे प्रदर्शन केले. त्यांनी अनेक सक्षम मतदारांच्या मुलाखती घेतल्या. त्यांनी दिलेल्या प्रतिसादावरून त्यांच्यापैकी निम्म्या मतदारांना सांगितले, की मतदान करून राजकीय घडामोडीत सहभागी होणाऱ्या तुम्हाला, सामान्य नागरिकांपेक्षा वरच्या पातळीचे वर्गीकृत केले जाऊ शकते. बाकी मुलाखत घेतलेल्या अर्ध्या लोकांना कळविण्यात आले की; त्यांची आवड, विश्वास आणि वर्तणुकीनुसार त्यांचे 'सर्वसामान्य' असे वर्गीकरण केले जाऊ शकते. ज्यांना चांगले नागरिक आणि मतदानाची अधिक संभाव्यता अशी उपाधी लावण्यात आली; ते फक्त आपण चांगले नागरिक आहोत, हे पाहायला आले नाहीत. एक आठवड्यानंतरच्या मतदानात 'साधारण' अशी उपाधी लावलेल्या लोकांपेक्षा जवळपास १५ टक्के अधिक मतदान केले. 'उपाधीतंत्र' हे केवळ राजकीय क्षेत्रापुरतेच 'जसे नेता निवडणे' किंवा ल्युक स्कायवॉकरसारखे सम्राटास पद्च्युत करणे यापुरतेच मर्यादित नाही. तुमच्या उद्योगधंद्यात किंवा जनसंपर्कात या तंत्राचा उपयोग करण्याच्याही असंख्य पद्धती आहेत. उदाहरणार्थ : तुम्हाला दिलेल्या प्रकल्पावर काम करीत असलेला तुमच्यापैकीच एखादा समजा खूप धडपड करीत आहे. कदाचित त्या प्रकल्पासाठी असणाऱ्या आवश्यक बाबी पूर्ण करण्याबाबत स्वत:त क्षमता नसावी, असे समजून तो वरचेवर आत्मविश्वास गमावत आहे. तुमचा अद्यापही त्याच्या कार्यक्षमतेवर विश्वास आहे, हे गृहीत धरून जास्त उपयोगाची पद्धत म्हणजे तुम्ही त्याला आठवण करून द्या, की तो किती कष्टाळू आहे आणि बिकट परिस्थितीतसुद्धा त्याच्यात काम करण्याची चिकाटी आहे. तुम्ही त्याला मागची उदाहरणे लक्षात आणून दिली पाहिजेत, की तू अशाच प्रकारच्या आव्हानांना स्वीकारले होते आणि त्यावर मात करून ती यशस्वीरीत्या पूर्ण केली होती. शिक्षक, प्रशिक्षक आणि पालक या तंत्राचा उपयोग करू शकतात. या 'उपाधीतंत्राचा' उपयोग करून ते त्यांना हव्या असलेल्या व्यक्तीकडून हवे तसे काम करून घेऊ शकतात. त्यांना हे सांगा, मी असे समजतो की, तुम्हाला दिलेले काम एकदा का आव्हान म्हणून मनावर घेतले, की ते तुम्ही उत्तमप्रकारे पूर्ण करू शकता. ही कार्यपद्धती लहान आणि मोठ्यांना सारखीच लागू पडते. उदाहरणार्थ : आमच्यापैकी एकाने त्याच्या इतर सहकाऱ्यांसोबत संशोधन केले की, जेव्हा शिक्षकांनी त्यांच्या मुलांना सांगितले, की तुम्ही सुंदर हस्ताक्षराची आवड असणारे विद्यार्थी आहात; तेव्हा लहान मुले त्यांच्या फावल्या वेळातसुद्धा चांगले हस्ताक्षर काढण्याचा सराव करीत होती. विशेष म्हणजे आपल्यावर देखरेख करायला आजूबाजूला कोणीही नाही, हा विचार आल्यानंतरही ती हे काम करत होती.

एखाद्या कंपनीचे संबंधसुद्धा त्यांच्या ग्राहकांशी या पद्धतीने बळकट होऊ

शकतात. तुम्हाला कदाचित माहीत असेल की, बऱ्याच एअरलाईन्सनीसुद्धा या तत्त्वाचा फायदा करून घेतला आहे. प्रमुख विमानसेवक प्रवासाच्या शेवटी प्रवाशांना उद्देशून म्हणतो, "आम्हाला माहीत आहे की तुम्हाला एअरलाईन्सचे पुष्कळ पर्याय उपलब्ध आहेत, त्यातून तुम्ही आमची विमानसेवा निवडल्याबद्दल आम्ही आपले आभारी आहोत." यातून तो किंवा ती 'उपाधीतंत्राच्या' फलिताचा उपयोग करीत आहे. तो किंवा ती गर्भित शब्दांत सूचित करीत आहे, तुमच्याकडे बरेच पर्याय असूनसुद्धा तुम्ही आमचा पर्याय निवडला, म्हणजे त्यामागे निश्चित कारण असलेच पाहिजे. या एअरलाईन्सवर असलेल्या विश्वासाच्या उपाधीवर शिक्कामोर्तब करून प्रवाशांनी त्यांच्या निवडीवरचा अधिक विश्वास पाहण्यासाठी आलेच पाहिजे. अशा प्रकारे तुम्ही तुमच्या ग्राहकांना तुमच्या कंपनीशी व्यवहार करण्याच्या निर्णयात त्याचा तुमच्यावर आणि तुमच्या कंपनीवर विश्वास असल्याची आठवण करून देताना या उपाधीतंत्राचा उपयोग होऊ शकतो.

मात्र वाईट बाजूवर सरकण्याचा मोह होण्याची शक्यतासुद्धा लक्षात असू द्या. इतर प्रभावी पद्धतीप्रमाणेच या पद्धतीचासुद्धा योग्य प्रकारेच उपयोग करावा. दुसऱ्या शब्दांत, फक्त गुणविशेष, वर्तणूक, विश्वास किंवा इतर उपाधी यांनी प्रेक्षकांची नैसर्गिक क्षमता, अनुभव किंवा व्यक्तिमत्त्व प्रतिबिंबीत झाले पाहिजे.

अर्थात, तुम्ही या पद्धतीचा अनैतिक उपयोग करण्याचा विचारसुद्धा करणार नाहीत, हे आम्ही जाणून आहोत. शेवटी तुमच्यात बरेच काही चांगले असल्याची आम्हाला जाणीव आहे.

१६ एका साध्या प्रश्नाने तुम्हाला किंवा तुमच्या कल्पनांना मिळणारा पाठिंबा कसा लक्षणीय बळावतो?

कोणताही राजकारणी तुम्हाला सांगेल, की निवडणुकीच्या काळात उमेदवार एका विलक्षण दबावाखाली असतात. त्यांना मतदारांना फक्त त्यांच्यातील सद्‌गुणच समजावून सांगायचे नसतात, तर सर्व पाठिंबा देणाऱ्यांना निवडणुकीच्या दिवशी मतदानकेंद्रापर्यंत आणायचे असते. अमेरिकेमध्ये टेलिव्हिजनवरील जाहिराती, पत्रव्यवहार, प्रसारमाध्यमे यांत प्रचारक जास्तीतजास्त पैसा ओतेल; तेव्हा खरा चाणाक्ष आणि कदाचित विजयी होणारा उमेदवार नुसत्या मन:परिवर्तन कलेचीच नाही, तर मन:परिवर्तन शास्त्राचीसुद्धा कास धरेल.

२००० सालाच्या अमेरिकेच्या अध्यक्षपदाची निवडणूक हे याचे ठळक उदाहरण आहे. या निवडणुकीत केवळ ५३७ मतांनी फार मोठा फरक घडवून आणला. यातून प्रत्येक मत महत्त्वाचे असते, याची एरवीपेक्षा अधिक प्रकर्षाने जाणीव होते. या कुविख्यात निवडणुकीच्या दरम्यान प्रसारमाध्यमे आणि संपूर्ण अमेरिकेने अनेक विसंगतीवर लक्ष केंद्रित केले होते. क्षुल्लक पुष्टीमुळे या किंवा त्या दिशेने वळणाऱ्या मतदारांचा निवडणूक निकालावर खूप परिणाम होऊ शकला असता. अशा वेळी कोणत्याही बाजूने पाठिंबा देणाऱ्या मतदारांना मतदानकेंद्रापर्यंत ओढून आणण्यात कोणती साधी कार्यपद्धती अवलंबली गेली असू शकेल?

याचे उत्तर म्हणजे, जाणकार मतदारांना विचारणे, की निवडणुकीच्या दिवशी तुम्ही मतदान कराल किंवा नाही आणि तसा अंदाज लावण्यामागे काय कारण आहे. समाजशास्त्रज्ञ अँन्थोनी ग्रीनवॉल्ड (Anthony Greenwald) आणि त्याच्या

सहकाऱ्यांनी जाणकार मतदारांवर एका निवडणुकीच्या पूर्वसंध्येला प्रयोग केला. ज्यांना असा अंदाज लावण्याविषयी विचारण्यात आले होते, त्याचा निष्पन्न दर– ज्यांना विचारण्यात आले नव्हते, त्यांच्यापेक्षा २५ टक्क्याने जास्त होता. (६१.५ टक्केच्या तुलनेत ८६.७ टक्के)

या तंत्रात दोन महत्त्वाचे मानसशास्त्रीय टप्पे सामावलेले आहेत. पहिला, जेव्हा लोकांना विचारण्यात येते, की भविष्यात सामाजिकदृष्ट्या योग्य वर्तणुकीत ते स्वत:ला गुंतवतील का, याचा अंदाज करा; तेव्हा त्यांच्यावर होकाराच्या बंधनाची जबाबदारी आहे, असे त्यांना वाटते. कारण त्यामुळे त्या परिस्थितीत सामाजिक मान्यता कमावता येते. समाज मतदानास जे महत्त्व देतो, ते लक्षात घेता प्रतिसाद देणाऱ्या लोकांना घरी बसून, टीव्हीवरील नागरी जबाबदारीचा कार्यक्रम पाहण्याच्या सबबीवर माघार घेणे अतिशय कठीण होईल. त्यामुळे मतदानाचा अंदाज करण्यास सांगितलेल्या सर्वेक्षणातील १०० टक्के मतदारांनी ग्वाही दिली, की ते निश्चित मतदान करतील, यात आश्चर्य काहीच नाही.

दुसरा, सर्वांनी नाही तरी बहुतेकांनी जाहीर विधान केले, की ते समाज अपेक्षित वर्तन करतील, त्यामुळे नुकत्याच दिलेल्या आश्वासनाशी सुसंगत वागण्याची त्यांना प्रेरणा मिळेल. दुसरे उदाहरण म्हणजे एका उपाहारगृहाच्या मालकाने या तत्त्वाचा वापर करून नकारदर्शनाच्या टक्केवारीत भरीव घट केली. (नकारदर्शन – लोक टेबलाचे आरक्षण करतात, पण नियोजित वेळी येत नाहीत किंवा ते रद्द केल्याचा साधा फोनसुद्धा करीत नाहीत.) त्यासाठी आरक्षण करीत असताना रिसेप्शनिस्टने 'आरक्षण रद्द करायचे असल्यास कृपया फोन करा' याऐवजी 'जर आपल्याला आरक्षण रद्द करायचे असेल, कृपया एक फोन कराल का?' असा प्रश्न विचारला. अर्थातच, जवळपास सर्व ग्राहकांनी या प्रश्नास 'होकार' देऊन स्वत:वर फोन करण्याचे बंधन घालून घेतले. महत्त्वाचे म्हणजे, त्यांना त्यांच्या दिल्या शब्दांस बांधील राहण्याची जाणीव झाली आणि नकारदर्शनाचा दर ३० टक्क्यांवरून १० टक्क्यांवर आला. थोडक्यात, उमेदवारांना पाठिंबा देणाऱ्या मतदारांना जास्तीतजास्त संख्येने मतदान केंद्रापर्यंत आणण्याचा सोपा मार्ग म्हणजे– त्यांच्या कार्यकर्त्यांनी त्यांच्या स्वयंघोषित समर्थकांना विचारावयाचे की, ते पुढील निवडणुकीत मतदान करणार आहेत किंवा नाही आणि त्यांच्या होकाराची वाट पाहायची. त्यानंतर फोन करणाऱ्याने त्यात भर घालून सांगायचे, की आता आम्ही तुमच्या नावापुढे होकार नोंदवितो आणि इतर लोकांनाही तुमच्या होकाराबद्दल कळवितो. या आश्वासनात संबंध मजबूत करणारे तीन घटक आहेत– आश्वासन स्वयंस्फूर्त होते, सक्रिय होते आणि इतरांसाठी जाहीरपणे घोषित होते.

यातून आपण कोणते धडे घेऊ शकतो जे कार्यालयात आणि समाजात

विस्ताराने वापरले जाऊ शकतात? समजा तुम्ही तुमचा आवडत्या विना-नफा संस्थेसाठी एक धर्मादाय कार्यक्रम करण्याचा विचार करत आहात; पण तुम्हाला जोपर्यंत खात्री होत नाही, की भरपूर देणगी मिळणार आहे, तोपर्यंत तुम्हाला कार्यक्रम निश्चित करावयाचा नाही. कुटुंबात, मित्रपरिवारात किंवा सहकाऱ्यांना ते देणगी देतील किंवा नाही, हे विचारून त्यांच्या प्रारंभिक पाठिंब्याची कल्पना येतेच; पण ते देणगी देण्याची शक्यताही वाढते. एवढ्यावर तुम्ही कार्यक्रमात सहभागी होण्याचे ठरवावे.

या कार्यपद्धतीचे दुसरे उदाहरण : कल्पना करा तुम्हाला काही लोकांच्या गटाचे व्यवस्थापन करावयाचे आहे आणि तुम्ही हे जाणता, की नवीन प्रास्ताविकांच्या नुसत्या तोंडी आश्वासनावर यश अवलंबून नसते. त्यासाठी अर्थपूर्ण कृतीच्या पाठिंब्याचीसुद्धा आवश्यकता असते. सर्व गटसदस्यांना एखाद्या नव्याने चालू होणाऱ्या विशिष्ट योजनेस पाठिंबा देण्यात काय फायदे आहेत, हे समजावून सांगण्याऐवजी, तुम्ही त्यांना विचारायला हवे की, नव्याने चालू होणाऱ्या योजनेस पाठिंबा देण्यास ते इच्छुक आहेत का? आणि प्रतिसादात त्यांच्या होकाराची वाट पाहा. या होकाराच्या पाठोपाठ तुम्ही त्यांना तुम्हाला पाठिंबा देण्यामागची कारणे विस्ताराने सांगायला सांगितले पाहिजे.

तुमची भूमिका कोणतीही असो– एक व्यवस्थापक, शिक्षक, राजकारणी किंवा निधी उभारणारा– आम्ही समजतो की तुम्ही ही कार्यपद्धती अवलंबिली, तर कदाचित तुम्ही आणखी एक महत्त्वाचे मत मिळवू शकाल आणि ते म्हणजे तुमच्या कामाबद्दल असलेला विश्वास!

१७ निष्ठा टिकविणारा सक्रिय घटक कोणता आहे?

ॲमवे कॉर्पोरेशन (Amway Corporation) या अमेरिकेतील सर्वाधिक नफा कमाविणाऱ्या थेट विक्रीकंपनीने त्यांच्या विक्रीविभागातील लोकांना अधिकाधिक प्रगती करण्यासाठी खालील शब्दांत सल्ला देऊन प्रोत्साहन दिले.

'तुम्ही सुरुवात करण्यापूर्वी शेवटचा सल्ला : उद्दिष्ट ठरवा आणि ते लिहून काढा. उद्दिष्ट काहीही असो, ते निश्चित करणे महत्त्वाचे आहे; म्हणजे तुमच्याकडे काहीतरी ध्येय आहे आणि तुम्ही ते लिहिता. लिहिण्यामध्ये काही किमया आहे, म्हणून उद्दिष्ट ठरवा आणि ते लिहून काढा. जेव्हा तुम्ही त्या उद्दिष्टापर्यंत पोहोचाल, तेव्हा दुसरे ध्येय निश्चित करा आणि लिहून काढा. तुम्ही पुढे जात राहाल आणि धावत राहाल.'

आपण काय लिहितो, हे सर्वस्वी खाजगी असूनसुद्धा, आपली निष्ठा बळकट करण्यासाठी उद्दिष्ट लिहून काढणे प्रभावशाली का असू शकते?

निष्क्रिय जबाबदाऱ्यांपेक्षा कार्यक्षम जबाबदाऱ्यांमध्ये टिकाव धरण्याची क्षमता अधिक असते, त्यामुळे फक्त त्यांचीच नोंद करा. क्षमता आणि सूक्ष्म अशी कार्यक्षम जबाबदारी या दोन्हीच्या नुकत्याच झालेल्या प्रदर्शनांत, एका स्थानिक शाळेत 'AIDS विषयी शिक्षण' या आयोजित केलेल्या कार्यक्रमात, महाविद्यालयीन विद्यार्थ्यांना स्वयंसेवकाची भूमिका पार पाडण्यासाठी समाजशास्त्रज्ञ डेलिया सियॉफी (Delia Cioffi) आणि रॅण्डी गार्नर (Randy Garner) यांनी विनंती केली. संशोधकांनी अभ्यासाच्या नियोजनात दोन वेगवेगळ्या प्रकारच्या सूचनांचा संच केला. ज्यांना सक्रिय सूचना देण्यात आल्या, त्यांना सांगण्यात आले; की त्यांना स्वयंसेवक

म्हणून जर काम करायचे असेल, तर त्यांनी सोबतचा फॉर्म भरून द्यावा आणि त्यावर ते सहभागी होण्यास इच्छुक आहेत, हे नमूद करावे. त्याविरुद्ध ज्यांना निष्क्रिय सूचना देण्यात आल्या, त्यांना सांगण्यात आले; की त्यांना स्वयंसेवक व्हायचे असेल, तर फॉर्म कोरा द्यावा; ज्यातून ते सहभागी होण्यास इच्छुक नाहीत हे कळते.

संशोधकांच्या हे लक्षात आले, की ज्यांनी स्वयंसेवक म्हणून काम करण्यास मान्यता दिली, त्यांच्या शेकडेवारीत सक्रिय किंवा निष्क्रिय सूचनांच्या आधारे फरक पडला नव्हता. तरीही, बऱ्याच दिवसांनंतर प्रत्यक्ष सहभागी होणाऱ्यांच्या संख्येत आश्चर्यकारक फरक पडला होता. ज्यांचा नकारात्मक करार होता, त्यांतील फक्त १७ टक्के लोक दिलेल्या शब्दाप्रमाणे आले होते. ज्यांनी सक्रिय सहभागास मान्यता दिली होती, त्यांच्या बाबतीत काय झाले? त्यांच्यापैकी ४९ टक्के लोकांनी त्यांचा शब्द पाळला होता. एकंदरीत नियोजित वेळी ज्यांनी सक्रिय सहभागास मान्यता दिली होती, असेच बहुसंख्य लोक आले होते. (७४ टक्के)

लेखी स्वरूपात घेतलेल्या आश्वासनातून मिळणारा सहभाग एवढा जास्त यशस्वी का होत असावा? स्वत:विषयीचा अंदाज स्वत:च्याच वर्तणुकीच्या निरीक्षणाच्या आधारे लोक घेतात, आणि स्वत:विषयीचे अनुमान त्यांच्या निष्क्रियतेपेक्षा सक्रियेच्या आधारावर काढतात. या विश्लेषणाच्या आधारे सियॉफी आणि गार्नर यांच्या लक्षात आले की; ज्यांनी नाराजीने स्वयंसेवकाचे काम केले, त्यापेक्षा ज्यांनी स्वेच्छेने स्वयंसेवकाचे सक्रिय काम केले, ते त्यांच्या निर्णयाचे सर्व श्रेय स्वत:च्या व्यक्तिमत्त्वाच्या गुणधर्मास, पसंतीस आणि तत्त्वास देणे जास्त संभाव्य असू शकते.

तुमच्या प्रभाव पाडण्याच्या प्रक्रियेत सक्रिय आश्वासन काय करू शकते? असे म्हणू या, नववर्ष ही बहुतेक लोकांची वर्षातून एकदा संकल्प करण्याची हमखास वेळ असते. त्यावेळी केवळ विचार करण्यापेक्षा तुम्ही केलेला संकल्प लिहून काढणे आणि त्याचे विस्ताराने वर्णन करणे, त्यासोबतच निर्धारित ध्येय गाठण्यासाठी तुम्ही काय प्रयत्न करणार आहात, याचीसुद्धा सविस्तर नोंद करणे हे तुम्हाला जास्त उपयोगी पडू शकेल. विशेषत: जर तुम्ही तुमच्या कुटुंबास आणि मित्रांना हे लिखित संकल्प दाखविले तर ते अधिक उपयोगी पडू शकतात.

तुम्ही विक्रीव्यवस्थापक आहात, तर तुमच्या गटातील सदस्यांना त्यांचे उद्दिष्ट लिहायला लावण्याने ध्येयाप्रती एकनिष्ठता बळकट होण्यास मदत होईल आणि सर्वांत महत्त्वाचे म्हणजे– अंतिमत: त्यांची महत्त्वाकांक्षा प्रज्वलित होईल. तसेच बैठकीमध्ये सभासदांनी लिहिलेली गोष्ट आणि जाहीरपणे त्यांनी कोणती कृती करण्याचे मान्य केले आहे हे सांगणे, याची खात्री करणे शहाणपणाचे आहे.

सर्वसामान्य परिस्थितीतील एक उदाहरण देखील गोष्टी लिहून ठेवण्यातील

सामर्थ्याची अधिक माहिती देते. बऱ्याच दुकानात क्रेडिट कार्ड किंवा इतर एखाद्या आर्थिक तरतुदीवर करार करतात आणि त्यांच्या ग्राहकांना कित्येक महिने किंवा वर्षे त्यांच्या मालाच्या खरेदीकिंमतीचा लाभ घेण्याची संधी दिली जाते. किरकोळ व्यापारी समजतात, विक्रेत्याऐवजी स्वत: ग्राहकांनी फॉर्म भरून दिला, तर करार रद्द करण्याची संभावना फारच कमी असते. ही माहिती हे दर्शविते की, बांधिलकी जास्तीतजास्त करण्यासाठी ग्राहक आणि व्यापारी संघटना यांच्या समन्वयाने तुम्ही पुढाकार घेता. त्यात कोणताही व्यावहारिक करार करताना सर्व पक्षांना समाविष्ट करून सक्रिय भूमिका घेतली पाहिजे. सक्रिय बांधिलकीमध्ये एक क्षमता असते, तिचा उपयोग संपूर्ण आरोग्यसेवेमध्ये पुष्कळ परिणामकारकपणे करता येईल. नुकत्याच काही वर्षांत आरोग्य काळजीसेवा पुरविणाऱ्या लोकांनी दिलेल्या अहवालानुसार, बरेच रुग्ण नियोजित वेळी प्रकृती दाखविण्यास येत नाहीत. 'नॅशनल हेल्थ सर्व्हिस' सर्वेक्षणाने निदर्शनास आणून दिले आहे, की केवळ एका वर्षात ७० लाख रुग्णांची वैद्यकीय भेटीची नियोजित वेळ चुकली. या धक्कादायक संख्येचे आर्थिक आणि वैद्यकीयदृष्ट्या महत्त्वाचे पडसाद उमटतात. ही समस्या कमी करण्यात सक्रिय बांधिलकीची मदत कशी होऊ शकेल? आपण नेहमीच्या तपासणीसाठी किंवा महत्त्वाच्या शस्त्रक्रियेसाठी वेळ देण्याची सर्वसामान्य पद्धत म्हणजे– त्या कक्षाचा रिसेप्शनिस्ट किंवा प्रशासक एका कार्डवर पुढील भेटीसाठीची तारीख आणि वेळ लिहून ठेवतो. या नेहमीच्या अंगवळणी पडलेल्या पद्धतीत रुग्णाची कार्यशील भूमिका असण्याऐवजी अलिप्त भूमिका असते. त्याऐवजी रुग्णासच ते कार्ड भरायला सांगणे, ही पद्धत नकार दर्शनाचा दर कमी करण्यासाठी परिणामकारक आणि सहज शक्य होईल.

शेवटी या पुस्तकात सांगितलेल्या बऱ्याच मार्गांप्रमाणे, सक्रिय बांधिलकी वैयक्तिक आयुष्यातसुद्धा मान्यता प्राप्त करण्यासाठी उपयोगी पडू शकेल. एक छोटी पण मानसिकदृष्ट्या उपयुक्त कृती म्हणजे आपली मुलं, शेजारी, मित्र, भागीदार किंवा अगदी स्वत:कडूनही सक्रिय बांधिलकी लेखी मिळवणे. यातून इतरांवर प्रभाव पाडण्याची इच्छा सर्वांनाच असते; पण फरक इतकाच असतो, की निश्चय पूर्ण करण्याचा सगळ्यांचाच मानस असला, तरी तो पूर्ण करण्यापर्यंत सर्वच जण पोहोचतात असे नाही.

१८ तुम्ही सुसंगतीने सुसंगतिशी झुंज कशी देऊ शकता?

ऑस्कर वाईल्डच्या मते, 'सुसंगती अकल्पकतेचा शेवटचा आश्रय आहे.' तशाच तिरस्काराने राल्फ वाल्डो इमर्सन म्हणतो, 'मूर्ख सुसंगती कोत्या मनाचे विद्रूप रूप आहे.' आणि शेवटी अल्डस हक्सले नोंद करतो, 'खऱ्या अर्थाने सुसंगती असणारे लोक मृत असतात.' प्रौढ आणि विवेकी वयापेक्षा तरुणपणी फटकळपणे ताशेरे ओढणाऱ्या या प्रसिद्ध लेखकांनी असे विधान का केले असावे आणि याचा तुमच्या प्रभाव प्रस्थापित करण्याच्या संबंधाने काय अर्थ असू शकतो?

सर्वसामान्यपणे लोक त्यांचा असलेला स्वभाव, विधाने, मूल्य आणि कृती यांच्या अनुषंगाने वागणे पसंत करतात; पुस्तकात अगोदर चर्चिलेल्या या मुद्द्याशी या लेखकांची मते पूरक नाहीत. पण वयोमानाप्रमाणे हा कल कसा बदलतो? आघाडीचा संशोधक स्टिफन ब्राऊन आणि त्याच्या इतर सहकारी मित्रांनी केलेल्या अभ्यासानुसार, लोकांची सुसंगतपणाची आवड त्यांच्या वाढत्या वयासोबत अधिक बळकट होत असते. विसंगतीमुळे भावनिक अस्वस्थता वाढू शकते आणि वृद्ध लोकांचा भावनिक अस्वस्थतेचा अनुभव टाळण्याकडे अधिक कल असतो, हे त्यामागचे एक कारण असू शकते.

या निष्कर्षांमध्ये वयस्कर लोकांवर कसा प्रभाव पाडावा, याचे महत्त्वाचे धागे आहेत. समजा एखाद्या नवीन वस्तूचा प्रचार प्रौढ प्रेक्षकांत करण्याचा प्रयत्न करणाऱ्या कंपनीसाठी तुम्ही काम करत आहात; तर हे संशोधन असे सुचविते, की विशिष्ट लोकसंख्या ही प्रतिकारात्मक ठरू शकते. कारण बदलामुळे वयस्क लोकांना असे वाटू शकते, की त्यांची कृती त्यांच्या पूर्वापार निष्ठेला विसंगत होत आहे. अशा परिस्थितीत आमचा तुम्हाला उत्तम सल्ला असा आहे, की तुमची नवीन

वस्तू खरेदी करणे आणि वापरणे ही त्यांच्या परंपरागत मूल्यांना, विश्वासाला आणि सवयीला सुसंगत आहे, असे तुमच्या संदेशात तुम्ही प्रकर्षाने सांगा. याच पाठाचा उपयोग तुम्ही इतर क्षेत्रात सुद्धा करू शकता. जसे तुमच्यासोबत काम करणाऱ्या एखाद्या प्रौढ व्यक्तिस आधुनिक कार्यपद्धती स्वीकारायला लावणे किंवा आपल्या वयोवृद्ध पालकांना औषधपाणी घ्यायला लावणे.

पण जी नवीन वर्तणूक आम्ही सुचवित आहोत ती त्यांच्या मूल्यांना, विश्वासाला आणि सवयींना सुसंबद्ध आहे, असे आपल्या केवळ समजावण्याने लोक सहजासहजी त्यांचा मूळ स्वभाव सोडतील का? त्यांच्या दृष्टिकोनातून त्यांच्या निर्णयाप्रती एकनिष्ठ राहणेच कदाचित चांगली गोष्ट आहे आणि आपण सर्वजण हे जाणतो; की जे लोक नेहमी विसंगत वागतात, ज्यांचे मन सतत बदलते, जे एखादी गोष्ट ऐकून चटकन प्रभावित होतात; अशा लोकांना हाताळणे किती क्लेशदायी आहे.

अशा लोकांना हाताळताना केवळ आमचा प्रस्ताव तुमच्या पूर्वघोषित महत्त्वाच्या बाबींशी मिळताजुळता आहे, हे सांगण्यासोबत आणखी काही जास्त सांगण्याची आवश्यकता असते. आमचा संदेश आशावादी आणि मन वळवू शकणारा आहे याची खात्री करून देत असताना, त्यांना त्यांच्या पूर्वग्रहातून मुक्त केले पाहिजे; पण त्यांचे पूर्वीचे निर्णय चूक होते, असे सांगण्याचा प्रयत्नसुद्धा टाळला पाहिजे. कदाचित जास्तीतजास्त सकारात्मक मार्ग म्हणजे त्यांच्या अगोदरच्या निर्णयाचे कौतुक करा आणि समजावून द्या, 'तुम्ही जे केले ते तेव्हा बरोबर होते.' त्या काळातील प्रसंग आणि त्याची माहिती यांना निर्देशित करून, त्यांनी निवडलेले पर्याय अगदी बरोबरच होते ते सांगा. यामुळे त्यांना पूर्वग्रहातून मुक्त होण्यास मदत होईल आणि ते तोंड न वेंगाडता किंवा विरक्ती न दाखविता तुमच्या प्रस्तावाकडे लक्ष देतील.

आता, मन:परिवर्तन करण्यापूर्वीच्या या विधानानंतरचा तुमचा संदेश त्यांच्या एकंदरीत मूल्यांना, विश्वासांना आणि सवयींना मूलभूतपणे अद्याप जोडलेला असतो. जसे चित्रकार चित्र रंगविण्यापूर्वी कॅनव्हास तयार करतो, वैद्यकीय व्यावसायिक शल्यचिकित्सेपूर्वी सर्व साहित्याची तयारी करतो, खेळाचा कोच सामन्यापूर्वी टीमला तयार करतो त्याचप्रमाणे मन:परिवर्तन करण्यासाठीसुद्धा पूर्वतयारी आवश्यक असते. आणि काही वेळा पूर्वतयारीत फक्त आपला संदेश जास्तीतजास्त उत्तम कशाप्रकारे सांगावा, याचीच तयारी नसते; तर अगोदरचे असलेले संदेश आणि प्रतिक्रिया यांच्याकडेसुद्धा लक्ष द्यावे लागते. असे म्हणतात, की उत्तम घोडेस्वारी करणे म्हणजे घोडा ज्या दिशेला जातो, त्या दिशेने जाणे. म्हणजे सुरुवातीला घोडा ज्या दिशेने जात आहे, त्या दिशेस स्वत:ला जुळवून घ्या; म्हणजे नंतर सावकाश आणि हेतुपूर्वक जिकडे जावयाचे असेल, तिकडे घोडा वळविता येतो. तुम्हाला हव्या असलेल्या दिशेने घोड्याला बळेच वळविण्याच्या प्रयत्नात तुम्ही घोड्यावरून पडू शकता आणि घोडासुद्धा बिथरू शकतो.

१० बेंजामिन फ्रँकलिनकडून तुम्ही मन:परिवर्तनाच्या काय सूचना घेऊ शकता?

१७०६ मध्ये जन्मलेला बेंजामिन फ्रँकलिन एक अग्रेसर लेखक, राजकारणी, राजनीतिज्ज्ञ, वैज्ञानिक, प्रकाशक, तत्त्वज्ञ आणि संशोधक म्हणून ओळखला जातो. एक राजकारणी म्हणून त्याने इतर कोणाहीपेक्षा वेगळी गोष्ट केली, ती म्हणजे त्याने अमेरिकन राष्ट्राची संकल्पना मांडली. एक मुत्सद्दी म्हणून अमेरिकन राज्यक्रांतीच्या वेळेस त्याने फ्रेंचांची मदत घेतली, त्यामुळे अमेरिकेला स्वातंत्र्य मिळविणे सोपे गेले.

इलेक्ट्रीसिटीमधील संशोधन आणि सिद्धान्त मांडण्यात वैज्ञानिक म्हणून त्याची प्रमुख भूमिका होती. संशोधक म्हणून 'बायफोकल ऑडोमिटर' आणि 'लाइटनिंग रॉड' यांच्या शोधाचा जनक असण्याचे श्रेय त्याला आहे. पण विरोधकांना अडचणीत आणून त्यांच्याकडूनच सन्मान प्राप्त करण्याचा त्याचा शोध हा कदाचित इतर शोधांपेक्षा अधिक प्रेरणादायी असू शकतो.

जेव्हा फ्रँकलिन पेनसिल्व्हानियाच्या विधिमंडळात होता, तेव्हा दुसऱ्या एका कट्टर विरोधी विधिमंडळ सदस्याच्या शत्रुत्वामुळे तो खूप बेजार झाला होता. या माणसाकडून मान तसेच त्याची मैत्री कशी प्राप्त करावी, याविषयीच्या नियोजनांचे उत्तम वर्णन फ्रँकलिन स्वत: करतो.

'मी त्याची खुशामत करून तसेच अनाठायी मान देऊन त्याची मर्जी संपादन केली नाही, पण काही काळानंतर वेगळी पद्धत अवलंबिली. माझ्या ऐकिवात आले की त्याच्याकडे स्वत:च्या ग्रंथालयात एक अत्यंत दुर्मीळ, विलक्षण चमत्कारिक

असे एक विशिष्ट पुस्तक होते. मी त्याला एक छोटीशी चिठ्ठी पाठविली, की मला ते पुस्तक वाचण्याची इच्छा होती आणि काही दिवसांसाठी त्यानी ते पुस्तक देऊन मला उपकृत करावे, अशी विनंतीही केली. त्याने ते पुस्तक लगेचच पाठविले. मी साधारण एक आठवड्यानंतर ते परत पाठविले आणि सोबतच आभार मानणारी अजून एक चिठ्ठी पाठविली. नंतरच्या वेळी जेव्हा आम्ही भेटलो, तो माझ्याशी अतिशय शालीनतेने बोलला आणि यापुढे सर्व प्रसंगात मला मदत करण्याचीही तयारी दाखविली. (यापूर्वी तो कधीही माझ्याशी बोलला नव्हता) त्यानंतर आम्ही चांगले मित्र झालो आणि आमची मैत्री त्याच्या मृत्यूपर्यंत कायम होती. या वेगळ्या प्रसंगातून मी जुन्या तत्त्वाच्या सत्यतेविषयी शिकलो. हे तत्त्व म्हणजे, 'तुम्ही ज्याच्यावर कृपा करता; त्यापेक्षा जास्त जो तुमच्यावर कृपा करतो, तो तुमच्यावर पुन्हा कृपा करण्यास अधिक तत्पर असतो.'

बऱ्याच वर्षांनंतर फ्रँकलिन बरोबर होता की नाही, हे पडताळून पाहण्याचे वर्तणूक संशोधक जॉन जेकर आणि डेव्हिड लँडी यांनी ठरविले. एका अभ्यासात, स्पर्धकांनी स्पर्धाआयोजकाकडून काही पैसे जिंकले होते. नंतर एका स्पर्धकगटाकडे आयोजक गेला आणि विनंती केली, की मी माझ्या पैशातून स्पर्धा आयोजित करतो आणि आता माझ्याकडे फार थोडी रक्कम उरली आहे, तेव्हा तुम्ही तुमच्याकडील पैसे परत देण्यास तयार आहात काय? बहुतेक सर्वांनी होकार दिला. दुसऱ्या स्पर्धक गटास मात्र कोणत्याच प्रकारची विनंती करण्यात आली नाही. सर्व स्पर्धकांच्या अजाणतेपणी सर्वेक्षण करण्यात आले, की त्यांना आयोजक किती आवडला होता.

फ्रँकलिनची पद्धत जेवढी अतर्क्य वाटते, तेवढी आहे का, हे या प्रयोगातून सिद्ध होते का? ती नक्कीच होती. जेकर आणि लँडी यांच्या निदर्शनात आले, की ज्यांना पैसे परत करण्याची विनंती करण्यात आली होती, त्यांना आयोजकाबद्दल ज्यांना पैसे परत करण्याबद्दल काहीच सांगण्यात आले नव्हते, त्यांच्यापेक्षा अधिक आदर वाटत होता. का? इतर अभ्यासाच्या निष्कर्षानुसार हे कळले आहे, की लोक आपल्या वर्तनाशी सुसंगत पद्धतीनुसारच आपल्या वर्तणुकीत बदल करतात.

ज्या माणसाची आपण पर्वा केली नाही, त्याच्यावरच कृपा केल्याचे लक्षात आल्यानंतर फ्रँकलिनच्या विरोधकाने विचार केला असेल की, 'मला हा माणूस आवडत नसूनसुद्धा मी याला नियमबाह्य मदत का करणार आहे? कदाचित सरतेशेवटी, फ्रँकलिन एवढा वाईट नाही. कदाचित त्याच्यात काही निश्चित चांगले गुणधर्म असतील असा विचार करू या...'

फ्रँकलिनच्या पद्धतीने अनेक वेगवेगळ्या वातावरणात 'संबंध व्यवस्थापन' करता येते. एक उदाहरण म्हणजे सहकारी, शेजारी आणि मित्रांच्या साहाय्याची

आवश्यकता आपल्याला नेहमी पडते आणि या ना त्या कारणाने त्यांचा आपल्याकडे पाहण्याचा दृष्टिकोन सहानुभूतिपूर्वक नसतो. आपण सुद्धा त्यांना मदत मागू इच्छित नाही, कारण त्या व्यक्तिला आपण फारसे आवडत नसावे, अशी भीति आपल्याला वाटते. मदत मागण्याऐवजी ती टाळण्याकडे आपला कल असतो, त्यामुळे हातातील काम पूर्ण करण्यास विलंब होतो. या संशोधनाचा निष्कर्ष हे दर्शवितो, की अशा प्रकारचा संकोच असमर्थनीय आहे.

काही निषेधार्ह व्यक्तिकडून मदत मागणे हे धैर्याचे काम आहे, असे वाटू शकते. पण लक्षात घ्या, की तूर्त तुमच्या बोलण्यातून किंवा न बोलण्यातून या व्यक्तीस काहीच दर्शवायचे नाही, जास्तीतजास्त वाईट काय होईल, शेवटी काहीच निष्पन्न होणार नाही. तरीही प्रयत्न करा. त्यात खऱ्या अर्थाने तुमचे काहीच नुकसान होणार नाही.

२० थोडी मागणी दीर्घ काळ केव्हा चालू शकते?

'चांगल्या गोष्टी लहान स्वरूपात येतात', असे पहिल्यांदा म्हणणारा माणूस फार लहान होता, असा एक समज आहे. ज्या कोणी हा वाक्प्रचार सांगितला, त्यातून हे स्पष्ट होते, की त्याला छोट्या गोष्टींतून मोठ्या गोष्टींबद्दल विचार करण्यातले सामर्थ्य कळले होते.

'आपण लोकांना यशस्वीपणे आणि तात्त्विकतेने होकार देण्यास तयार करू शकतो', या आमच्या दाव्याला पुष्टी देणारी उदाहरणे देण्याचा प्रयत्न आमच्या या पुस्तकातून केला आहे. पण काही विशिष्ट प्रसंगात आणि परिस्थितीत, उचित विनंतीला नकार का देतात, हे समजून घेणेसुद्धा फार महत्त्वाचे आहे. उदाहरण द्यायचे झाल्यास विधायक धर्मादाय कार्यासाठी देणगीची विनंती.

आमच्या बऱ्याच सहकाऱ्यांपैकी एकाने हे जाणून घेण्यास सुरुवात केली. आम्ही विचार केला; की ज्यांना धर्मादाय कार्यास कोणत्यातरी मार्गाने देणगी देऊन मदत करण्याची इच्छा असते, ते लोकसुद्धा देणगी मागितल्यानंतर नकार देतात. कारण जास्त देणगी ते देऊ शकत नाहीत आणि जी थोडी देणगी ते देऊ शकतात, ती त्या कार्यास मदत करण्यास पुरेशी होत नसावी, असा विचार ते करतात. या कारणमीमांसेवर आधारित विचार आम्ही केला; की लोकांना विनंती करून या गोष्टीची जाणीव करून देऊ, की या परिस्थितीत तुम्ही कितीही लहान रक्कम देऊन मदत केली, तरी ती निश्चितपणे उपयुक्त असेल. त्यासाठी त्यांना अशा छोट्या सहभागाच्या आवश्यकतेचे महत्त्व सांगू.

अनुमानाची पडताळणी करण्यासाठी आमचे संशोधक साहाय्यक 'अमेरिकन

कॅन्सर सोसायटी'साठी देणगी मागण्याकरता घराघरात गेले. स्वत:ची ओळख करून दिल्यानंतर त्यांनी निवासी लोकांना विचारले, की देणगी देऊन मदत करण्यास ते इच्छुक होते का? अर्ध्या लोकांना त्यांनी एवढीच विनंती केली. बाकी अर्ध्या लोकांना केलेल्या विनंतीमध्ये भर टाकली, 'तुम्ही दिलेल्या एका पैशाचीही मदत होईल.' विश्लेषणात्मक अभ्यासानंतर कळले, की क्षुल्लक वाटणाऱ्या तांबे आणि जस्ताच्या नाण्याची किंमतसुद्धा सोन्याच्या देणगीच्या भारंभार होती. 'एका पैशाचीही मदत चालेल', असे सांगितलेल्या मदत करणाऱ्या लोकांची संख्या न सांगितलेल्या लोकांच्या दुप्पट होती. (५० टक्के विरुद्ध २८.६ टक्के) हे आमच्या अनुमानास सुसंगत होते.

प्रथमदर्शनी हा अभ्यास असे सुचवितो, की जेव्हा तुम्हाला इतरांची मदत हवी असते, तेव्हा 'आपली अल्पशी मदतसुद्धा आम्हाला मान्य आहे आणि बहुमोलाची आहे' असे निक्षून सांगण्याची पद्धत एक परिणामकारक कार्यप्रणाली आहे. तरीही 'एका पैशाचीसुद्धा मदत होईल' ही कार्यप्रणाली उलटण्याची शक्यता आहे का? ज्यांना एका पैशाचीसुद्धा मदत चालू शकेल, असे सांगण्यात आले; त्यांचे मदत करण्याचे प्रमाण ज्यांना असे सांगितले नव्हते, त्यांच्यापेक्षा दुप्पट होते. तरीही त्यांनी त्यांच्या ऐपतीपेक्षा कमी देणगी दिली नसेल कशावरून? या कुशंकेतील तथ्य तपासण्यासाठी आम्ही एकूण देणगीची रक्कम पाहिली आणि आम्हाला आनंद वाटला, की दरडोई सरासरी देणगी रकमेत फरक नव्हता. याचाच अर्थ काय होतो की 'एका पैशाचीसुद्धा मदत होईल', सांगण्याच्या पद्धतीत नेहमीच्या विनंतीपेक्षा फक्त संख्यात्मक देणगीदारांची वाढ होत नाही; तर दोन्ही प्रकारांत देणगी तेवढीच जमा होते. आमच्या या प्रयोगात ज्यांना विनंती केली, त्यातील पहिल्या अर्ध्या लोकांतून प्रतिशेकडा ७२ डॉलर्स देणगी मिळाली; तर दुसऱ्या अर्ध्या भागातून तुलनेत फक्त ४४ डॉलर्स देणगी मिळाली. 'एका पैशाचीसुद्धा मदत होईल', या पद्धतीचा उपयोग कामाच्या ठिकाणीही होतो. सामाजिक योजना राबविणाऱ्या सहकाऱ्यांसाठी, 'तुमचा फक्त एक तास वेळ खरोखर मदतीचा होईल;' ज्या सहकाऱ्याचे हस्ताक्षर वाचता येण्याजोगे नसते, त्याच्यासाठी 'फक्त थोडी जास्त स्वच्छता मदत करेल;' कामात गुंतलेल्या भावी ग्राहकांची गरज पूर्णपणे समजून घेण्यासाठी 'एका प्रारंभिक थोडक्या शब्दातल्या फोनचीसुद्धा मदत होऊ शकेल' अशा विनंतीचा नक्कीच उपयोग होऊ शकतो. योग्य दिशेतील एक छोटे पाऊलसुद्धा शेवटी फार काही छोटे असू शकत नाही, हे सिद्ध होण्याची संभाव्यता जास्त आहे.

२९ हलकी सुरुवात का भारी सुरुवात? नेमकी कोणती सुरुवात लोकांना खरेदीस भाग पाडेल?

ब्रिटनी स्पिअर्सने चघळलेले च्युइंगम, पापा स्मर्फच्या स्मरणार्थ थाळी किंवा तुटलेले लेसर पॉईंटर अशा नगांपैकी, चढाओढीने बोली लावण्याच्या पद्धतीत वस्तू आणि सेवांची यशस्वीरीत्या विक्री करण्यास आपल्याला कोणते नग शिकवितात? e-Bayवर लोक आपली संपत्ती डावावर कशी लावतात, याचे परीक्षण अत्यंत बोलके असू शकते.

e-Bay कंपनी वस्तूंचे ऑनलाईन लिलाव आणि खरेदी-विक्री यासाठी e-Bay.com नावाची वेबसाईट चालविते. इथे जगभरातल्या वस्तू आणि सेवांची खरेदी आणि विक्री लोक आणि व्यापारी करतात. याची स्थापना १९९५ मध्ये सॅन होजे, कॅलिफोर्निया येथे पिअरे ओमडियार (Pierre Omdiyar) नावाच्या कॉम्प्युटर प्रोग्रामरने केली होती. तो 'इको बे टेक्नॉलॉजी ग्रुप' नावाची कन्सल्टिंग कंपनी चालवीत होता. जेव्हा तो आपल्या सल्लागार गटाची वेबसाईट रजिस्टर करण्यासाठी गेला, तेव्हा त्याला कळले, की 'इको बे माईन'(Echo Bay Mines) या सोन्याच्या खाणीच्या कंपनीने अगोदरच इकोबे.कॉम (echobay.com) नावाने वेबसाईट रजिस्टर केली होती. म्हणून त्याने कंपनीचे नाव संक्षिप्त केले आणि e-bay.com चा जन्म झाला. सर्वांत प्रथम e-bay.com या वेबसाईटवर ओमडियारचा तुटका लेसर पॉईंटर झळकला, जो त्याने १४.८३ डॉलर्सला विकला. कोणी अशी वस्तूसुद्धा खरेदी करू शकतो, याचे आश्चर्य वाटून, बोली जिंकणाऱ्यांशी संपर्क साधून त्याने विचारले, की लेसर पॉईंटर तुटका होता, हे त्यांना कळले होते का?

खरेदी करणाऱ्याने प्रतिसादाच्या ई-मेलमध्ये खुलासा केला, की तो तुटक्या लेसर पॉईंटरचा संग्राहक होता.

२००६ मध्ये e-Bay वर सहा अब्ज डॉलर्सची विक्री रजिस्टर करण्यात आली. या साईटवर तुम्हाला तुमच्या कल्पनेतल्या अगदी साध्या, तसंच अगदी असाधारण गोष्टीही विकत घेता येणं शक्य होतं. नुकत्याच गेल्या काही वर्षांत हॉलीवुडचे मूळ चिन्ह आणि 'चॅनल टनेल बोअरिंग मशीन्स' या दोन्हीचा लिलाव e-bay.com वर करण्यात आला. ॲरिझोनाच्या एका माणसाने त्याची किंमती एअर गिटार ५.५० डॉलर्सला विकण्यात व्यवस्थित यश संपादन केले होते. विशेष म्हणजे बोली लावणारे प्रत्यक्षात काहीच खरेदी करत नव्हते, असे त्याचे स्वत:चेच म्हणणे होते. २००५ मध्ये ब्रिटनमधील रेडिओवरील एका प्रसिद्ध गायकाच्या पत्नीने, त्याच्या एका सुंदर मॉडेलबरोबरच्या प्रणयक्रीडेचे वर्णन ऐकल्यानंतर, संतापाने त्याची आवडती 'लोटस स्प्रीट' स्पोर्टस कार, 'आता खरेदी करा' तत्त्वावर ५० पेनींना विकली. कार अवघ्या पाच मिनिटांत विकली गेली.

e-bay.com ने अत्यंत यशस्वी व्यापाराच्या नमुन्याची ओळख करून दिली आहे, ज्याचा मूळ आधार ऑनलाईन लिलाव करणे आहे. वस्तुस्थितीत ऑनलाईन बोलीसाठी टेंडर मिळविण्यासाठी आणि विक्रेत्यांची निवड करण्यासाठी बऱ्याच कंपन्यांनी अशा प्रकारच्या प्रतिकृती वेबसाईटस अंगीकारल्या आहेत. कारण, ऑनलाईन लिलावाची बोली लावण्याची पद्धत आणि व्यापारातील स्पर्धात्मक बोली लावण्याची पद्धत यांतील स्वाभाविक साम्य; विक्रेते e-bay सारख्या वेबसाईट्वर आपला माल परिणामकारकरित्या कसा विकतात याचे निरीक्षण, या कंपनीच्या स्पर्धात्मक बोलींच्या परिणामकारक आयोजनाबद्दल खूप काही शिकवू शकतात.

वर्तणूकशास्त्रज्ञ गिलीयन कु (Gillian Ku) आणि तिच्या सहकाऱ्यांनी सुचविले; की जेव्हा एखाद्या वस्तूची प्रास्ताविक किंमत जास्त असते, तेव्हा एक जाणकार खरेदीदार या नात्याने जर त्या वस्तूची प्रास्ताविक किंमत कमी असती, तर ती वस्तू अधिक खरेदीयोग्य असती, असा विचार तुम्ही करण्याची शक्यता असते. त्याऐवजी त्यांनी सूचित केले, की कमी किंमतीपासून सुरुवात केल्यास अंतिम विक्री किंमत जास्त येऊ शकेल. त्यामागची तीन कारणे आहेत.

पहिले कारण– लिलावातील सुरुवातीची अधिक किंमत प्रवेशावर काही नियंत्रण करणारी असते. कमी किंमतीने सुरुवात केल्यास जास्तीतजास्त लोकांना एखाद्या वस्तूवर बोली लावून लिलावात सहभागी होण्यासाठी, लोकांना प्रोत्साहन मिळू शकते. दुसरे कारण म्हणजे, बोलीची संख्या तसेच वेगवेगळ्या बोली लावणाऱ्या लोकांची संख्या यांवर याचा परिणाम होतो. प्रास्ताविक कमी किंमतीची क्षमता असणाऱ्यांची कृती नवीन सक्षम बोली लावणाऱ्यांसाठी एक सामाजिक

सिद्धान्त ठरते. दुसऱ्या शब्दांत सांगायचे झाले, तर बोली लावणारे नवीन लोक प्रास्ताविक कमी किंमतीने सुरुवात झालेली वस्तू विचारात घेतील आणि त्यास एक सामाजिक बळकटी आणू शकतील. कारण जेव्हा एवढे जास्त लोक बोली लावतात, तेव्हा ती वस्तू त्या किंमतीची असू शकेल, या विचाराने त्यांना बोलीत भाग घेण्याची बळकटी मिळू शकते. तिसरे कारण जे अगोदर प्रवेश करतात, ते कमी किंमतीने सुरू होणाऱ्या वस्तूंमुळे जास्त वेळ खर्ची घालून, आपली बोली वरचेवर सुधारण्याची शक्यता असते. आपण खर्ची घातलेला वेळ आणि बोली लावण्याचे कष्ट यांचा विचार करता, ते बोली लावणे चालूच ठेवतील आणि ती वाढवीत राहतील. लिलावात बोली जिंकणे हे त्यांचे लक्ष्य होण्याची शक्यता बळावत जाऊ शकते.

या संशोधनाचे निष्कर्ष हे सुचवितात; की जर तुम्ही स्पर्धात्मक लिलाव पद्धतीतून स्वत:चा माल किंवा सेवा देण्याच्या व्यापारात असाल, तर बऱ्यापैकी कमी किंमतीने बोलीची सुरुवात करण्याची पद्धत अंतिम किंमत चांगलीच वाढवून मिळवून देऊ शकते. असे असले तरी एक अत्यंत महत्त्वाची ताकीद विचारात घेतली पाहिजे : संशोधकाच्या हे लक्षात आले, की 'कमी किंमतीने सुरुवात करणे' जास्तीतजास्त परिणामकारक करण्यात, 'सामाजिक सिद्धता' हा घटक एक निर्णायक भाग आहे. म्हणून, जेव्हा एखाद्या वस्तूवर काही निर्बंध घालण्यात येतात, तेव्हा कमी किंमतीची सुरुवात कमी परिणामकारक होते. (उदा. 'e-bay वरील वस्तूंच्या नामाक्षरातील अचूकता', त्यामुळे उभरत्या बोली लावणाऱ्यावर बंधन येते, कारण त्यांना त्या वस्तूची माहिती इतर चौकशीतून मिळालेली असू शकते.) याचाच मतितार्थ असा होतो, की 'कमी किंमतीने सुरुवात' अधिक परिणामकारक होण्यासाठी जास्तीतजास्त खरेदीदारांची आवश्यकता असते आणि जेव्हा दोन खरेदीदार असतील, तेव्हा तर ही पद्धत कमी परिणामकारक ठरते.

जरी या पद्धतीच्या सरावाने, तुम्हाला तुमच्या कंपनीच्या अनुमानिक उत्पादनाची वाढ करण्यासाठी, लाखो डॉलर्सचे जास्त पैसे कदाचित मिळणार नाहीत किंवा तुमच्या कौटुंबिक पुरातन मौल्यवान वस्तूसंग्रहात खूप काही भर पडणार नाही, तरी कमीतकमी एअर गिटारवर बोली लावण्यास निश्चितच मदत होईल, पण ती पुन्हा विक्रीस आली पाहिजे.

२२ प्रभावीपणाचा शिक्का न लागता तुम्ही प्रभावी कसे होऊ शकता?

जेव्हा तुम्ही बहुतेकांसारखे असता आणि जेव्हा तुम्हाला चांगल्या प्रकारे ज्ञात असलेल्या गोष्टीबद्दल सर्व जगाला सांगावयाचे असते; पण तुमच्यात एखाद्या विषयांची अधिकाराने मांडणी करण्याची क्षमता असूनसुद्धा, तुमचा गाढा अभ्यास इतरांपर्यंत पोहोचविताना द्विधा अवस्थेवर मात करावी लागते : तुमचे ज्ञान इतरांपर्यंत पोहोचविण्याच्या आणि त्यांना जिंकण्याच्या प्रयत्नात तुमच्यामध्ये बढाईखोरपणा आणि अहंकार येऊ शकतो. त्यामुळे इतरांना तुम्ही कमी आवडता आणि त्यांनी तुमचा सल्ला ऐकण्याचे प्रमाणही कमी होते. तुमच्या विचारांना आचरणात आणण्यातसुद्धा त्यांचा कल कमी होतो.

त्यामुळे कुठलाही संकोच न बाळगता स्वप्रगतीसाठी खऱ्या तज्ज्ञ व्यक्तीने काय करायला हवे?

एक पर्याय म्हणजे तुमच्यातर्फे बोलण्यासाठी दुसऱ्या कोणाला तरी पकडायचे. बऱ्याच वर्षांपासून वक्ते, लेखक, कलाकार आणि सामाजिक प्रबोधनकार यांना हा पर्याय सर्वमान्यच आहे. दुसऱ्या कोणालातरी तुमच्या गाढ्या अभ्यासाविषयी आणि तुमच्या क्षमतेविषयी बोलायला सांगण्यामुळे तुम्हाला जे सांगायचे आहे, ते लक्ष देऊन ऐकण्याविषयी प्रेक्षकांची मानसिकता तयार होते. तसेच निर्लज्जपणे आत्मस्तुती करण्यापेक्षा होणारा दुष्परिणामसुद्धा टाळता येणे शक्य असते. यात अपेक्षित हे असते, की ही व्यक्ती खरोखरच तुमच्या कुशलतेवर आणि ज्ञानावर विश्वास ठेवणारी असली पाहिजे आणि तिने स्वत:हून सर्वांना सांगितले पाहिजे, की तुम्ही किती कुशाग्र आहात आणि जग चांगले व्हावे, यासाठी किती आशावादी आहात.

असे नसेल, तर तो फक्त वेठबिगार प्रतिनिधी ठरेल.

पण लोकांना त्या प्रस्तुतकर्त्यास तुमची स्तुती करण्याकरता पैसे दिले गेले आहेत, ही वस्तुस्थिती कळणार नाही का? सर्वसामान्यपणे इतर लोक जी चूक करतात, ती चूक जर त्यांनी केली नाही, तर नाही कळणार. सामाजिक मानसतज्ज्ञ या चुकीस 'मूलभूत आरोपाची चूक' म्हणतात. जेव्हा आपण एखाद्याच्या वर्तणुकीचे निरीक्षण करीत असतो तेव्हा त्याच्या वर्तणुकीला आकार देणाऱ्या पैशासारख्या परिस्थितीजन्य गोष्टीच्या भूमिकेला महत्त्व देण्याकडे आपला कल नसतो.

अग्रेसर संशोधक जेफरी प्रिफर (Jeffery Preffer) यांच्या दोन सहकाऱ्यांसोबत आमच्यापैकी एकाने अभ्यास केला. आम्ही असे म्हटले, की या माहितीचा जेवढा विचार करायला हवा, तेवढा विचार लोक करत नाहीत. त्यामुळे योग्यता विशद करण्यासाठी मध्यस्थाला पैसे देण्याची पद्धत अद्यापही एक परिणामकारक प्रणालीच असली पाहिजे. एका अभ्यासात सहभागी होणाऱ्यांना सांगण्यात आले, की एका पुस्तकप्रकाशनासाठी तुम्ही मुख्य संपादकाच्या भूमिकेत आहात आणि एका अनुभवी आणि प्रसिद्ध लेखकाशी व्यवहार करण्याची जबाबदारी तुमची आहे, असे समजा. पुस्तकाच्या आकारमानाने अग्रिम रक्कम देण्याविषयी बोलणी करण्याकरता त्यांना सांगण्यात आले. एका गटाने लेखकाच्या मध्यस्थाने लेखकाविषयीची कौतुकाची आणि मोठेपणाची पाठविलेली माहिति वाचली, तर दुसऱ्या गटाने स्वत: लेखकाने स्वत:विषयी लिहिलेली स्तुतिपर माहिती वाचली. माहितीवरून आमच्या अनुमानाची शहानिशा झाली. सहभागी झालेल्यांनी प्रत्येक बाबतीत लेखकाच्या माहितीला कौल दिला; मात्र त्याच्या योग्यतेबाबत जेव्हा माहिती मध्यस्थामार्फत आली, तेव्हा त्यापेक्षा स्वत: लेखकाने पाठविलेल्या माहितीस फारसे प्राधान्य मिळाले नाही.

या संशोधनातून हे निश्चित होते, की तुमच्या एकंदरीत तज्ज्ञतेविषयी तुमच्यातर्फे एखाद्या त्रयस्थ माणसाने बोलणे, ही मन:परिवर्तनाची अत्यंत योग्य आणि परिणामकारक पद्धत आहे. (खरे पाहता त्या त्रयस्थ व्यक्तीनेच तुमच्यातर्फे तुमच्या संपर्कशर्ती तसेच मानधनाविषयीचीसुद्धा बोलणी करायला पाहिजे.) आम्हीसुद्धा या गोष्टीची शिफारस करतो; की जेव्हा तुम्हाला चांगल्या प्रकारे न ओळखणाऱ्या लोकांसमोर, काही सादरीकरण करावयाचे असते, तेव्हा तुमच्याविषयी सांगण्यासाठी आणि तुमची ओळख प्रेक्षकांना करून देण्यासाठी दुसऱ्या एखाद्या व्यक्तीची व्यवस्था करावी. हे करण्याची सर्वोत्तम आणि तत्पर पद्धत म्हणजे, तुमच्याविषयीची परिपूर्ण माहिती लिहून तयार करावी. ही माहिती फार लांब असण्याची आवश्यकता नाही, पण त्यात कमीतकमी तुमची पार्श्वभूमी, शिक्षण किंवा प्रशिक्षण, अनुभव यांचा उल्लेख असावा, ज्यायोगे तुम्ही एखाद्या विषयावर बोलण्यास योग्य आणि शिक्षित आहात, हे स्पष्ट होते. ज्या विषयावर बोलावयाचे असेल, त्या विषयीचे तुमचे

अनुभव आणि त्या क्षेत्रात संपादन केलेले यश यांचाही त्या माहितीत समावेश असावा.

या पद्धतीचा तात्काळ यशस्वी परिणाम मिळविणाऱ्या एका 'इस्टेट एजन्सी' बरोबर काम करण्याची संधी आमच्यापैकी एकाला मिळाली. ही एजन्सी विक्री आणि भाडेतत्त्व दोन्हीसंबंधी व्यवहार करीत होती. ऑफिसशी फोनवर संपर्क करणारी व्यक्ती बऱ्याचदा पहिल्यांदा रिसेप्शनिस्टशीच बोलायची. बोलणाऱ्यास कोणत्या विभागाशी काम आहे, हे लक्षात येताच, रिसेप्शनिस्ट म्हणणार, 'ओ! भाडेसंबंधी, मग तुम्हाला सँड्राशी बोलायला हवे किंवा तुम्हाला विक्रीविभाग हवा आहे, थांबा तुम्हाला पीटरशी जोडून देते.'

ग्राहकांना आपल्या सहकाऱ्यांची ओळख करून देताना त्यांची पात्रताही सांगावी या आमच्या शिफारशीनुसार, तिने विचारणा करणाऱ्या व्यक्तीस फक्त त्यांनी कोणाशी बोलावे एवढेच सांगितले नाही, तर त्या सहकाऱ्याच्या योग्यतेविषयी सुद्धा सांगू लागली. ज्या ग्राहकांना भाडेव्यवहाराविषयी माहिती हवी असेल, त्यांना ती म्हणू लागली, "ओ! भाडेव्यवहार, तुम्हाला सँड्राशी बोलायला हवे, त्यांना त्या बाबतीत प्रॉपर्टीच्या भाडेव्यवहाराचा १५ वर्षांपेक्षा जास्त अनुभव आहे. आत्ताच मी तुम्हाला त्यांच्याशी जोडून देते." तसेच ज्यांना प्रॉपर्टी विक्रीविषयी अधिक माहिती हवी असते, त्यांना आता ती म्हणते, "मी तुम्हाला आमचे प्रमुख विक्रेते पीटर यांच्याशी संपर्क साधून देते, पीटर यांना प्रॉपर्टी विक्रीचा २० वर्षांचा अनुभव आहे. नुकतीच त्यांनी तुमच्या प्रॉपर्टीसारखी प्रॉपर्टी विकून दिली आहे."

या बदलामध्ये चार लक्षणीय वैशिष्ट्ये आहेत. एक– रिसेप्शनिस्ट ग्राहकांना तिच्या सहकाऱ्यांच्या अनुभवाविषयी सांगते, ती प्रत्येक गोष्ट खरी असते. सँड्राला नक्कीच पंधरा वर्षांचा अनुभव आहे आणि पीटर अत्यंत यशस्वी विक्रीमध्यस्थांपैकी एक आहे. पण पीटर किंवा सँड्राने स्वतःच स्वत:विषयी ग्राहकांना सांगणे म्हणजे आत्मसुती केल्यासारखे किंवा बढाई मारल्यासारखे होईल आणि त्यामुळे जवळजवळ मन:परिवर्तन होत नाही. दोन– प्रस्तावना एखाद्या संबंधित व्यक्तीकडून, जिला दोघांकडून काही फायदा होणार आहे, असे वाटणार नाही. तीन– हे वैशिष्ट्य अतिशय परिणामकारक आहे. सँड्रा, पीटर आणि त्यांच्या सहकाऱ्यांच्या अहवालानुसार जेव्हा त्यांची ओळख दिली जात नव्हती; तेव्हापेक्षा आता त्यांच्या जनसंपर्कात आमूलाग्र वाढ झाली आहे. चौथा मुद्दा म्हणजे यामध्ये लागणारी किंमत जवळपास नगण्य आहे. प्रत्येकाला... अगदी प्रत्येकाला माहीत होते, की या कार्यालयात अनुभवी आणि तज्ज्ञ लोक अगदी विपुल प्रमाणात आहेत.

पण, जर तुमची स्तुती गीते म्हणण्यासाठी दुसरे कोणी असणे, हे अव्यवहारी असेल तर दुसरे काय? जास्त आरडाओरडा न करता तुमची क्षमता दाखवून

देण्याची इतर काही कुशल पद्धत आहे का? निश्चितच आहे. एक उदाहरणच घ्यायचे तर, फिजिशियन्सच्या साहाय्यकांचा एक समूह आमच्यापैकी एकाला भेटला आणि त्यांनी तक्रार केली, की त्यांच्याकडे येणारे रुग्ण त्यांच्या निरोगीपणासाठी आवश्यक व्यायामच करीत नव्हते आणि यामुळे आता ते वैतागले होते. व्यायाम करणे किती तातडीने आवश्यक आणि महत्त्वाचे होते, हे त्यांनी सर्व प्रकारे समजावून सांगण्याचा प्रयत्न केला, पण रुग्ण क्वचितच त्यांचा सल्ला ऐकत होते. जेव्हा आम्ही तपासणीकक्ष पाहण्याची इच्छा दाखविली, तेव्हा एक गोष्ट तात्काळ खटकली. भिंतीवर किंवा इतरत्र कोठेही योग्यतादर्शक असे काहीच लावलेले नव्हते. आम्ही त्यांना सल्ला दिला, की जिथे रुग्ण सहज पाहू शकतील, तिथे तुमची योग्यतादर्शके (प्रमाणपत्र) लावा. साहाय्यकांनी रुग्णांच्या मान्यतेत खूप सुधारणा झाल्याचे नमूद केले. यातून काय बोध घ्यायचा? ज्यांची मर्जी संपादन करायची; त्यांच्यासाठी तुमची पदवी, प्रमाणपत्रे, सन्मान, पारितोषिके यांची योग्य मांडणी करा. तुम्ही ती योग्यता प्राप्त केली आहे, आता प्रेक्षकांचा विश्वास संपादन करण्यात ती तुम्हाला मदत करील.

२३ दालनात सर्वाधिक तेजस्वी व्यक्ती असण्यात काय सुप्त धोका आहे?

मद्यालयात बसून अति मद्यपान करणारे कपोलकल्पित कथा सांगण्यासाठी प्रसिद्धच असतात, उदाहरणार्थ - 'ती सुपरमॉडेल प्रसिद्ध होण्यापूर्वी एक दिवस माझ्यासोबत होती.' नक्कीच असेल. 'मी द्वंद्वयुद्ध जिंकू शकलो असतो, पण मला त्या बिचाऱ्याला दुखवायचे नव्हते.' हूं हूं... किंवा 'मी इंग्लंडकडून फुटबॉल खेळलो असतो, पण माझ्या पायाच्या अंगठ्याच्या फोडाने माझे सर्व करिअर संपुष्टात आणले.' बरोबर!

पण १९५३ मधील फेब्रुवारी महिन्याच्या एका मरगळलेल्या थंड संध्याकाळी, दोन सद्गृहस्थ केंब्रिज येथील इगल सार्वजनिक गृहात गेले आणि त्यांच्या पेयाची ऑर्डर दिल्यानंतर त्यापैकी एकाने बाकीच्या लोकांना उद्देशून म्हटले; की जी जगातील सर्वोच्च गोष्ट समजली जाते, ते जीवनाचे रहस्य आम्हाला उलगडले आहे.

त्यांचा दावा जरी बढाईखोर आणि घमेंडी वाटत असला, तरी तो खरा होता. त्याच दिवशी सकाळी जेम्स वॅटसन (James Watson) आणि फ्रान्सिस क्रिक (Francis Crick) या वैज्ञानिकांना जीवनाचे रहस्य उलगडले होते. जीवशास्त्रीय पदार्थ– ज्यात आनुवंशिक माहिती असते, त्या DNA च्या 'डबल हेलिक्स' रचनेचा शोध त्यांनी लावला होता.

ज्याचे आजच्या काळातील बहुमोल वैज्ञानिक संशोधन म्हणून वर्णन केले जाऊ शकेल, अशा या शोधाच्या पन्नासाव्या वर्धापनदिनी वॅटसन यांनी एका मुलाखतीत भाग घेतला होता. वॅटसन आणि क्रिक यांना इतर सिद्ध वैज्ञानिकांच्या

पुढे जाऊन DNA ची रचना उलगडण्याच्या कार्यात कशामुळे प्रेरणा मिळाली, या बाबीचे परीक्षण करण्यासाठी या मुलाखतीचे आयोजन केले होते.

सर्वप्रथम वॅटसन याने बहुतेक नेहमीच्या पूरक घटकांची यादी केली. त्याला आणि क्रिकला प्रश्न उमगला होता आणि जो सोडविणे महत्त्वाचे होते. ते दोघेही आपल्या कार्याविषयी उत्कट होते. त्यांनी स्वत:ला आपल्या कार्याला संपूर्णपणे समर्पित केले होते. आपल्याला अपरिचित असलेल्या पद्धतींनासुद्धा स्वीकारण्यास ते तयार होते. पण त्यानंतर त्यांनी आपल्या यशास कारणीभूत इतरही घटकांची पुष्टी जोडली. तो म्हणाला, की त्याने आणि क्रिकने DNA च्या क्लिष्ट अशा संकेताचे प्रथम विघटन केले. कारण उत्तराचा शोध घेणारे ते काही अत्यंत बुद्धिमान वैज्ञानिक नव्हते.

काय? पुन्हा म्हणा? ते कसे शक्य असेल? वॅटसनने केलेल्या दाव्याप्रमाणे, काही प्रसंगी स्वत:ला सर्वांत बुद्धिमान निर्णय घेणारा उपस्थित एकमेव चाणाक्ष म्हणविणे फार धोकादायक असू शकते का? दालनात तेजस्वी व्यक्ती असण्यात काही सुप्त धोके असतात का?

मुलाखतीत वॅटसन एकसारखा खुलासा देत होता की, त्यांच्या प्रकल्पात काम करणारी सर्वांत बुद्धिमान व्यक्ति त्या वेळी पॅरिसवासी, ब्रिटिश वैज्ञानिक रोझालिंड फ्रँकलिन (Rosalind Franklin) होती. 'रोझालिंड इतकी बुद्धिमान होती, की ती क्वचितच कोणाचा सल्ला घेत होती आणि जर तुम्ही दालनातील सर्वांत तेजस्वी व्यक्ती असाल, तर तुम्ही अडचणीत असता.'

वॅटसनचा अभिप्राय बऱ्याच सद्हेतू असलेल्या नेत्यांच्या कृतीत दिसणाऱ्या परिचित त्रुटींवर प्रकाश टाकतो. एखाद्या संघटनेच्या नेत्यांनी संभाव्य ग्राहकांसाठी समर्थ विक्रीक्षेत्र कसे आकारावे किंवा शिक्षक-पालक संघटनेसाठी निधी उभा करण्यासाठी उत्कृष्ट मोहीम राबविणे, असे प्रश्न हाताळताना समूहातील प्रत्येक सदस्यासोबत ध्येयपूर्तीसाठी सहकार्य करणे आवश्यक आहे. जरी त्यांना त्या गटात सर्वांत जास्त माहिती, अनुभव, कौशल्य असले, तरी त्यांनी सहकार्याने वागावे. तसे न करणे मूर्खपणाचे सिद्ध होऊ शकते. प्रत्यक्षात वर्तणूकशास्त्रज्ञ पॅट्रिक लॉगफ्लीन (Patrick Laugflin) आणि त्याच्या सहकाऱ्यांनी हे दाखवून दिले आहे; की जे गट तोडगा काढण्याच्या कामात सहकार्य करतात, त्यांची पद्धत आणि फलश्रुती एकाकी काम करणाऱ्या सामान्य सदस्यापेक्षाच फक्त चांगली नसते, तर उत्तम तोडगा काढू शकणाऱ्या व्यक्तीपेक्षाही त्यांचे तोडगे अधिक चांगले असतात. जास्त अनुभवी, कुशल आणि शहाणे नेते नेहमीच समस्येवर तोडगा काढण्यात संपूर्ण गटात स्वत:ला अतियोग्य समजतात; पण ते सुद्धा समूहातील सदस्याकडून आवश्यक माहिती घेण्यात कमी पडतात.

लॉगफ्लीन आणि त्याच्या सहकाऱ्यांनी केलेले संशोधन सांगते; की वैयक्तिकरीत्या कार्यरत असणाऱ्या उत्तम नेत्याला, कमी निपुण पण सहकाऱ्याने तोडगा काढणाऱ्याकडून का मात खावी लागते. प्रथम, एकट्याने निर्णय घेणाऱ्याच्या ज्ञानाची विविधता, समूहातील बहुविध व्यक्तिंच्या अपेक्षा यांच्याशी ताळमेळ बसत नाही. इतरांकडून मिळणाऱ्या माहितीमुळे विचारप्रक्रियेस जी चालना मिळते, ती एकटे काम करण्यात प्रगत होत नाही. आपण आपल्या सहकाऱ्याच्या बोलण्यातून मिळालेल्या अंतर्दृष्टीचे स्मरण करू शकतो. त्याने अंतर्दृष्टी दिलेली नसते, पण संघटना प्रज्वलित केलेली असते. दुसरे म्हणजे– जो एकटा तोडगा शोधतो, तो एका महत्त्वाच्या फायद्यास मुकतो– समांतर कार्याची शक्ती. सहकार्याने काम करणाऱ्या घटकांत कामाची विभागणी होते. बरीच संबंधित कामे सदस्यांना देता येतात, जेव्हा की एकटाच काम करीत असणाऱ्यास सर्वच कामे स्वत:ला करावी लागतात.

पण संपूर्ण सहभागात धोका नाही का? समितीचे निर्णय शेवटी दुय्यम प्रतीच्या कार्यात फार तापदायक ठरतात. समस्येवर विचार करणाऱ्याने मतमोजणी पद्धतीने निर्णयास यावे, असे आम्ही सुचवित नाही. वास्तविक, आमचा सल्ला आहे की संयुक्तरीत्या निर्णय कधीच घेऊ नये. अंतिम निर्णय शेवटी नेत्यानेच नेहमी घेतला पाहिजे. पण नेत्याने सामूहिक पद्धतीनेच सर्व आवश्यक माहिती गोळा करावी आणि जे आपल्या संघटनेतून नेहमीच माहिती घेत असतात, ते चांगल्या फलितासोबतच निकट संबंध आणि संघटनेशी सुसंवादाची अपेक्षा करू शकतात. त्यामुळे भावी सहभाग आणि प्रभाव यात भर पडते. पण जर एखाद्या सदस्याची कल्पना अंतिमत: अमान्य झाली, तर त्यात अहंकार दुखावण्याचा आणि प्रेरणा लोप पावण्याचा धोका नाही का? जोपर्यंत संघनायक याची खात्री देतो, की निर्णायक घटका व्यतिरिक्त, प्रक्रियेत प्रत्येकाच्या मताचा विचार केला जाईल, तोपर्यंत अशी परिस्थिती उद्भवणार नाही आणि कोणाला माहीत, एकमेकांशी सहकार्य करण्यासाठी उद्युक्त केलेल्या लोकांचा गट बांधूनही तुम्हाला वॅटसन आणि क्रिकप्रमाणे घोषणा करता येणार नाही, की 'आम्हाला आयुष्याचे रहस्य उलगडले आहे.' त्याने तुमच्यातील आणि तुमच्या समूहातील खऱ्या क्षमतेचे रहस्य उलगडण्याच्या कामात तुम्हाला मदत होईल.

२४ 'कॅप्टनपणातून' काय शिकता येईल?

दालनात स्वतःला सर्वाधिक उत्तम निर्णयकर्ता समजण्यात तुम्हाला जेवढा धोका आहे, तेवढाच धोका आणखी एका गोष्टीत आहे आणि तो म्हणजे, इतरांनी तुमच्याकडे दालनातील सर्वाधिक तेजस्वी व्यक्ती किंवा अत्यंत अनुभवी व्यक्ती म्हणून पाहणे. याचे गांभीर्य वाढते, जेव्हा ते दालन म्हणजे विमानाचे कॉकपिट असते, आणि प्रश्नातील नायक त्या विमानाचा पायलट असतो.

उदाहरणादाखल 'एअर फ्लोरिडा फ्लाईट ९०' फ्लाईट रेकॉर्डरचा खालील संवाद पाहू, जो १९८२ मध्ये हे विमान बर्फाळ पोटोमॅक नदीत कोसळण्यापूर्वी काही क्षण अगोदरच झाला होता.

सह-पायलट : आपण तसेही इथे थोडा वेळ बसलोच आहोत, तर आपण पुन्हा एकदा विमानाच्या पंखावरचा बर्फ तपासून पाहू.

कॅप्टन : नको. मला वाटतं आपल्याला एका मिनिटात निघायला हवं.

सह-पायलट : (ते 'टेक ऑफ'च्या तयारीत असताना एका उपकरणाचा संदर्भ देत) ते बरोबर वाटत नाही, नाही का? हूँ, नाही, ते बरोबर नाही.

कॅप्टन : होय, ते आहे...

सह-पायलट : हं, असेल कदाचित.

(उंच जात असताना विमानाचा आवाज अयशस्वी, तणावपूर्वक)

सह-पायलट : लॅरी, आपण खाली जात आहोत.

कॅप्टन : मला ते माहीत आहे.

(कोसळण्याचा आवाज, कॅप्टन, सह-पायलट आणि ७६ जणांचा मृत्यू)

गटामधील लोक आपल्या नायकाच्या 'योग्य आणि माहीतगार अशी अधिकार व्यक्ती' या प्रतिष्ठेपायी त्याच्याशी कसे सहमत होतात, या शोकांतिकेचे हे उदाहरण

आहे. यातून हेसुद्धा दिसून येते, की आपल्या प्रतिष्ठेचा आणि निपुणपणाचा आपल्या सभोवतालच्या लोकांवर कसा प्रभाव आहे, हे पाहण्यास सहसा नायक विसरतात. फ्लाईट कॅप्टन जेव्हा असे उघडउघड चूक निर्णय घेतात, तेव्हा विमानातील कर्मचारी या प्राणघातक आणि नकारात्मक वागणुकीस कधी कधी नावं ठेवतात, 'कॅप्टनपणा'! अपघाताची कारणे शोधणाऱ्या शोधकांनी पुन्हा पुन्हा नोंदविले आहे, की अशा दुर्दैवी अपघातात एअर लाईन्स कॅप्टनच्या क्षुल्लक चुकांची विमानातील इतर सदस्यांनी दुरुस्ती केली नाही.

हा 'कॅप्टनपणा' फक्त हवाई प्रवासापुरताच मर्यादित नाही. एका अभ्यासात, 'साहेबांनी किंवा ड्युटीवरील डॉक्टरने सांगितल्यावर, सुशिक्षित आणि प्रशिक्षित परिचारिकांमध्ये संबंधित रुग्णाविषयीची आपली व्यावसायिक जबाबदारी सोडून देण्याची तयारी' याविषयी संशोधकांनी चाचणी घेतली. हा प्रयोग करण्यासाठी मानसशास्त्रीय संशोधक चार्ल्स हॉफलिंग (Charles Hofling) याने हॉस्पिटलमधल्या विविध विभागातील २२ वेगवेगळ्या परिचारिका कक्षांत फोन केला. फोन करणाऱ्याने स्वत: डॉक्टर असल्याचे सांगून, ठरावीक रुग्णास २० मिलिग्रॅम ॲस्ट्रोजिन हे औषध (Astrogen Drug) देण्याचा निर्देश दिला. ९५ टक्के नर्स ते औषध आणण्यासाठी सरळ औषधकक्षात गेल्या, जेव्हा की ते औषध हॉस्पिटल उपयोगासाठी अद्याप खुलेसुद्धा केले नव्हते आणि २० मिलिग्रॅमचा डोस दररोजच्या नियमित डोसच्या दुप्पट होता. असे असूनही नर्स डोस देण्यासाठी रुग्णाकडे गेली.

सारांशाचा परामर्श घेताना संशोधकांनी एक मुद्दा निक्षून सांगितला. त्यांनी निष्कर्ष काढला, की कर्मचारी परिपूर्ण असलेल्या वैद्यकीय व्यवसायात बहुविध व्यावसायिक हुशार लोक (डॉक्टर्स, नर्सेस, फार्मासिस्टस) योग्य निर्णय घेतला जावा, यासाठी एकत्र काम करत असतात; पण बारकाईने पाहिल्यास त्यांच्यापैकी एकच बौद्धिक घटक कार्यरत असतो. याबाबतीत असे दिसून येते, की नर्सनी आपल्या पाठीशी असलेला अनुभव, आपले नैपुण्य सोडले आणि डॉक्टरांचे म्हणणे ऐकले. अशा परिस्थितीत नर्सचे वागणे समजू शकते. लक्ष देणारा डॉक्टर अधिकारी आणि अधिकार असलेला दोन्ही असतो. दुसऱ्या शब्दांत सांगायचे, तर तो तेथील जबाबदार डॉक्टर असतो, ज्याला ऐकत नसलेल्या कर्मचाऱ्यांना शिक्षा करण्याचा अधिकार असतो आणि डॉक्टर्सजवळ उच्च प्रतीचे वैद्यकीय प्रशिक्षण असते, त्यामुळे त्यांच्या सोबतच्या लोकांना त्यांच्या तज्ज्ञ मताशी सहमत होणे भाग पडते. या प्राप्त नैपुण्याप्रीत्यर्थ डॉक्टरनी सांगितलेल्या औषधोपचारास कर्मचारी आव्हान करत नाहीत. यामध्ये आश्चर्य वाटण्यासारखे काहीच नाही.

नायकांनी या निष्कर्षाविषयी सतर्क असले पाहिजे... केवळ हॉस्पिटलमध्ये असतानाच नाही, तर स्वत:च्या कार्यालयात किंवा बोर्डरूममध्ये महत्त्वाचा निर्णय

घेत असतानाही जेव्हा नायक त्यांच्या सहकाऱ्यांकडून माहिती घेऊ शकत नाही किंवा सदस्य आपले मत नायकास सांगू शकत नाहीत, तेव्हा दुष्टचक्र निर्माण होऊ शकते आणि निर्णय घेण्याची कार्यपद्धती कुचकामी होऊ शकते, पर्याय चूक ठरू शकतात आणि सहसा टाळता येण्याजोग्या चुका होतात. तुम्ही एखाद्या क्रीडासंघाचे प्रशिक्षक, क्लबचे अधिकारी, छोट्या धंद्याचे मालक, बहुराष्ट्रीय कंपनीचे सीईओ किंवा संघटन नायक यांपैकी काहीही असा; तुमच्या कर्मचाऱ्यांपैकी एखाद्या सूज्ञाकडून मतभेद जाणणे, हे ते चक्र भेदण्याची किल्ली ठरू शकते. फक्त बोर्डरूम, हॉस्पिटल किंवा कॉकपिटच्या प्रवेशद्वारावरच तुमच्या अहंकारावर नियंत्रण ठेवण्याचे लक्षात असू द्या.

२५ गटसभेच्या स्वरूपाची परिणति अनैसर्गिक अनर्थामध्ये कशी होऊ शकते?

अवकाश शोधमोहिमेत, दोन दिवस राष्ट्रीय दुखवट्याचे म्हणून इतिहासात नेहमीसाठी कोरले गेले आहेत. १ फेब्रुवारी २००३ या दिवशी अमेरिकेचे अंतराळयान 'कोलंबिया' पृथ्वीच्या वातावरणात पुनर्प्रवेश करताना उद्ध्वस्त झाले आणि २८ जानेवारी १९८६च्या दिवशी अमेरिकेच्याच 'चॅलेंजर' या यानाचे प्रक्षेपण करतानाच स्फोट झाला. या दोन्ही दुर्दैवी अपघातात सात हवाईसदस्य मारले गेले. दोन्ही दुर्घटनेमधील दर्शनीय कारणे वेगळी होती. एका यानाच्या डाव्या पंखाचा भाग खराब झाला होता आणि दुसऱ्यामध्ये शटलच्या सॉलिड रॉकेट बुस्टरचे 'ओ'रिंग सील निकामी झाले होते, मात्र या अपयशाच्या सूक्ष्म परीक्षणाने एकच मूलभूत कारण सुचविले होते– 'NASSA'ची निर्णय घेण्याची निकृष्ट संस्कृती! या शोकांतिकेतून काय बोध घेतले जाऊ शकतात? आपण आपल्या कार्यस्थळी इतरांना 'आपण चूक आहोत' हे पटवून सांगण्याची मुभा मिळेल, अशी संस्कृती कशी निर्माण करू शकतो?

हा अपघात कसा घडला हे जाणून घेण्यासाठी सर्वप्रथम कोलंबिया अपघाताचा तपास करणारा अधिकारी आणि त्या मोहिमेची व्यवस्थापन अध्यक्षा यांच्यातील संवाद अगोदर समजून घेण्याचा प्रयत्न करू

शोधक : अध्यक्ष या नात्याने तुम्ही भिन्न भिन्न मते कशी जाणून घेता?

अध्यक्षा : ठीक! जेव्हा मी त्याबाबत ऐकते...

शोधक : त्यांच्या स्वरूपावरून, तुम्ही त्याबद्दल कदाचित ऐकलेले नसावे... ते काढून घेण्यासाठी तुम्ही कोणते तंत्र वापरता?

अध्यक्ष बाईंकडे उत्तर नव्हते.

'कोलंबिया' अपघाताच्या बाबतीत, 'गुप्तहेर उपग्रहाचा उपयोग करून यानाच्या खराब झालेल्या भागाचे फोटो मागवावेत', या हाताखालील कर्मचाऱ्यांनी केलेल्या विनंतीकडे व्यवस्थापकांनी दुर्लक्ष केले होते. चॅलेंजरच्या बाबतीत उड्डाणाच्या वेळी असलेल्या थंड वातावरणामुळे 'ओ'रिंग निकामी होऊ शकते, या अभियंत्यांनी केलेल्या सूचनेकडे व्यवस्थापकांनी दुर्लक्ष केले होते. कोणते घटक अशा प्रकारचे निकृष्ट निर्णय घेण्यास कारणीभूत होऊ शकतात?

केनेडींचे 'बे ऑफ पिग्स'वरील आक्रमण आणि निक्सन यांची वॉटरगेटसारखी कृती यांसारख्या निर्णय घेण्यातल्या अपयशाच्या सत्यजगाचे परीक्षण करता, सामाजिक मानसशास्त्रज्ञ आर्यविंग जेनिस (Irvin Janis) याने गट निकृष्ट निर्णयाप्रती कसे येतात या बाबतीत एक सिद्धान्त विकसित केला– 'गटविचार' (Group think). विल्यम एच. व्हाईट या पत्रकाराने दिलेली ही पारिभाषिक संज्ञा. 'गटविचार' हा गटाने निर्णय घेण्याच्या शैलीचा एक प्रकार आहे. या शैलीत पर्यायी दृष्टिकोन आणि विविध कल्पना घेऊन त्याचे चिकित्सक मोजमाप करण्याऐवजी, गटातील सदस्यांनी एका दिशेने जाणे आणि एकमेकांशी सहमत होणे याची अधिक आवश्यकता असते. गटाशी एकनिष्ठ राहण्याची इच्छा, बाहेरच्या जगाच्या प्रभावापासून अलिप्तता आणि आपली मते इतरांना सांगणारे नेते यामधून हे सहसा घडते. बऱ्याच संघटनेत असे घटक विविध स्तरांवर उपस्थित असतात. इतरांच्या ज्ञानांतून नेत्यांच्या दृष्टिकोनाशी जुळवणी करण्यासाठी हे घटक दबाव निर्माण करतात. असे घटक विरोधी मतांना कात्री लावणे आवश्यक समजतात आणि नायकास अशा मतापासून संरक्षण देतात. त्यामुळे चूक धोरणावर गटसदस्य एकमेकांशी संपूर्णपणे सहमत होतात आणि गटाबाहेर असे दृष्टिकोन निकृष्ट ठरतात. याचे फलित म्हणजे सदोष चर्चा आणि पर्यायी कल्पनांचे अर्धवट सर्वेक्षण, तसेच परस्वाधीन माहिती शोधण्याची पद्धत अशा वैशिष्ट्यांनी युक्त निर्णय घेण्याची पद्धत आणि गटप्रमुखाने प्राधान्य दिलेल्या मतांचे परीक्षण करण्याच्या जबाबदारीत अपयश.

असे निकृष्ट निर्णय घेण्याची पद्धत टाळण्यासाठी कोणत्या प्रकारचे पाऊल उचलले जाऊ शकते? सर्व प्रकारच्या दृष्टिकोनावर– विशेषत: गटनायकाच्या पसंतीवर चिकित्सा आणि शंका यांना प्रोत्साहन देऊन, गट-निर्णय घेण्यात सुधारणा केल्या जाऊ शकतात. चाणाक्ष नायकाने स्वत:ची भूमिका स्पष्ट करण्यापूर्वी इतरांचे विचार जाणून घेतलेच पाहिजेत, सोबतच त्याला / तिला काय ऐकण्याची इच्छा आहे, हे सांगण्यापेक्षा त्यांना खात्री द्या; की समूहाचे विचार, मत आणि दृष्टिकोन यांच्यामध्ये प्रत्यक्ष सहभागी होण्याचा त्यांचा मार्ग मोकळा आहे.

ही पद्धत परिणामकारक पद्धतीने राबविण्यासाठी नायकाने मोकळ्या आणि

प्रामाणिक वातावरणास प्रोत्साहन दिले पाहिजे, वैयक्तिक मतांचे स्वागत करून ती विचारात घेतली पाहिजेत आणि त्यात शिक्षेची दहशत नसली पाहिजे. महत्त्वाचे म्हणजे– निर्णय घेतल्यानंतर, निर्णयाविषयी काही शंका असल्यास चर्चेसाठी तो पुन्हा सर्वांना खुला असला पाहिजे. पुढे जाऊन नि:पक्षपाती त्रयस्थ तज्ज्ञ लोकांकडून त्या निर्णयाची तपासणी करून घेणे बहुतेक वेळा कठीण असते. विशेषत: जेव्हा संस्थेच्या अंतर्गत दृष्टिकोनातून विचार केला जातो, तेव्हा तो काही वेळा ऱ्हस्वदृष्टीचा असू शकतो, अशा वेळी ही पद्धत विशेष करून परिणामकारक ठरते. त्यामुळे संस्थेत अगोदरपासून रूढ पद्धती उकल करून पाहण्यास मदत होते. जे माहिती नाही, पण चांगल्या प्रकारे उपयोगी ठरू शकते, ते अधिक उत्तम प्रकारे समजण्यासाठी बहि:स्थ दृष्टिकोन आवश्यक असतो.

थोडक्यात, ज्यांच्या गटनिर्णयाप्रति मन:परिवर्तन करण्याचा प्रयत्न तुम्ही करत असता, त्यांच्याकडून 'होकार' येण्याची संभाव्यता वाढविण्यासाठी काही वेळा त्यांचा 'नकार' ऐकणे महत्त्वाचे असते.

२६ उत्तम मन:परिवर्तक कोण आहे – (निंदक) टीकाकार का खरा मतभेद असणारा?

जवळपास चारशे वर्षांपर्यंत, उमेदवाराच्या साधुत्वासाठी त्याच्या आयुष्यातील नकारात्मक भूमिका आणि कार्य याविषयी माहिती काढणे आणि चर्चला सादर करणे यासाठी रोमन कॅथॅलिक चर्च टीकाकारांवर (advocate diaboli or devil's advocate) विश्वास ठेवत होते. यात साधुत्वाचा व्यासंग पाहण्याचा कोणता दृष्टिकोन असू शकतो? यामागची कल्पना अशी होती, की संबंधित उमेदवाराविषयीची अयोग्य माहिती उघडकीस यावी आणि ती चर्चप्रमुखास सादर व्हावी. त्यामुळे निर्णयप्रक्रियेसाठी अधिक माहिती उपलब्ध होईल, तसेच विचार आणि दृष्टिकोनातील विभिन्नता आणि माहितीच्या साधनांत त्याचा लक्षणीय फायदा होईल.

व्यावसायिक जगात वावरणारा कोणीही हे जाणतो, की 'व्यवसाय' आणि 'साधुपणा' हे सामान्यपणे सोबती नाहीत. तरीही व्यावसायिक व्यवस्थापक या टीकाकाराच्या पद्धतीतून मोलाचा पाठ शिकू शकतात. जेव्हा समूहातील प्रत्येक जण प्रथमदर्शनी एखाद्या मुद्द्यावर सहमत होतो, तेव्हा पर्यायी दृष्टिकोनास उत्तेजन देणे नेहमी फलस्वरूप असू शकते. जेव्हा तुम्ही गटविभागणी आणि गटविचार समूळ उद्ध्वस्त होण्याची संभाव्यता अनुभवता; तेव्हा जेवढी जास्त चर्चा होते तेवढे गटातील बहुमत अधिकाधिक पराकोटीचे होते, अशा वेळी ही पद्धत जास्त महत्त्वाची ठरते.

सामाजिक मानसशास्त्रज्ञसुद्धा हे जाणून आहेत, की इतर सर्वांचे एकमत असतानाही, एकाचे भिन्न मतसुद्धा सर्जनशील आणि संकीर्ण विचारांना जन्म

देऊ शकते. पण नुकताच भिन्न मत असणाऱ्यांच्या स्वभावाविषयीचा एक छोटा संशोधक प्रयोग करण्यात आला. निंदक किंवा टीकाकार– अर्थात खोटे मतभेद असणारे खऱ्या मतभेद असणाऱ्या लोकांपेक्षा, सारख्या विचाराच्या लोकांच्या गटात समस्या सोडविण्याच्या बाबतीत अधिक चांगले असतात का अधिक वाईट असतात? चार्लॅन नेमेथ (Charlan Nemeth) आणि त्याच्या सहकाऱ्यांनी केलेल्या प्रयोगाच्या निष्कर्षावरून हे समजते, की खरे मतभेद असणाऱ्यांच्या तुलनेत गटसदस्यांमध्ये समस्या सकारात्मक पद्धतीने सोडविण्याच्या बाबतीत निंदक किंवा टीकाकार बरेच कमी परिणामकारक असतात. संशोधकाच्या युक्तिवादाप्रमाणे बहुसंख्य सदस्य खरे मतभेद असणाऱ्यांची मते तत्त्वशील म्हणून ग्राह्य समजून स्वीकारण्याची शक्यता जास्त असते. याविरुद्ध निंदकांचा पवित्रा फक्त 'विरोधाकरता विरोध' म्हणून अमान्य केला जाऊ शकतो. जेव्हा बहुसंख्य सदस्यांना त्यांना खऱ्या अर्थाने विरोध करणाऱ्याचे ऐकणे भाग पडते, तेव्हा तेसुद्धा मतभेद असणारी व्यक्ती त्याच्या किंवा तिच्या विश्वासाशी एवढे एकनिष्ठ का आहेत, हे समजून घेण्याचा प्रयत्न करतात.

या निष्कर्षातून असे अभिप्रेत होते का, की निंदक कालबाह्य झाले आहेत? १९८० मध्ये पोप जॉन पॉल II यांनी अधिकृतपणे कॅथॅलिक चर्चच्या प्रणालीत त्यांचा उपयोग करणे रद्द केले. खचितच असा अनुभव आहे, की निंदकामध्ये सदस्यांचा मूळ पदावरचा आत्मविश्वास कमी करण्यापेक्षा वाढविण्याची क्षमता आहे, कारण कदाचित ते समजतात, त्यांनी अगोदर सर्व पर्याय विचारात घेतले आणि पाठोपाठ रद्द केले. तरीही यातून असे म्हणावयाचे नाही, की टीकाकाराचा काहीच फायदा नाही. जोपर्यंत बहुसंख्य सदस्य पर्यायांचा उदार अंत:करणाने विचार करतात, तोपर्यंत टीकाकारांची मते, पर्यायी कल्पना, दृष्टिकोन माहिती मिळवण्यासाठी उपयोगी पडू शकतात.

या संशोधनाचे निष्कर्ष विचारात घेता, कदाचित नायकासाठी उत्तम धोरण म्हणजे कामाच्या ठिकाणी सहकारी आणि साहाय्यकांना उघडपणे अनेकांच्या दृष्टिकोनास विरोध करण्याचे प्रोत्साहन मिळावे, असे वातावरण निर्माण करावे. यामुळे क्लिष्ट समस्यांवर नावीन्यपूर्ण उपाय मिळू शकेल, तसेच कर्मचाऱ्यांचे नीतिधैर्य उंचावू शकेल, आणि अर्थातच अधिक फायदे होऊ शकतील. (मात्र जोपर्यंत मतभिन्नता वैयक्तिक असण्याऐवजी व्यावसायिक असते तोपर्यंतच) जेव्हा निर्णय दीर्घ कालापर्यंत टिकवायचे असतात आणि लांबचा पल्ला सक्षमपणे गाठायचा असतो, तेव्हा प्रामाणिक मतभेद विचारात घेणे आवश्यकच असते. माहितगार लोकांना आपल्या बाबतीत अलिप्त

असण्यासाठी प्रोत्साहन देण्यामुळे आपली दिशाभूल होण्याकडे वाटचाल होऊ शकते. आपण आपले स्थान असे निश्चित करावे, की नाटकी मतांपेक्षा तळमळीच्या विचारातून आपल्याला अधिक समज प्राप्त व्हावी, ज्यायोगे जास्तीतजास्त योग्य निर्णय घेता यावेत आणि उत्तमोत्तम परिणामकारक संदेशांची निर्मिती व्हावी.

२१ योग्य मार्ग, अयोग्य मार्ग केव्हा होऊ शकेल?

ताकद, धैर्य, निश्चय, निष्ठा, नि:स्वार्थीपणा. कोणीतरी म्हणेल, की आमची अग्निशामक दलाची माणसे म्हणजे आपण संस्थेच्या आत आणि बाहेरही कसे वागावे, याची उत्कृष्ट उदाहरणे आहेत. जीवितांचे रक्षण करणे आणि झाडावरून पिल्लाची सुटका करणे, हे जरी तुमच्या कामाच्या स्वरूपात येत नसले; तरी अग्निशामक दलातील लोकांना त्यांच्या कामाचे प्रशिक्षण कसे दिले जाते, हे तुम्हाला तुमच्या दैनंदिन जीवनाचा नायक होण्यासाठी मदत करू शकते.

इतर कोणत्याही प्रशिक्षणापेक्षा, विशिष्ट प्रशिक्षणाचा कार्यक्रम कामात कमीतकमी चुका करून, योग्य न्याय देण्यासाठी अधिक परिणामकारक होऊ शकेल किंवा नाही, याचे परीक्षण करण्याची उत्सुकता वर्तणूक संशोधक वेंडी जौंग (Wendy Joung) आणि तिच्या सहकाऱ्यांना होती. विशेषत: भूतकाळात इतरांनी चांगले निर्णय कसे घेतले; यावर भर देण्यापेक्षा, भूतकाळातील चुकांवर लक्ष केंद्रित करून प्रशिक्षणार्थीस अधिक चांगले प्रशिक्षण दिले जाऊ शकेल काय, हे त्यांना जाणून घ्यावयाचे होते. त्यांनी विचार केला; की दुसऱ्यांच्या चुका केंद्रस्थानी ठेवून दिलेले प्रशिक्षण, अधिक दक्षता, जास्त आठवणीत ठेवण्याजोगे अनुभव अशा अनेक घटकांच्या अनुषंगाने जास्त परिणामकारक होऊ शकेल.

ज्यांचे तणावाखाली निर्णय घेण्याचे कौशल्य फार महत्त्वाचे होते आणि ज्यांच्या निर्णयाचे परिणाम फार महत्त्वाचे ठरत होते, अशा लोकांच्या समूहावर संशोधकांनी त्यांच्या अनुमानाची चाचणी घ्यायची ठरवली. म्हणूनच यासाठी त्यांनी अग्निशामक दलातील लोक निवडले, यात काहीच आश्चर्य वाटण्यासारखे नाही. या अभ्यासाच्या

प्रशिक्षण आणि विकाससत्रात अग्निशामक दलास अनेक घटनांचा अभ्यास दाखविण्यात आला. असे असले, तरी सहभागी दोन गटातील घटनांच्या अभ्यासाचे स्वरूप वेगळे होते. एका गटातील लोकांनी अशा घटनांच्या अभ्यासातून शिक्षण घेतले, ज्यात वास्तव जीवनातील घटनांच्या आधारे अग्निशामक दलाने घेतलेल्या चुकीच्या निर्णयाचे अनिष्ट परिणाम कसे झाले, हे सांगितले होते. दुसऱ्या गटांतील लोकांनी अशा घटनांच्या अभ्यासातून शिक्षण घेतले, ज्यांत अग्निशामक दलाने चांगले निर्णय घेऊन अनिष्ट परिणाम टाळले होते. संशोधकांनी सर्व माहितीचा सूक्ष्म अभ्यास केला, तेव्हा त्यांच्या निदर्शनास आले; की ज्यांना चूकविरहित प्रशिक्षण मिळाले होते, त्यांच्या तुलनेत ज्यांना चुकांवर आधारित प्रशिक्षण देण्यात आले होते, त्या अग्निशामक दलाच्या जवानांच्या निर्णयात लक्षणीय सुधारणा झाली होती.

प्रशिक्षण म्हणजे दुसऱ्यांना प्रभावित करणे; तेव्हा तुम्हाला जर कर्मचाऱ्यांच्या भावी वर्तणुकीवर प्रभाव टाकायचा असेल, तर तुमच्या संस्थेच्या प्रशिक्षण कार्यक्रमाचे उद्दिष्ट स्पष्ट आहे; जरी बहुतांश कंपनी त्यांच्या प्रशिक्षणात विशिष्ट पद्धतीने केवळ सकारात्मक भागावर लक्ष केंद्रित करत असतात. उदाहरणार्थ, उत्तम निर्णय कसे घ्यावेत, या अभ्यासाच्या परिणामातून हे सुचविले जाते; की प्रशिक्षणाच्या बऱ्याच मोठ्या भागात भूतकाळात चुका कशा झाल्या, त्या चुका कशा टाळल्या जाऊ शकल्या असत्या किंवा टाळल्या जाऊ शकतात त्यावरच अधिक भर असावा. चुकांबद्दल केस स्टडी, व्हिडिओ, सादरीकरण, वैयक्तिक परिपत्रके यांतून माहिती देतानाच, त्या किंवा तशाच प्रसंगात कोणती कार्यवाही करणे योग्य असू शकते, यावरही चर्चा करायला हवी. अर्थात, व्यवस्थापनाने गतकाळातील एखाद्या निकृष्ट निर्णयासाठी वैयक्तिकपणे उल्लेख करू नये. चुकांवर आधारित अनुभव हे सर्वसामान्य किंवा निनावी असू शकतात. कदाचित तुमच्या लक्षात येईल, की काही अनुभवी आणि सन्मानित कर्मचारी त्यांच्या चुकांनी भरगच्च युद्धकथांचा संग्रह कंपनीच्या या प्रशिक्षणवर्गासाठी आनंदाने उपलब्ध करून देतील.

ही पद्धत फक्त मोठ्या औद्योगिक वर्गासाठी मर्यादित असू नये. शिक्षक, क्रीडा प्रशिक्षक किंवा पालक– थोडक्यात इतरांना प्रशिक्षण देणाऱ्या कोणालाही या पद्धतीचा फायदा होऊ शकतो. उदाहरणार्थ, जेव्हा मुलांना अनोळखी व्यक्तीपासून दूर राहण्याचे शिकवायचे असते, तेव्हा तुम्ही अनोळखी व्यक्तीकडून एखाद्या मुलाची फसवणूक कशी झाली, या काल्पनिक चित्राचे वर्णन करू शकता. अशा प्रसंगी आपल्या उदाहरणातील मूल अनोळखी व्यक्तीपासून दूर राहण्यासाठी काय करू शकले असते, यावर भर देऊन सांगू शकता. त्यामुळे तो किंवा ती भविष्यात असा प्रसंग ओढवलाच तर तो कसा हाताळावा, यासाठी तयार होईल.

२८ उणिवेचे रूपांतर ताकदीत करण्याचा उत्तम मार्ग कोणता आहे?

जवळपास अर्धशतकापूर्वी डॉयलच्या (Doyle) 'डेन अ‍ॅण्ड बर्नबॅच' (Dane & Bernbach) या जाहिरात कंपनीसमोर, अमेरिकन बाजारपेठेत जर्मन बनावटीच्या छोट्या कारच्या प्रस्तुतीकरणाचे, जवळजवळ अशक्य कामाचे आव्हान ठेवण्यात आले. तिथे अगोदरच त्या देशाच्या भव्य कार खूप भरभराटीस आल्या होत्या. पण थोड्याच कालावधीत कोणाच्या नजरेत न येता विनोदाचा विषय झालेल्या 'वॉक्सवॅगन बीटल'चे (Volkswagen Beetle) रूपांतर लोकप्रिय प्रतिष्ठितपणाच्या प्रतिकात झाले. 'बीटल'च्या यशाचे श्रेय प्रामुख्याने जाहिरात कंपनीने हेतुपुरस्सर हाती घेतलेल्या नियोजनबद्ध मोहिमेस दिले जाते. जाहिरातीच्या इतिहासातील ही सर्वांत मोठी मोहीम होती. कंपनीने हे काम कसे केले, ही जास्त चकित करणारी बाब आहे. या कारची जाहिरात करताना तिचा स्वस्तपणा, इंधनाचा योग्य वापर अशा जमेच्या बाजूंचा प्रचार तिच्या कंपनीने केला नाही; त्याऐवजी त्यांनी तिच्या उणिवांवर भर दिला. का?

त्यांनी या जाहिरात मोहिमेत कंपनीचा नेहमीचा चातुर्याचा संकेत मोडला. त्यांनी वस्तुस्थितीवर भर दिला, की 'वॉक्सवॅगन' तेव्हाच्या विशिष्ट अमेरिकी घडणीच्या कारच्या तुलनेत अजिबातच आकर्षक नाही. त्यांनी त्यांच्या जाहिरातीत 'फक्त वरकरणी विद्रूप आहे' आणि 'ती दीर्घकाळ विद्रूप राहील' अशा घोषवाक्यांचा उपयोग केला. अशा ओळींनी लक्ष का वेधून घेतले आणि एकंदरीतच मोहीम मनपसंत का झाली, हे समजणे फार सोपे आहे. पण केवळ हा घटक तडाखेबंद विक्रीसाठी आणि या जाहिरात मोहिमेची कारकीर्द सुरू होण्यासाठी कारणीभूत ठरू

शकत नाही. मग या जाहिरातीस एवढ्या कार विकण्यात यश कसे प्राप्त झाले?

कंपनीच्या जाहिरातीतून उत्पादित वस्तूची छोटीशी उणीव सांगण्याने, कंपनी प्रामाणिक आणि विश्वसनीय आहे, अशी मानसिकता निर्माण होते. त्यामुळे मालाच्या खऱ्या ताकदीची जाहिरात करताना कंपनीस अधिक परिणामकारक मन:परिवर्तन करता येऊ शकते. जसे, बीटलच्या बाबतीत अगोदर सांगितल्याप्रमाणे इंधनाचा योग्य वापर आणि परवडण्यासारखी किंमत. अशाच प्रकारे, जगातील भाड्याने कार देण्याऱ्या दुसऱ्या क्रमांकाच्या ॲवीस (Avis) या कंपनीने या तत्त्वाचा फायदा आपल्या ब्रीदवाक्यात करून घेतला. 'ॲवीस- आम्ही क्रमांक २ आहोत, पण खूप कठीण परिश्रम करतो.' (जेव्हा तुम्ही क्रमांक १ नाहीत, तेव्हा तुम्हाला व्हायला हवे) इतर प्रसिद्ध उदाहरणे म्हणजे 'लीस्टराईन (Listerine) : दिवसातून तीन वेळा तुम्हाला न आवडणारी चव.' 'लोरिआल' ('L'Oreal) : आम्ही महाग आहोत, पण तुम्ही त्यायोग्य आहात.' (We're expensive, but you are worth it)

या पद्धतीच्या यशाचे दाखले जाहिरातक्षेत्राबाहेरसुद्धा सापडले आहेत. याचा कायद्यामध्ये उपयोग झाल्याचे एक उदाहरण विचारात घेऊ. वर्तणूकशास्त्रज्ञ किप विल्यम्स् (Kip Williams) आणि त्याच्या सहकाऱ्यांनी एक अभ्यास केला. जेव्हा एका वकिलाने विरोधीपक्षाच्या वकिलाने सांगण्यापूर्वीच आपल्या केसमधील उणिवा सांगितल्या, तेव्हा न्यायाधीशाने त्याला अधिक विश्वसनीय मानले आणि त्याच्या प्रामाणिकपणामुळे न्याय देताना कल त्याच्या बाजूने राहिला. अधिक माहितीस्तव सांगायचे झाल्यास; जे आपल्या करिअरमध्ये बदल करण्याच्या विचारात असतील ते त्यांना हे जाणून घेण्यात रस असेल, की जे अर्जदार आपल्या शैक्षणिक आणि इतर माहितीमध्ये केवळ पूरक गोष्टींचाच उल्लेख करतात, त्यांना मुलाखतीला कमी प्रमाणात बोलाविले जाते. त्याऐवजी जे उमेदवार आपल्या माहितीमध्ये आपल्या उणिवांचा उल्लेख अगोदर करतात किंवा पूरक बाबींचा उल्लेख करण्यापूर्वी थोड्या मर्यादा पाळतात, त्यांना तुलनेत अधिक प्रमाणात मुलाखतीस बोलाविले जाते.

या मन:परिवर्तन तंत्राच्या उपयोजिततेची अनेक उदाहरणे आहेत. उदाहरणार्थ, जर तुम्ही तुमची कार विकत आहात आणि कार घेऊ इच्छिणारा चाचणीसाठी कार चालवून पाहात असेल, तेव्हा तुम्ही स्वत:च त्याला चटकन न कळणाऱ्या उणिवा (बूटमधील लाईट अंधुक आहे किंवा इंधनाची बचत बऱ्यापैकी आहे) सांगितल्याने, त्याचा किंवा तिचा तुमच्यावर आणि तुमच्या कारवर विश्वास ठेवण्यात आश्चर्यकारक परिणाम होतो.

ही पद्धत वाटाघाटीच्या बैठकीससुद्धा लागू पडू शकते. जर एखाद्या कार्यक्षेत्रात तुमची कामाची शक्ती कमी पडत असेल, तर ती नंतर कळण्याऐवजी तुम्ही

स्वत:च समोरासमोर सांगितली, तर वाटाघाटी करणारा तुम्हाला अधिक विश्वासनीय समजू शकतो. प्रत्यक्ष विक्रीतसुद्धा हेच लागू पडते. समजा तुम्ही रंगीत प्रती काढण्याचे मशीन एखाद्या व्यापारास विकत आहात आणि तुमच्या मशीनमध्ये प्रतिस्पर्ध्याच्या मशिनमध्ये बसतात त्यापेक्षा कमी कागद मावतात, हे अगोदरच सांगितल्याने ग्राहकाचा विश्वास संपादन करणे सोपे जाते आणि त्यानंतर खरेदीदारास तुमच्या मशीनमध्ये अधिक उत्कृष्ट बाबी आहेत आणि त्या क्षेत्रातील स्पर्धेत ते मशीन खऱ्या अर्थाने इतरांना मागे टाकू शकते, हे समजावून सांगणे सोपे जाते.

असे असले तरी लक्षात घ्या, की जर तुमच्या बहुतांश उणिवा खऱ्या अर्थाने किरकोळ असतील, तेव्हाच तुम्ही या पद्धतीचा परिणामकारक उपयोग करू शकता, त्यामुळेच आपण क्वचितच खालील ब्रीदवाक्याची जाहिरात मोहीम पाहतो, 'जे.डी. पॉवर्स ॲण्ड असोसिएट्स त्यांच्या वर्गात शेवटच्या श्रेणीत आहेत. पण इतरांच्या चुकीमुळे अपघाती मृत्यू आलेल्याच्या वारसदारास नुकसानभरपाई न्यायालयातून मिळवून देण्याची केस एकदा मिळाली, की आम्ही कठोर प्रयत्न करू.'

२१ कोणते दोष लोकांतील अढी उघडतात?

सतराव्या शतकातील लेखक आणि नीतिवादी फ्रँकॉईस, ड्यूक डि ला रॉशफॉकल्ड (Francois, Duc de La Rochefoucauld) याने जेव्हा लिहिले, की 'आम्ही लोकांचे मन:परिवर्तन करण्यासाठी फक्त क्षुल्लक दोष मान्य करतो, कारण आमच्यात मोठे दोष नाहीत,' तेव्हा त्याने प्रसिद्ध 'व्ही डब्ल्यू बीटल' (V W Beetle) जाहिरातीच्या आश्चर्यकारक यशाचा अंदाज बांधला होता. जरी त्या मोहिमेत वस्तूचे दोष फार हुशारीने हाताळले असले, तरी अशा प्रकारच्या संदेशाचा उपयोग करण्याचा प्रयत्न आपल्याला द्विधा मन:स्थितीत नेऊन सोडतो. मान्य करण्यासाठी कोणते लहान दोष निवडावेत?

समाजशास्त्रज्ञ गर्ड बोहनेर (Gerd Bohner) आणि त्याच्या सहकाऱ्यांनी केलेले संशोधन सुचविते, की अशा मन:परिवर्तनाचे आवाहन दोन्ही बाजूने जास्तीतजास्त परिणामकारक होण्यासाठी, आपल्या मांडणीत सकारात्मक आणि नकारात्मक गुणविशेषात स्पष्ट संबंध असला पाहिजे. बोहनेरने उपाहारगृहाच्या जाहिरातीचे तीन वेगवेगळे नमुने तयार केले. एका संदेशात फक्त उपयुक्त गुणविशेष दाखविले होते. उदाहरणार्थ, जाहिरातीत फक्त उपाहारगृहाच्या सुखकारक वातावरणाचा आवर्जून उल्लेख होता. दुसऱ्या संदेशात उपयुक्त घटकांसोबतच संबंध नसलेल्या काही अनिष्ट बाबींचा उल्लेख होता. जसे की उपाहारगृहाच्या सुखकर वातावरणासोबत उपाहारगृह वेगळे वाहनतळ पुरवू शकत नाही. तिसऱ्या संदेशात काही अनिष्ट बाजूंसोबतच काही संबंधित जास्त उपयुक्त बाबींचा उल्लेख केला होता– जसे उपाहारगृह फार लहान आहे, पण वातावरण फार सुखदायी असल्याचासुद्धा त्यात उल्लेख होता.

त्यामुळे अभ्यासात सहभागी झालेल्यांपैकी ज्यांनी तिसरी जाहिरात पाहिली, ते

उपाहारगृहाच्या उणिवांचा आणि जमेच्या बाजूंचा संबंध जोडू शकले. (जागा थोडी आहे, पण तो वातावरण सुखदायी करण्याचाच एक भाग आहे.) थोडक्यात, जरी दोन्ही प्रकारच्या दोन्ही बाजूच्या संदेशामुळे उपाहारगृहाच्या विश्वासार्हतेबद्दल माहिती मिळत असली, तरी ज्यामध्ये उणिवा आणि जमेच्या बाजूच्या गुणविशेषांचा संबंध जोडण्यात आला होता आणि दोन्ही बाजूंचा संदेश देण्यात आला होता त्या जाहिरातीमुळे उपाहारगृहाचे मूल्यांकन उच्चप्रतीचे झाले होते.

हे निष्कर्ष निर्देशित करतात, की जर प्राथमिक स्वरूपात तुम्ही इतरांच्या नजरेत तुमची विश्वासार्हता वाढवू पाहत असाल, तर दोन्ही बाजूंचा उल्लेख करणाऱ्या संदेशात विशिष्ट प्रकारच्या उणिवांचा उल्लेख केल्याने फार कमी फरक पडतो. पण जर तुम्ही चर्चेतील एखाद्या वस्तूविषयी त्याच्या उपयुक्त भावना दृढ करू पाहत असाल, जसे उपाहारगृह, एखादे उत्पादन किंवा तुमची क्षमता; तर आमचा तुमच्यासाठी उत्तम सल्ला आहे, की प्रत्येक काळ्या ढगाच्या वर्णनासोबत त्याला एक चंदेरी किनार अवश्य लावा. प्रत्यक्ष जीवनातील एक उदाहरण घ्या. १९८४ मध्ये अमेरिकेचे अध्यक्ष रोनॉल्ड रेगन (Ronald Regan) पुनर्निवडणुकीच्या तयारीत होते तेव्हा काही मतदारांनी परिणामकरित्या त्यांना दुसरी संधी मिळण्यासाठी, ते फार वयोवृद्ध आहेत; असे मत मांडले. विरोधक वॉल्टर मंडाले (Walter Mondale) यांच्याविरुद्ध अध्यक्षीय वादविवादात त्यांनी हे मान्य केले की, ते खरोखरच खूप वयोवृद्ध आहेत पण ते म्हणाले, 'या प्रचारमोहिमेत वय हा वादाचा मुद्दा करण्याची माझीसुद्धा इच्छा नाही, हे तुम्ही समजून घ्या. मी माझ्या राजकीय उद्दिष्टांसाठी माझ्या विरोधकाच्या अल्पवयाचा आणि अजाणतेपणाचा उपयोग करणार नाही.' जरी मंडालेने हसून तात्काळ प्रतिक्रिया दिली, तरी अमेरिकेच्या अध्यक्षीय निवडणुकीत त्यांचा दणदणीत पराभव झाला तेव्हा मात्र ते हसत नव्हते.

या संशोधनाचे व्यापारातसुद्धा पुष्कळ उपयोग आहेत. समजा, तुमच्या कंपनीने नव्यानेच सुरू केलेल्या एखाद्या उत्पादनाचे तुम्ही नवीन ग्राहकासमोर सादरीकरण करीत आहात. त्यात तुमच्या प्रतिस्पर्ध्यापेक्षा काही लक्षणीय घटक आणि फायदे आहेत, पण त्यासाठी किंमत मोजावी लागते. परिणामी या नवीन ग्राहकास सध्या वापरात असलेल्या वस्तूपेक्षा २० टक्के जास्त किंमत द्यावी लागते. तुम्हाला हे सुद्धा माहिती आहे, की तुमचे उत्पादन अधिक टिकाऊ असल्यामुळे आणि किफायतशीर दरात देखभाल होत असल्यामुळे वस्तूची किंमत २० टक्क्याने वाढली आहे. शिवाय प्रतिस्पर्ध्याच्या तुलनेत ती अधिक जलद गतीने चालते, आटोपशीर आहे आणि अगदी कमी जागेत वापरता येते.

या संशोधनाचे परिणाम सुचवितात, की जास्त किंमतीचा नापसंतीचा मुद्दा सांगितल्यानंतर, तुम्ही इतर गुणविशेष सांगण्याऐवजी, जास्त किंमतीसोबत मिळणारे

फायदे नमूद करावेत. उदाहरणार्थ– 'सकृतदर्शनी आमच्या वस्तूची किंमत २० टक्क्याने जास्त आहे, पण तिचा टिकाऊपणा आणि देखभालीसाठी लागणारा एकदम कमी खर्च लक्षात घेता, मिळणारा मोबदलाही जास्त असल्याचे लक्षात येते. हे विधान, आमच्या नवीन वस्तूची दर्शनी किंमत २० टक्क्याने जास्त आहे, पण ती अधिक जलद चालते आणि ती फार कमी जागा व्यापते, या विधानापेक्षा अधिक परिणामकारक आहे.

दुसऱ्या शब्दांत सांगायचे, तर दोषांच्या चर्चेसोबतच संबंधित सद्गुण निश्चितच सांगावेत, त्यामुळे दोष निष्प्रभ ठरतात. 'जेव्हा दैव लिंबू देते, तेव्हा लिंबूसरबत करण्याचाच प्रयत्न करावा, सफरचंदाचा रस नव्हे.'

३० तुम्ही चूक होतात, हे मान्य करणे केव्हा योग्य असते?

फेब्रुवारी २००७ मध्ये न्यूयॉर्कच्या जेटब्ल्यू एअरवेज या कमी दराच्या विमानसेवेने पुरेशा तयारीअभावी आणि चुकीच्या निर्णयप्रक्रियेमुळे उत्तर-पूर्व अमेरिकेतील कडाक्याच्या थंडीमध्ये प्रवाशांची गैरसोय केली. त्या भागात प्रवाशांना सेवा देणाऱ्या बहुतेक सर्व एअरलाईन्सनी वादळाचा अंदाज घेऊन अनेक विमानांची उड्डाणे रद्द केली. यासाठी कोणीही अपवाद नव्हते. त्याउलट जेटब्ल्यूने आपली विमाने उडतील, अशा आशा त्यांच्या प्रवाशांच्यात निर्माण केली होती. पण वादळ थांबलेच नाही आणि जेटब्ल्यूच्या असंख्य ग्राहकांना मनस्ताप झाला.

या भयानक कारवाईत विमानतळ आणि त्या परिसरातील डांबरी रस्त्यावर हजारो प्रवाशांना निराधारपणे अडकवून ठेवल्यानंतर, जेटब्ल्यूला कठीण जनसंपर्क निर्णयास तोंड द्यावे लागले. कोणाला किंवा कशाला दोष द्यायचा? टोकाच्या हवामानासारख्या बाह्यघटकांना की कंपनीच्या कामकाजाशी संबंधित अंतर्गत घटकांना? कंपनीने दुसऱ्या घटकांनाच प्राधान्य दिले आणि मान्य केले, की या आणीबाणीच्या प्रसंगात अपयशाचे कारण बहि:स्थ घटक नसून आंतरिकच आहेत. आपल्या चुका मान्य करण्यासाठी धैर्य आणि विनयशीलतेची जाणीव असावी लागते. कदाचित त्यामुळेच चूक कार्यवाही किंवा चूक निर्णयाचा दोष संस्था आणि त्यातील लोक क्वचितच पत्करतात. जेटब्ल्यूने जे करण्याचा निर्णय घेतला, त्यांच्या ठिकाणी असलेल्या इतर कंपनीने तसा विचारही कदाचित केला नसता. या निर्णयास समाज प्रभाव संशोधन पुष्टी देते काय?

समाजशास्त्रज्ञ फियोना ली आणि तिचे सहकारी सांगतात, की ज्या संस्था

अपयशासाठी आंतरिक कारणांना जबाबदार मानतात, त्या फक्त समाजाच्याच दृष्टीने नव्हे, तर नफ्याच्या दृष्टीनेसुद्धा पुढे जातात. ते म्हणतात, की नियंत्रणाजोग्या अपयशांना आंतरिक दोष दिल्याने संस्थेची त्यांच्या साधनांवर आणि भविष्यावर पकड असल्याचे दिसते. ते असेही सांगतात, की समाज प्रतिसादात हे समजू शकतो, की संस्थेकडे प्रथमदर्शनी ज्या महत्त्वाच्या भागात अडचणी आल्या असतील, त्या सुधारण्याच्या योजना आहेत.

या कल्पना पडताळून पाहण्यासाठी ली आणि तिच्या सहकाऱ्यांनी एक छोटा प्रयोग केला. यात सहभागी होणाऱ्यांना काल्पनिक कंपनीच्या दोन वार्षिक अहवालांपैकी एक वाचायचा होता. या दोन्ही अहवालात, मागील वर्षात त्यांची कामगिरी असमाधानकारक का होती, याचा खुलासा होता. सहभागी झालेल्या अर्ध्या लोकांना तो अहवाल वाचायचा होता, ज्यात असमाधानकारक कामगिरीबद्दल आंतरिक घटकांना दोषी ठरविले होते. (पण ते निश्चितच नियंत्रणाखाली आणण्याजोगे होते)

काल्पनिक कंपनीचा अहवाल 'अ'-

या वर्षाच्या उत्पन्नात अनपेक्षित घट होण्याचे कारण, मागील वर्षात घेण्यात आलेले काही धोरणात्मक निर्णय आहेत. नवीन कंपनी ताब्यात घेणे आणि आंतरराष्ट्रीय बाजारात काही नवीन औषधे आणणे हे निर्णय थोड्या कालावधीसाठी उत्पन्न घटविण्यास प्रत्यक्ष कारणीभूत ठरले आहेत. एक व्यवस्थापन संघ या नात्याने राष्ट्रीय आणि आंतरराष्ट्रीय दोन्ही स्तरांवर निर्माण झालेल्या प्रतिकूल परिस्थितीसाठी आम्ही सर्वस्वी तयारी केलेली नव्हती.

उर्वरित अर्ध्या जणांना दिलेल्या वार्षिक अहवालात बहि:स्थ घटकांना (आणि नियंत्रणाबाहेरील स्थिती) असमाधानकारक कामगिरीसाठी दोष देण्यात आला होता.

काल्पनिक कंपनीचा अहवाल 'ब'-

या वर्षीच्या उत्पन्नात घट होण्याचे कारण प्राथमिकपणे राष्ट्रीय आणि आंतरराष्ट्रीय अर्थव्यवस्थेत अनपेक्षितपणे झालेली घसरण आणि आंतरराष्ट्रीय स्पर्धेत झालेली वाढ हे आहे. बाजारातील या प्रतिकूल परिस्थितीचा प्रत्यक्ष परिणाम विक्री एकदम कोसळण्यात आणि नवीन महत्त्वाची औषधे बाजारात प्रस्तुत करण्यात अडचणी उद्‌भवण्यात झाला. ही अनपेक्षित परिस्थिती संघ राज्याच्या विधिस्थापनेमुळे निर्माण झाली आहे. ते आमच्या नियंत्रणाबाहेर आहे.

ज्या सहभागी होणाऱ्यांनी 'ब' अहवाल पाहिला, त्यांच्यापेक्षा ज्यांनी 'अ' अहवाल पाहिला; त्यांनी कंपनीच्या अनेकविध अंगांकडे अधिक सकारात्मक दृष्टीने पाहिले.

पण संशोधक एवढ्यावरच थांबले नाहीत. त्यांना त्यांचे अनुमान वास्तव जीवनाशी पडताळून पाहायचे होते. हे करण्यासाठी त्यांनी १४ कंपन्यांच्या मागच्या

२१ वर्षे कालावधीतील वार्षिक अहवालांतून अशा प्रकारची शेकडो विधाने मिळविली. त्यांनी शोध लावला की, ज्यांनी बहि:स्थ आणि नियंत्रणाबाहेरील घटकांचा उल्लेख केला होता; त्यापेक्षा ज्या कंपन्यांनी आंतरिक आणि नियंत्रणात आणण्याजोग्या घटकांचे समर्थन केले होते, त्यांच्या शेअर्सच्या किंमती पुढच्याच वर्षी वाढल्या होत्या. म्हणून तुमच्या चुकांची जबाबदारी स्वीकारणे आणि तुम्ही चुकला होता, हे मान्य करणे ही फक्त तुमच्यासाठी योग्य गोष्ट नाही, तर कंपनीकरितासुद्धा योग्य आहे. मग अशा वर्तणुकीची कमतरता का आहे? सहसा एखादी गंभीर किंवा अत्यंत घृणास्पद चूक– मग ती संस्थेने केलेली असो किंवा एखाद्या व्यक्तीने– त्या चुकीच्या रोधाने तिचा दोष बाहेरच्या व्यक्तीवर किंवा घटकावर लादण्याचा प्रयत्न करणे म्हणजे समस्येच्या मुळापासून लक्ष विचलित करणे होय. अशी पद्धत अवलंबणे म्हणजे आपण आपल्यासाठीच दोन समस्या उभ्या करत असतो. पहिले– संशोधन सूचित करते, त्यानुसार ही पद्धत निष्फल ठरण्याची संभावना असते. कारण आपल्याजवळ समस्येचे नियंत्रण आहे आणि ते निश्चित करण्याची आपल्यात योग्यता आहे या साशंकतेबाबत ही पद्धत काहीच सिद्ध करीत नाही. दुसरे– जरी आपण थोड्या वेळेपुरते आपल्या चुकांपासून लक्ष विचलित करण्याची व्यवस्था केली, तरी प्रकाशझोत किंवा जास्त योग्य शब्दांत सांगावयाचे तर 'लक्षवेधी बाण' दीर्घ काळात आपला मार्ग शोधून फक्त आपली चूकच नाही, तर आपली धोकादायक वृत्तीसुद्धा प्रखरपणे प्रकाशात आणतो.

हे फक्त कंपनीच्याच बाबतीत नाही, तर व्यक्तीश:सुद्धा लागू पडलेच पाहिजे. जर तुम्ही स्वत: अशा प्रसंगात सापडला आहात, जिथे तुम्ही चूक केली आहे; तर तुम्ही ती मान्य केली पाहिजे आणि लगेच तुम्ही परिस्थिती आटोक्यात आणून पूर्ववत करू शकता अशी कृतियोजना दाखवून दिली पाहिजे. अशा कृतीतून तुमच्यातील पात्रता आणि प्रामाणिकपणा दाखवून दिल्यामुळे अंतिमत: तुम्ही अधिक प्रभावशाली स्थान ग्रहण कराल.

या संशोधनाच्या निकालाचा सारांश हे सांगतो, की जर तुम्ही दोषारोपाचा खेळ खेळत असाल आणि स्वत:ऐवजी बाहेरच्या घटकांकडे बोट दाखवीत असाल, तर तुम्ही आणि तुमची संस्था दोन्हीही हरणारे म्हणून लयास जाण्याची संभावना असेल.

३९ 'सर्व्हर डाऊन' असल्याचा आनंद तुम्हाला केव्हा व्हायला पाहिजे?

कॉम्प्युटरच्या तांत्रिक अडचणींमध्ये तुमच्या काम करण्याच्या वातावरणात नैराश्य निर्माण करण्याची शक्ति असते. असे असले तरी, नुकत्याच केलेल्या संशोधनानुसार, काही विशिष्ट बाबतीत कॉम्प्युटरमधील तांत्रिक अडचणी शाप ठरण्याऐवजी वरदानच ठरतात.

समाजशास्त्रज्ञ चार्ल्स नॅक्वीन आणि टेरी कर्टझबर्ग (Charles Naquin And Terri Kurtzberg) यांना कल्पना आली, की जेव्हा एखाद्या घटनेचे प्रमुख कारण म्हणून मानवी त्रुटींच्याऐवजी तांत्रिकतेकडे संस्था बोट दाखवतात, तेव्हा ग्राहक आणि बाहेरील इतर लोक संस्थेला सर्वस्वी जबाबदार धरण्याची शक्यता कमी होऊ शकते. हे अनुमान पडताळून पाहण्यासाठी, एका अभ्यासात अकौंटींगच्या विद्यार्थ्यांना काल्पनिक वर्तमानपत्रातील शिकागो ट्रान्झीट अॅथॉरिटीच्या दोन ट्रेनमध्ये झालेल्या अपघाताच्या सत्यघटनेवर आधारित मजकूर वाचण्यास सांगण्यात आले होते. या अपघातात अनेक लोक मरण पावले होते आणि बऱ्याच लोकांचे हाल झाले होते. सहभागी झालेल्या निम्म्या जणांना, ही समस्या तांत्रिक चुकीमुळे झाली, असे सांगण्यात आले. विशेषत: त्यांना माहिती पुरविण्यात आली होती, ती ट्रेनच्या कॉम्प्युटर प्रोग्रॅममध्ये चूक होती, त्यामुळे जेव्हा ट्रेन थांबायला हवी होती, तेव्हा ती पुढे गेली होती. बाकी निम्म्या सहभागी झालेल्यांना समस्येचे कारण मानवी चूक आहे, असे सांगण्यात आले होते. ट्रेनच्या कंडक्टरने जेव्हा ती थांबवायला हवी होती, तेव्हा तिला पुढे जाऊ दिले होते. संशोधकांना आढळून आले, की जेव्हा तांत्रिक चुकीमुळे अपघात झाला, असे सांगण्यात आले, तेव्हा त्यांनी 'शिकागो

ट्रान्झीट अॅथॉरिटीला' कमी दोषी ठरविले होते.

दुसऱ्या अभ्यासात संशोधकांनी विद्यापीठाच्या आवारात घडलेल्या सत्यघटनेचा फायदा घेतला. या घटनेच्या दरम्यान विद्यापीठ इ-मेल यंत्रणेने इ-मेल वापरणाऱ्यांना त्यांच्या फक्त परिसराचा इ-मेल वापरण्याचीच परवानगी दिली आणि ही अडचण पूर्ण एक दिवसभर होती. MBAच्या विद्यार्थ्यांमध्ये सर्वेक्षण करण्यात आले आणि त्यांना विचारण्यात आले; की माहिती तंत्रज्ञान कार्यालय (Office of Information Technology) विद्यापीठाच्या कॉम्प्युटर्स नेटवर्कची व्यवस्था पाहते, तेव्हा या विस्कळीतपणासाठी तेच जबाबदार असले पाहिजेत, या गोष्टीवर तुम्ही कितपत विश्वास ठेवता. सर्वेक्षणास प्रतिसाद देण्यापूर्वी MBA च्या विद्यार्थ्यांना सांगण्यात आले, की या विस्कळीतपणाचे कारण कॉम्प्युटर्समध्ये चूक झाल्यामुळे सर्व्हरला बाधा झाली, असे समजले जाते. निकालातून निष्पन्न झाले, की सहभागी झालेल्या विद्यार्थ्यांनी तांत्रिक चुकांपेक्षा मानवी चुकांमुळेच विस्कळीतपणा आला होता, यावर विश्वास ठेवला; तेव्हा त्यांनी OIT ला (Office of Information Technology) अधिक दोषी ठरविले. एवढेच नव्हे, तर त्यांनी संबंधित लोकांना भक्कम आर्थिक दंड लावावा असेसुद्धा सूचित केले.

अभ्यासाचे निकाल का सुचवितात, की जेव्हा लोकांना संस्थेच्या समस्येचे कारण समजले, तेव्हा ते कसे टाळण्याजोगे होते, याचा ते विचार करतात. तांत्रिक चुकांपेक्षा जेव्हा मानवी चुकांमुळे अपघात होतात तेव्हा ते अशा अधिक विचारांना जन्म देतात. कदाचित मानवी निष्काळजीपणामुळे घडलेल्या घटनेच्या संबंधाने, अधिक नियंत्रणाची सवय लागावी, या अपेक्षेने होते.

मागील प्रकरणात चर्चिल्याप्रमाणे आपल्यापैकी बहुतेक लोकांचा कल झालेल्या चुकांकडे दुर्लक्ष करण्याकडे किंवा त्या लपविण्याकडेसुद्धा असतो. विशेषत: जेव्हा त्या प्रकरणाचा आपल्या ग्राहकांवर किंवा आपल्या सहकाऱ्यांवर अनिष्ट परिणाम होऊ शकतो, त्या वेळेस असे होते.

पण अशा प्रसंगी कबुली दिल्यामुळे, जे अपघातपीडित आहेत ते समजू शकतात, की मानवी चुकीमुळे प्रसंग ओढवला होता आणि ती चूक सहजपणे टाळता येऊ शकली असती. जरी आम्ही तुम्हाला सल्ला दिला, की जेव्हा तुम्ही किंवा तुमची संस्था चुका करते, तेव्हा त्यांचा दोष स्वीकारावा. प्रसंगी खरोखरच तांत्रिक बिघाडामुळे किंवा अडचणीमुळे मानवी चुकांमुळे नव्हे, समस्या निर्माण झाली असेल, तेव्हा तुम्ही लोकांना ही छोटी पण महत्त्वाची माहिती देऊन सतर्क करायला हवे. तुम्ही खात्रीपूर्वक स्पष्ट केले पाहिजे, की तुम्ही समस्या अचूकपणे हेरली आहे. त्यातून लोकांना परिस्थिती तुमच्या नियंत्रणाखाली आहे आणि समस्येची पुनरावृत्ती रोखण्यासाठी तुम्ही सक्षम आहात, याचे संकेत मिळतील.

तांत्रिक अडचणींमुळे विलंब होणे ही आपल्या दैनंदिन जीवनातील वाढती समस्या आहे असे वाटते. वस्तुस्थितीच्या अंदाजाप्रमाणे ब्रिटनमधील सरासरी नागरिक सार्वजनिक वाहतुकीमधील तांत्रिक बिघाडामुळे प्रतिवर्षी १८ तासांपेक्षा जास्त वेळ विलंबात अडकलेला असतो. हे प्रमाण माणसाच्या आयुर्मानाच्या साधारण ५५ दिवस एवढे आहे. जरी विलंब माणसाच्या आयुष्याचा निराशाजनक भाग असला, तरी विलंबाच्या कारणाची माहिती नसणे, त्याहीपेक्षा जास्त संतापजनक आहे. म्हणून जर तुम्ही समस्येची किंवा तांत्रिक अडचणींमुळे होणाऱ्या विलंबाची घोषणा करण्याच्या स्थानावर असाल, तर जे या समस्येने पीडित असतील त्यांच्यासाठी शक्य तेवढ्या लवकरात लवकर घोषणा करा. असे केल्याने दोन प्रकारे तुम्ही परिणामकारक व्हाल, एक– तुम्ही मदत तत्पर, माहीतगार असून त्यांच्या बाजूने आहात, हे दाखवून द्याल आणि दुसरे म्हणजे तुम्हाला या गैरसोयीचे कारण माहीत आहे आणि त्यामुळे भविष्यात तुम्ही या गोष्टीवर ताबा मिळवू शकाल.

३२ समानता विषमता कशी निर्माण करू शकते?

१९९३च्या उन्हाळ्यात मिसीसीपी नदीला आलेल्या पुराने, मिडवेस्टमधील क्विन्सी आणि एलिनॉईससह अनेक शहरे उद्ध्वस्त होण्याची भीति निर्माण झाली होती. नजीकच्या काळातील धोक्याला प्रत्युत्तर म्हणून क्विन्सीच्या शेकडो रहिवाशांनी, धोकादायक क्षेत्राच्या सुरक्षिततेसाठी रात्रंदिवस मेहनत करून, हजारो वाळूच्या पिशव्या लावल्या होत्या. परिस्थिती गंभीर आणि निराशावादी झाली होती. सर्वात वाईट म्हणजे नदीच्या पाण्याची पातळी वाढत होती आणि अन्नपुरवठा आणि त्यांची साधने हळूहळू कमी होत होती, निवासी लोकांना सगळीकडे अंधार दिसत होता. अशाही परिस्थितीत स्वयंसेवकांमधील चैतन्यात लक्षणीय भर पडली, जेव्हा त्यांना कळले की मॅसॅच्युसेट्समधील (Massachusetts) लहान शहरातील नागरिकांनी विपुल मदतीची सोय केली होती आणि ती पोहोचण्याच्या मार्गावरच होती.

१०० मैल दूर असलेल्या शहरासाठी एवढे औदार्यपूर्ण काम करण्यासाठी, तशा अपरिचित शहरातील लोकांना प्रेरणा कशामुळे मिळाली? इतर पुष्कळ शहरांना आणि गावांना पुराच्या पाण्याची भीति होती, त्या सर्वांना सोडून क्विन्सीलाच मदत का?

मानसशास्त्रामधील अनेक संशोधनांनी दाखवून दिले आहे; की आपले वैयक्तिक गुणधर्म जसे की मूल्य, श्रद्धा, वय आणि लिंग ज्यांच्याशी जुळतात, आपण त्यांचेच अनुकरण करण्याची संभाव्यता अधिक असते. पण या विशिष्ट प्रश्नाचे उत्तर दोन नगरपालिकेत अदृश्य आणि असंबद्ध भासणाऱ्या सारखेपणात आहे. केवळ नावातील सहभागाच्या आधारावर क्विन्सी, मॅसॅच्युसेट्समधील नागरिकांना

क्विन्सी, एलिनॉईस मधील लोकांशी संबंध असल्यासारखे वाटत होते आणि त्यांच्या औदार्यास प्रेरित करण्यासाठी तेवढेच अगदी पुरेसे होते.

याचा खुलासा काय असू शकतो?

सामाजिक मानसशास्त्रज्ञांनी निष्कर्ष काढला आहे, की आपल्याला आपल्याशीच निगडित काही अज्ञात गोष्टींविषयी विधायक भावना जाणवू लागते, जसे की आपले नाव. ही प्रवृत्ती स्वत:च आश्चर्यकारकपणे काही समर्थ प्रकारांत स्पष्ट दिसून येते. उदाहरणार्थ, काही प्रसंग सांगतात, की लोक अनोळखी व्यक्तिच्या विनंतीस मान्यता देण्याची शक्यता वाढते, जेव्हा त्या दोन लोकांची जन्मतारीख एकच असते.

दुसऱ्या अभ्याससंचात, संशोधक रँडी गार्नर (Randy Garner) याने सर्वेक्षणाचे अर्ज संपूर्णपणे अज्ञात लोकांना मेलने पाठविले. सर्वेक्षणासोबत विनंती केली होती, सर्वेक्षण स्वीकारणाऱ्याने तो अर्ज पूर्ण करावा आणि आपल्या नावासारखे नाव असलेल्या किंवा नसलेल्या लोकांना परत करावा. उदाहरणार्थ - सारख्या नावांच्या अटीत रॉबर्ट ग्रिअर (Robert Greer) नावाच्या व्यक्तिस बॉब ग्रेगर (Bob Gregar) नावाच्या व्यक्तिकडून सर्वेक्षण मिळेल किंवा सिथींया जॉन्स्टन (Cynthia Johnston) नावाच्या महिलेस एखाद्या सिंडी जोहान्सन (Cindy Johanson) नावाच्या व्यक्तिकडून सर्वेक्षण मिळू शकेल. सारखेपणा नसण्याच्या अटीत वापरलेले नाव अभ्यासातील पाच साहाय्यक संशोधकांपैकी एक होते.

नावात सारखेपणा असण्याच्या अटीतील सर्वेक्षण प्राप्त करणाऱ्यांची आणि ते भरून परत पाठविणाऱ्यांची संख्या, नावात साम्य नसण्याच्या अटीतील सर्वेक्षण प्राप्त करणाऱ्या लोकांच्या जवळजवळ दुप्पट होती. (५६ टक्क्यांच्या तुलनेत ३० टक्के) शिवाय अभ्यासाचा पहिला टप्पा पूर्ण झाल्यानंतर ज्यांनी मूळ सर्वेक्षण परत पाठविले होते, त्यांना दुसरे सर्वेक्षण पाठविण्यात आले. त्यामध्ये अगोदरचे सर्वेक्षण पूर्ण करून पाठविण्याच्या त्यांच्या निर्णयाला कोणते घटक कारणीभूत ठरले, याचे मोजमाप होते. या सर्वेक्षणाला साधारणपणे निम्म्या लोकांनी प्रतिसाद दिला होता. पण त्यापैकी एकानेसुद्धा पाठविणाऱ्याच्या नावाचा, सर्वेक्षण पूर्ण करून पाठविण्याच्या त्यांच्या निर्णयावर काही परिणाम झाला असल्याचा उल्लेख केला नव्हता. असे निष्कर्ष दर्शवितात, की सारखेपणातील शक्ति किंवा अज्ञातपणा हे दोन्ही कोणाला मदत करावी, हे ठरविण्यात सूचक ठरतात.

या आणि अशा सामाजिक मानसशास्त्रीय निष्कर्षातून एक निर्देश मिळतो, की सक्षम ग्राहक त्याच विक्रेत्याचे स्वागत अधिक करतात, ज्यांच्याशी त्यांचे काही ना काही साधर्म्य असते. त्यात नाव, विचार, आपले गाव आणि विद्यापीठ किंवा शिक्षण संस्था यांचासुद्धा समावेश असतो. सारखेपणा लक्षात आणून देणे, ही बाब

त्यांच्याशी असलेले वाईट मतभेद मिटविण्याच्या दृष्टीने पहिले पाऊल ठरू शकते. अर्थात, आम्ही अशी शिफारस करीत नाही की; लोकांनी आपल्या संपर्कातील इतरांच्या गुणधर्म आणि सवयींचा, होकार मिळविण्यासाठी शोध घ्यावा. त्याऐवजी एखाद्याला विनंती किंवा सादरीकरण करण्यापूर्वी तुम्ही, ती व्यक्ती आणि तुमच्यामध्ये असलेल्या सारखेपणाचा मुद्दा उचलून धरायला हवा; असा सल्ला आम्ही तुम्हाला देतो.

३३ तुमचे नाव तुमचा डाव केव्हा असतो?

ब्रिटिश टेलिव्हिजनवरील 'द ऑफिस' या विनोदी नाटकाच्या अमेरिकी रूपांतराच्या एका भागात, शाखा व्यवस्थापक मायकेल स्कॉटला (Michael Scott) कळते, की त्याच्या हाताखालचा– त्याची खुशामत करणारा ड्वीट शृट (Dwight Schrute) त्याच्या माघारी मायकेलचे काम त्याला मिळावे, हे पटविण्यासाठी वरच्या व्यवस्थापनाकडे जातो. अनुपस्थितीचे कारण सांगताना ड्वीट, मायकेलला सांगतो, की दातावर सोन्याचा पत्रा बसविण्यासाठी त्याला डेंटिस्टकडे (दंत शल्यचिकित्सक किंवा दाताचा डॉक्टर) जाण्याची गरज आहे. जेव्हा ड्वीट कार्यालयात परत येतो, तेव्हा मायकेल त्याला डेंटिस्टकडील त्याच्या अनुभवाविषयी विचारतो. मायकेलला त्याच्या प्रयत्नाविषयी कळलेले माहीत नसल्यामुळे ड्वीट थापा मारण्याचा प्रयत्न करतो.

मायकेल : दातावर सोन्याचा पत्रा बसविल्यानंतर, मला वाटले, तुला काही तासापर्यंत तरी काहीच खाता येणार नाही ना?

ड्वीट : (कॅण्डी चघळत) त्याच्याकडे जोड लवकर सुकण्यासाठी नवीन प्रकार आहे.

मायकेल : वा? डेंटिस्ट चांगला आहे असे वाटते.

ड्वीट : होय तर.

मायकेल : त्याचे नाव काय आहे?

ड्वीट : (बराच वेळ थांबून) क्रेंटिस्ट.

मायकेल : तुझ्या डेंटिस्टचे नाव क्रेंटिस्ट आहे?

ड्वीट : होय.

मायकेल : बरेचसे 'डेंटिस्ट'सारखेच वाटते.

ड्वीट : असेलही, कदाचित त्यामुळेच तो डेंटिस्ट झाला.

डॉ. क्रेंटिस्ट दंतवैद्यकीय व्यवसायाकडे आकर्षित कसा झाला, याबाबतचे ड्वीटचे विशेषण जरी विनोदी वाटत असले, तरी ते पूर्णत: मूर्खपणाचे नाही. नवे संशोधन हे स्पष्ट करते, की ड्वीटसारख्या प्रस्तावांना वास्तविक सत्यतेचा आधार असू शकतो. मागील प्रकरणात आपण लोकांना इतरांमध्ये आपल्यासारखे कोणत्याही प्रकारचे साम्य, मग ते अगदी वरकरणी नामोच्चारातले, असले तरी त्यांच्याविषयी सहानुभूतिची भावना निर्माण होते आणि ते अशा लोकांच्या विनंतीस मान्यता देण्याची संभावना अधिक असते, यासंबंधी चर्चा केली. पण कर्तृत्व कसे घडवायचे किंवा आपण कुठे राहायचे, यांसारख्या आयुष्य बदलून टाकणाऱ्या महत्त्वाच्या निर्णयावर आपल्या नावाचा परिणाम होणे शक्य आहे काय?

वर्तणूकशास्त्रज्ञ ब्रेट्ट पेल्हॅम (Brett Pelham) आणि त्यांच्या सहकाऱ्यांनी केलेले संशोधन या प्रश्नाचे उत्तर 'होकारार्थी' देते. ते असा दावा करतात, की आपल्या नावाशी निगडित असलेल्या गोष्टींना पुष्टी देण्याकडे आपला कल अधिक असतो आणि प्रत्यक्षात त्याचा आपल्या आयुष्यातील प्रमुख निर्णयावर सुप्त पण सशक्त प्रभाव असतो. संशोधकांच्या मते 'There's is a reason why Susie chose a job in which she could sell seashells by seashore and why Peter Piper went for a profession picking pecks of pickled peppers' and not the other way around :

लोक आपल्या नावाशी सुसंगत व्यवसायाकडे आकर्षिले जातात.

ही कल्पना पडताळण्यासाठी पेल्हॅमने 'डेंटिस्ट' या शब्दाशी साधर्म्य असणाऱ्या नावांची यादी तयार केली उदा. डेनिस (Dennis). जनगणनेच्या माहितीनुसार तेव्हाच्या लोकसंख्येत पुरुषांच्या 'डेनिस' या प्रथम नावाच्या पुनरावृत्तीचा चाळीस, तर जेरी (Jerry) आणि वॉल्टरचा (Walter) क्रम अनुक्रमे एकोणचाळीसावा आणि एकेचाळीसावा होता. या माहितीने सुसज्ज झालेल्या पेल्हॅमने 'अमेरिकन डेंटल असोसिएशन'च्या (अमेरिकेच्या दंतवैद्यक संघटनेच्या) राष्ट्रीय दूरध्वनीक्रमांक सूचीमध्ये, वरील तीनपैकी एक प्रथम नाव असलेल्या डेंटिस्टच्या संख्येचा शोध घेतला. जर लोकांच्या नावाचा, ते कोणता व्यवसाय करतात, यावर कोणत्याही प्रकारचा परिणाम होत नसेल, तर सर्वसाधारणपणे या तिन्ही नावांची दंतवैद्यकीय व्यवसायातील संख्या समान असण्याची अपेक्षा तुम्ही करू शकता.

पण पेल्हॅम आणि त्याच्या सहकाऱ्यांच्या निदर्शनास असे आले नाही. देशव्यापी शोधातून उघडकीस आले, की २५७ डेंटिस्ट वॉल्टर नावाचे होते, २७० जेरी नावाचे होते आणि ४८२ डेनिस नावाचे होते. याचाच अर्थ व्यवसायनिवडीवर नावातील साधर्म्याचा काहीच परिणाम होत नसेल, या तुमच्या अपेक्षेपेक्षा 'डेनिस'

नावाचे 'डेंटिस्ट' जवळपास ८२ टक्क्यांनी जास्त आहेत. अशाच प्रकारे ज्यांच्या नावांची सुरुवात 'Geo' ने होते (George, Geoffery), त्यांचे जिओसायन्सेस (Geosciences) उदा. जिऑलॉजीमध्ये संशोधन करण्याच्या प्रमाणाबाबतीतही असू शकते. खरे पाहता नावाच्या पहिल्या अक्षराचासुद्धा व्यवसाय निवडीवर प्रभाव असतो. त्यांच्या हे लक्षात आले, की हार्डवेअर दुकानमालकांपैकी जवळजवळ ८० टक्के लोकांच्या नावाची सुरुवात 'R' अक्षराऐवजी 'H' अक्षराने असण्याची संभावना अधिक असते, पण छत घालण्याचे काम (Roofer) करणाऱ्या लोकांच्या नावांची सुरुवात 'H'च्या ऐवजी 'R'ने असण्याची शक्यता ७० टक्के असू शकते. अर्थात तुम्ही जर विचारले, की हजारो छप्पर घालण्याचे काम करणारे ज्यांच्या नावांची सुरुवात 'R'ने होते, याची त्यांच्या व्यवसायनिवडीत काही भूमिका असू शकते किंवा नाही; तेव्हा त्यांच्यापैकी निम्मे लोक तुम्हाला विक्षिप्त, तर राहिलेले निम्मे वेडा समजू शकतील.

(नुकत्याच झालेल्या एका परिषदेमध्ये या वास्तवतेवर अधिक प्रकाश टाकण्यात आला. तिथे एक लेखक बोलत होता. तेव्हा व्यक्तीचे नाव आणि व्यवसाय यांमध्ये कोणतेही साम्य नसते, हे सांगण्यासाठी उत्सुक असलेल्या प्रतिनिधीने सांगितले, ''माझा एक मित्र डेनिस आहे आणि तो डेंटिस्ट नाही.'' दुसऱ्या प्रतिनिधीने तात्काळ विचारले, ''डेनिस प्रत्यक्ष उदरनिर्वाहासाठी काय करतो?'' दीर्घ सुस्कारा देऊन तो म्हणाला, ''खरेतर तो एक 'डिमॉलीशन' कामगार आहे.'')

यातून हे कळते, की आपली संबंधित गोष्टीकडे ओढले जाण्याची प्रवृत्ति, आपण कुठे राहावे, हे ठरविण्यापासून ते इतर महत्त्वाच्या बाबतीत सर्व शक्ती खर्ची घालत असते. पेल्हॅम आणि त्याच्या सहकाऱ्यांनी त्यांच्या अनुभवातील विषमतेचे काही संदर्भ दिले आहेत.

- लोक आपल्या नावासारख्या नाव असलेल्या राज्यात स्थलांतरित होतात. फ्लोरेन्स (Florence) नाव असलेले लोक फ्लोरिडाला (Florida) आणि लुईस (Louise) नाव असलेले लोक लुईसिआनाला (Louisiana) जाण्याचे प्रमाण अतिशय जास्त असू शकते.
- लोक आपल्या जन्मतारखेतील संख्या ज्या शहराच्या नावात असेल, तिथे स्थलांतरित होतात. उदा. ज्यांच्या नावात दोन संख्या आहे, अशा टू हार्बर (Two Harbors) किंवा मिनेसोटा (Minnesota) या शहरात जन्मतारीख २ फेब्रुवारी (२/२) असलेले लोक विपुल प्रमाणात आहेत. तसेच नावात ३ संख्या असलेल्या '३ फोर्कस्' (Three Forks) आणि 'मोंटाना' (Montana) या शहरात जन्मतारीख ३ मार्च (३/३) असलेले लोक अति प्रमाणात आहेत.

■ लोक आपल्या नावाशी मिळत्याजुळत्या नावाच्या गल्ल्यांत राहणे पसंत करतात. श्री. जेफरसन (Mr. Jefferson) पेक्षा श्री. वॉशिंग्टन (Mr. Washington) हा वॉशिंग्टन नावाच्या गल्लीत राहणे जास्त पसंत करू शकतो.

■ सारख्या नावाच्या व्यक्तीशी विवाह करणे लोक पसंत करतात. इतर सर्व जवळपास सारखेच असताना जर Eric, Erica, Charles आणि Charlotte सर्व एकमेकांना प्रथम भेटत असतील; तर Charles पेक्षा अधिक प्रणयभावनेने Eric मध्ये Erica गुंतण्याची संभावना जास्त असते आणि त्याविरुद्ध Charlotte सोबत घडण्याची शक्यता असते.

■ जेव्हा लोकांना त्यांच्या भावना आणि अंतर्मन यांवर विश्वास ठेवण्यास सांगण्यात येते; तेव्हा ते ज्या वस्तूंच्या नावाचे पहिले अक्षर त्यांच्या नावाच्या पहिल्या अक्षराशी जुळते, त्या वस्तूंना अधिक प्राधान्य देतात. म्हणून एखादी एरियल (Arielle) नावाची मुलगी तिच्या यादीत एरो (Aro) चॉकलेटबारचे नाव अग्रभागी ठेवण्याची शक्यता, लॅरी (Larry) नावाच्या मुलीपेक्षा जास्त असू शकते, जी लायन बारला (Lion bar) जास्त प्राधान्य देऊ शकते.

■ हे संशोधन सल्ला देऊ शकते, की कंपन्या जेव्हा बहुसंख्य लोकांसाठी बनविलेल्या एखाद्या उत्पादनाचे नाव ठरवत असतात, तेव्हा त्या नावाची सुरुवात असाधारण अक्षरांनी जसे Z, X आणि Q करण्याचे टाळलेच पाहिजे. पण जर तुम्ही एखादी योजना, प्रस्ताव किंवा वस्तू एखाद्या विशिष्ट उद्दिष्टाने विशिष्ट व्यक्तिसाठी तयार करत असाल; तर तुम्ही लोकांच्या त्यांना त्यांचीच आठवण करून देण्याच्या स्वाभाविक प्रवृत्तीचा फायदा, तुमच्या वस्तूला तुम्ही जे नाव देणार आहात, त्याच्यामध्ये करून घेऊ शकता. विशेषत: तुम्ही ग्राहकाच्या नावावरून किंवा त्यांच्या किंवा तिच्या नावाच्या पहिल्या अक्षरावरून शीर्षक द्यायला हवे. उदाहरणार्थ, तुम्ही एखादी विशिष्ट कार्यप्रणाली 'पेप्सी'साठी तयार करत आहात, तर त्याला 'पेप्सी' प्रस्ताव किंवा 'पीटरसन प्लॅन' यासारखे काही संबोधणे अधिक संयुक्तिक आणि प्रभावशाली ठरू शकेल आणि जोपर्यंत योजना विशिष्ट ग्राहकांसाठी खऱ्या अर्थाने कार्यान्वित झालेली असते; तोपर्यंत कार्यप्रणाली फक्त यशस्वीच नाही, तर पूर्णत: मूल्यहीन असलीच पाहिजे.

तसेच समजा, तुम्हाला तुमच्या मुलात पुस्तके वाचण्याची गोडी निर्माण करण्यात अडचणी येत असतील; तर अशा पुस्तकांचा शोध घ्या, ज्याचे नाव तुमच्या मुलाच्या नावाशी साधारण मिळतेजुळते आहे. (उदा. हॅरॉल्ड किंवा हॅरिअटसाठी

'हॅरी पॉटर' दिले जाऊ शकते) त्यामुळे त्याच्यात उत्साह निर्माण होऊ शकतो किंवा जर क्रेग (Craig) किंवा क्रीस्टलला (Crystal) डेंटिस्टकडे जायची प्राणांतिक भीति वाटत असेल, तर तुम्ही 'यलो पेजेस' पाहू शकता आणि 'क्रेंटिस्ट' नावाचा कोणी आहे का हे शोधू शकता...

३४ ज्यांना सूचना मिळतात, त्यांच्याकडून आपण कोणत्या सूचना घ्यायलाच हव्यात?

आपल्या ग्राहकांसोबतच्या व्यावसायिक मेजवान्या असो, की आपले स्नेही आणि कुटुंबासोबत घालविण्यात येणारा वेळ असो; उपाहारगृहे आपल्या वैयक्तिक आणि व्यावसायिक यशात महत्त्वाची भूमिका बजावतात. जरी अशा आयोजनात सहभोजनार्थिंसोबतच्या संवादातून फारच काही कमी प्राप्त होत असले, तरी उपाहारगृहाच्या भेटीत इतर लोकांच्या समूहातून मोठ्या सूचना मिळण्याची शक्यता असते. हा असा समूह असतो जो दिवसभर मोठ्या सूचना मिळण्याच्या अपेक्षा करतो, मात्र क्वचितच दुसऱ्यांना देत असतो. हा समूह वेटर्सचा समूह आहे, जो आम्हाला अधिक मन:परिवर्तनशील कसे व्हावे, याबाबत खूप काही शिकवू शकतो. एक उदाहरण घ्या. बऱ्याच वाढप्यांचा अनुभव आहे, की जेव्हा ते गिऱ्हाईकांची ऑर्डर अगदी जशीच्या तशी पुन्हा वाचून दाखवितात, तेव्हा त्यांना जास्त 'टीप' मिळते. आपल्यापैकी बऱ्याच जणांनी अनुभव घेतला असेल, की वेटर किंवा वेट्रेस येतात, ऑर्डर घेतात, अगदी निर्विकारपणे, 'Ok!' म्हणतात किंवा त्याहीपेक्षा वाईट म्हणजे आपली ऑर्डर घेतल्याची काहीच प्रतिक्रिया देत नाहीत. त्यामुळेच यात आश्चर्य वाटण्यासारखे काहीच नाही, की आपण त्याच वेटरची सर्व्हिस पसंत करतो; जो आपण ऑर्डर केलेले चीजबर्गरच आपल्या टेबलावर येईल, का त्यात बदल होऊन चिकन सॅन्डवीच येईल या संभ्रमात आपल्याला टाकत नाही.

जे वाढपी गिऱ्हाईकांची ऑर्डर घेतल्यानंतर त्यांच्या शब्दोच्चारांची सुसंगत पुनरावृत्ती करून दाखवितात त्यांना त्यांची 'टीप' जास्त मिळते, या कल्पनेची

चाचणी रिक व्हॅन बॅरन (Rick Van Barren) याने एका छोट्याशा संशोधनातून केली. अर्थानुवाद नाही, नुसते मान डोलावणे नाही किंवा 'ओके' नाही... फक्त गिऱ्हाईकांच्या ऑर्डर शब्द न् शब्द पुन्हा परत म्हणून दाखविणे. एका प्रयोगात गिऱ्हाईकाची ऑर्डर घेतल्यानंतर, ती तंतोतंत पुन्हा उच्चारल्यानंतर, एका उपाहारगृहात वाढप्याला मिळणाऱ्या 'टीप'मध्ये जवळपास ७० टक्क्याने वाढ झाली होती.

एखाद्या व्यक्तीला प्रतिबिंबित केल्याने त्याच्याकडून एवढा मनमोकळा प्रतिसाद का मिळतो?

कदाचित तो आपल्यासारख्या लोकांना प्राधान्य देण्याच्या आपल्या सहज प्रवृत्तीस चिकटून राहण्याचा प्रयत्न करीत असतो. संशोधक तान्या चारट्रँड (Tanya Chartrand) आणि जॉन बर्ग (John Bargh) म्हणतात– प्रत्यक्षात दुसऱ्याच्या वागणुकीशी जुळते घेतल्याने आपुलकीची भावना निर्माण होते आणि दोन व्यक्तींमधील संबंध दृढ होतात. एका प्रयोगात, संशोधकांनी एक प्रसंग उभा केला, ज्यात दोन व्यक्तींमध्ये थोडक्यात संवाद झाला होता. सहभागी झालेल्यांपैकी खरेतर एक जण संशोधन साहाय्यकच होती. सहभागी झालेल्यांपैकी निम्म्या जणांच्या बाबतीत संशोधन साहाय्यकाने दुसऱ्या सहभागी झालेल्या व्यक्तीच्या बसण्या-उठण्याच्या, उभे राहण्याच्या पद्धतींना आणि सवयींना प्रतिबिंबित केले. दुसऱ्या शब्दांत सांगायचे झाल्यास, सहभागी व्यक्ती हाताची घडी करून पाय वाजवीत बसली असेल, तर ही संशोधन साहाय्यकसुद्धा तसेच हाताची घडी करून तिचे पाय वाजवीत बसली होती. राहिलेल्या निम्म्या जणांच्या बाबतीत मात्र संशोधक साहाय्यकाने तसे अनुकरण केले नाही. संशोधकांच्या निदर्शनास आले की संशोधन साहाय्यकाने ज्यांची वर्तणूक प्रतिबिंबित केली नव्हती; त्यापेक्षा ज्यांची वागणूक प्रतिबिंबित केली होती, त्यांच्याशी संवाद सुखकर झाला होता. अशाच प्रकारे जे वाढपी गिऱ्हाईकासारखा शब्दोच्चार करतात, त्यांना कदाचित जास्त 'टीप' मिळवता आली असेल, याचे कारण 'आवड तत्त्व.' जे लोक आपल्याला आवडतात, त्यांच्यासाठी आपल्याला काही चांगल्या गोष्टी करायच्या आहेत आणि त्यांना होकार (Yes) द्यायचा आहे, हे आवड तत्त्व आहे.

संशोधक विल्यम मॅड्डक्स (William Maddux) आणि त्याच्या सहकाऱ्यांनी या पद्धती परीक्षणासाठी विविध क्षेत्रांत काही प्रयोग केले. उदाहरणार्थ– वाटाघाटी. त्यांनी सूचित केले, की वाटाघाटींच्या दरम्यान वर्तणूक प्रतिबिंबित करण्यामुळे फक्त दुसऱ्याच्या वर्तणुकीशी जुळवून घेणाऱ्यालाच नाही, तर दोन्ही पक्षांना चांगला फायदा मिळू शकतो. एका प्रयोगात MBAच्या विद्यार्थ्यांना वाटाघाटींच्या दरम्यान भागीदारास अप्रत्यक्षपणे प्रतिबिंबित करण्याच्या सूचना देण्यात आल्या. (जसे : तुम्ही खुर्चीत मागे टेकून बसा, जर दुसरी व्यक्ती तशीच असेल तर) किंवा त्या

व्यक्तीस प्रतिबिंबित करू नका, असेही सांगितले. जेव्हा एका पक्षास दुसऱ्यास प्रतिबिंबित करण्याच्या सूचना दिल्या गेल्या होत्या, तेव्हा ६७ टक्के वेळा उभय पक्ष व्यवहारापर्यंत पोहोचले होते. त्यांना जेव्हा दुसऱ्यास प्रतिबिंबित करू नका असे सांगण्यात आले, तेव्हा मात्र फक्त १२.५ टक्के किरकोळ व्यवहार झाले होते. प्रयोगातून मिळालेल्या अधिक माहितीच्या आधारे संशोधकांनी निष्कर्ष काढला, की वर्तणूक प्रतिबिंबित करण्यामुळे विश्वास वाढतो आणि या वाढलेल्या विश्वासामुळे वाटाघाटी करणाऱ्यास सर्व सविस्तर गोष्टी उकलून सांगण्यात मोकळेपणा वाटतो, जो वाटाघाटीतील कोंडी सोडविण्यास आणि प्रसन्न वातावरणनिर्मितीसाठी अत्यंत आवश्यक असतो. तुम्हाला तुमच्या समूहातील सदस्यांच्या सभेत असताना किंवा प्रतिस्पर्ध्यांसोबत वाटाघाटी करीत असताना, तुमची बैठक इतरांच्या बैठकीचे प्रतिबिंब आहे, हे नोंदविण्याचा अनुभव आला असण्याची शक्यता आहे. या जाणिवेचा ठरावीक प्रतिसाद म्हणजे आपली बैठक बदलणे, म्हणजे ती इतरांचे प्रतिबिंब राहत नाही. दुसऱ्या शब्दांत सांगायचे झाल्यास, दुसऱ्यांच्या वर्तणुकीस जुळवून घेण्यात जणू काही काहीतरी चुकले आहे असे सांगणे, हे संशोधन नेमके याविरुद्ध सुचविते. प्रतिबिंब करण्याचा परिणाम दोघांसाठी चांगल्या फलिताचा झाला पाहिजे किंवा कमीतकमी तुमचा फायदा दुसऱ्याच्या खर्चाच्या किंमतीत तरी होणार नाही.

या निष्कर्षाचे इतरही उपयोग आहेत. उदाहरणार्थ : जर तुम्ही विक्री आणि ग्राहक सेवा नियोजनात काम करत असाल, तर अगोदर ग्राहकांच्या शब्दोच्चारांची त्यांच्यासाठी परत एकदा उजळणी करून– मग ते शब्दांकन प्रश्न स्वरूपात असो किंवा तक्रार असो अथवा आदेश असो– ग्राहक वर्गाशी अधिक जवळीकतेचे संबंध जोपासू शकता. (उदा. तुमच्या म्हणण्याप्रमाणे, तुम्हाला १० युनिट आता विकत घ्यायचे आहेत आणि मेमध्ये ते वाढवून २० होण्याची शक्यता आहे.)

या संशोधनाच्या मर्माचे अपेक्षेपेक्षा कमी पद्धतीने प्रात्यक्षिकीकरण करण्यात आले, जेव्हा आमच्यापैकी एकास सेवाकेंद्र आणि ग्राहक यांच्यात फोनवर झालेल्या ध्वनिमुद्रित संभाषणाचा आढावा घेण्यास सांगण्यात आले होते. एका संतप्त ग्राहकाने फोन केला आणि व्यवस्थापकाशीच बोलण्याचा आग्रह धरला होता. कारण कंपनीने काही विशिष्ट आश्वासन दिले होते, पण कंपनी त्याप्रमाणे वागली नाही, म्हणून तो ग्राहक रागावला होता.

''क्षमा असावी, आपण अस्वस्थ आहात,'' सेवाकेंद्रातील ऑपरेटरकडून उत्तर आले.

''मी अस्वस्थ नाही, मी रागात आहे.'' ग्राहकाने वरच्या आवाजात उत्तर दिले.

''होय, मला समजत आहे. तुम्ही बेचैन आहात.''

"बेचैन? बेचैन? मी बेचैन नाही, मी रागात आहे," ग्राहक जोरात ओरडला.

थोड्याच वेळात हट्टाच्या युद्धाभोवती संभाषण वेटोळे घेऊ लागले. ग्राहक खरोखर खूप रागात होता, हे मान्य करण्यात दुर्लक्ष केल्यामुळे त्याचा राग वरचेवर वाढतच होता. फक्त ग्राहकाच्या शब्दाचा साधा पुनर्उच्चार केला असता, तर कदाचित काही वेगळे निष्पन्न होऊ शकले असते. 'आपण रागावला आहात, हे ऐकून मला वाईट वाटत आहे. आम्ही सर्वजण मिळून आपली अडचण सोडविण्यासाठी काय करू शकतो?', हा उत्तम प्रतिसाद असू शकला असता. आपल्यापैकी प्रत्येक जण जेव्हा चांगले संबंध प्रस्थापित करून ते जोपासण्याच्या प्रयत्नात असतो, तेव्हा त्याचे उत्तम परिणाम प्राप्त करण्यासाठी या पद्धतीचा उपयोग करू शकतो.

या गोष्टीचे तात्पर्य काय आहे? वाढपी त्याच्या ग्राहकांशी कसे संवाद साधतात, त्याच्या निरीक्षणातून आपण दुसऱ्यांना कसे प्रभावित करावे, याबद्दल आपण खूप काही शिकू शकतो. लोक म्हणतात, 'नक्कल करणे' हा खुशामत करण्याचा एक अत्युच्च प्रकार आहे पण या पद्धती दर्शवितात, की नक्कल करणे ही मन:परिवर्तन करण्याच्या पद्धतीतील एक मूळ पद्धतसुद्धा आहे.

३५ कोणत्या प्रकारचे हास्य जगाला फिरून हसवू शकते?

'जर हसायचे नसेल, तर दुकान उघडू नका', साधे पण सूचक चीनी नीतिवचन ताकीद देते. हसून सेवा देण्याच्या महत्त्वाविषयी आपण सर्वांनी ऐकलेलेच आहे, पण पहिले हसू दुसऱ्यासारखेच असते? जे पाहतात त्यांच्यावर तुमच्या हसण्याच्या पद्धतीचा चांगला परिणाम होऊ शकतो काय?

समाजशास्त्रज्ञ ॲलीसिया (Alicia) आणि तिच्या सहकाऱ्यांनी विचारले, की सर्व प्रकारचे हास्य ग्राहकांच्या समाधानाच्या दृष्टिकोनातून सारखेच परिणामकारक असते का नाही? अगोदरच्या संग्रही माहितीनुसार, सहसा खऱ्या आणि खोट्या हसण्यात लोक फरक करू शकतात. संशोधनसमूहाने विचार केला, की जरी दोन प्रकारच्या हसण्यातील फरक अगदीच लक्षात न येण्याजोगा असला, तरी ग्राहक सेवेतील कर्मचाऱ्यांच्या खऱ्या हसण्याचा चांगला प्रभाव ग्राहकांच्या समाधानावर पडू शकतो.

या गोष्टीची संभाव्यता पडताळून पाहण्यासाठी एक प्रयोग आयोजिला गेला. हॉटेल्समधील समोरच्या डेस्कवरील कर्मचारी आणि येणारे अतिथी यांच्यातील संभाषणाच्या अनेक चित्रफितीतील एका चित्रफितीचे निरीक्षण त्या सहभागी होणाऱ्यांना करायचे होते. सहभागी होणाऱ्यांना सांगण्यात आले, की जर तुम्ही त्या अतिथीच्या जागी असता, तर तुम्ही त्या संभाषणावर समाधानी असता काय, हे नमूद करा. सहभागी होणाऱ्यांना कळू न देता, कलाकारांना कर्मचारी आणि अतिथींची भूमिका करण्यासाठी संशोधकांनी भाड्याने बोलावले. कलाकारांमधील संवादाचा मसुदा सारखाच असला, तरी कर्मचाऱ्यांची भूमिका करणाऱ्या कलाकारांना विविध प्रकारच्या

सूचना संशोधकांनी दिल्या होत्या. एकीच्या बाबतीत तिला सांगण्यात आले, की अतिथीबद्दल सकारात्मक भावना निर्माण करायची आणि त्यांना चांगले वाटेल, याचा विचार करायचा. ही वास्तविक अट होती. दुसरीच्या बाबतीत तिला सांगण्यात आले, की संभाषणाच्या दरम्यान तिने हसणे आवश्यक आहे. ही अवास्तव अट. हॉटेल कर्मचाऱ्यांनी काम चांगले करायचे की वाईट, हेही संशोधकांनी निश्चित केले. पहिला निष्कर्ष साहजिक होता : हॉटेल कर्मचाऱ्यांनी जेव्हा वाईट काम केले, त्यापेक्षा त्यांनी जेव्हा उत्तम भूमिका निभावली, तेव्हा निरीक्षकांनी अधिक समाधान नोंदविले. दुसऱ्या निष्कर्षात जेव्हा काम वाईट प्रकाराने केले होते, तेव्हा समाधान नोंदविण्यात खऱ्या हसण्याचाही फारसा फरक पडला नव्हता. जेव्हा कामे उत्तम प्रकारे निभावण्यात आली तरी ज्यांनी चित्रफितीमध्ये खोटे हसणे पाहिले होते; त्यापेक्षा ज्यांनी खऱ्या हसण्याची चित्रफित पाहिली होती त्यांनी, ते ग्राहकसेवेविषयी अधिक समाधानी असल्याचे सांगितले.

दुसरा प्रयोग अत्यंत स्वाभाविक पद्धतीने करण्यात आला. यात संशोधकांनी उपाहारगृहात सर्वसाधारणपणे नेहमी येणाऱ्या ग्राहकांची निवड करून, ते तेथील कर्मचाऱ्यांच्या सेवेविषयी किती समाधानी आहेत, याचे सर्वेक्षण केले. त्यांना वाढप्यांच्या प्रामाणिकपणाविषयी आणि वाढप्यांची त्यांच्यासोबतची चांगली वर्तणूक याविषयीसुद्धा विचारण्यात आले. इतर प्रयोगाच्या परिणामांशी सुसंगत, ज्या ग्राहकांना वाढप्यांच्या चांगल्या वर्तणुकीत खरेपणा आढळून आला, ते त्यांच्या सेवेबद्दल समाधानी होते.

या संशोधनाचे परिणाम प्रसिद्ध 'हसा म्हणजे जग तुमच्यासोबत हसते,' या जुन्या म्हणीची पुनरावृत्ती सुचवितात. जर तुम्ही खोटे हसाल; तर बदल्यात तुम्ही ज्यांच्याशी व्यवहार करीत आहात, त्यांच्या चेहऱ्यावरसुद्धा चांगल्याच आठ्या उमटतील. म्हणून आपण खऱ्या अर्थाने अधिक चांगला अनुभव कसा घेऊ शकतो आणि इतरांना तो घेण्यासाठी उत्तेजन कसे देऊ शकतो?

सेवाक्षेत्रातील कंपनीच्या व्यवस्थापकांसाठी एक शक्यता असू शकते. त्यांनी त्यांच्या कार्यकर्त्यांना उत्तम वळण लावण्यासाठी आणि त्यांची मानसिकता उंचावण्यासाठी भावनिक कौशल्याचे प्रशिक्षण द्यावे. कारण नाराज कर्मचाऱ्यांना त्यांच्या ग्राहकांसाठी हसण्याची सक्ती केली, तर खालच्या प्रतीच्या संभाषणाची शक्यता ओढावते आणि त्यामुळे शेवटी ग्राहकांचे समाधान कमी होण्यास सुरुवात होते. पण या प्रकारचे भावनिक प्रशिक्षण देण्यासाठी भरपूर वेळ आणि पैसा सहसा लागतो.

एक दुसरी अतिसामान्य पद्धत म्हणजे बेंजामिन फ्रँकलिनच्या 'इतरांमधील सद्‌गुण शोधा', या बोधवचनाचे आपण अनुकरण करू शकतो. आपल्यापैकी

बहुतेक जण संपर्कात येणाऱ्या लोकांमधील दोष शोधण्यात आपला जास्तीतजास्त वेळ खर्ची घालीत असतात. त्याऐवजी जर आपल्या आवडीचे कोणते सद्‌गुण त्यांच्या स्वभावात आहेत, हे शोधण्याचा प्रयत्न केला, तर ते लोक आपल्याला अधिक आवडू लागतील आणि परिणामी आपणही त्यांना आवडू लागू. ही पद्धत आपल्या वरिष्ठांच्या बाबतीतसुद्धा फलदायी ठरू शकते. उदाहरणार्थ– आमच्यापैकी एक जण होती, जिचे तिच्या साहेबांशी संबंध फारच अवघड झाले होते. ते दोघे एकमेकांच्या नजरेला नजर देऊन क्वचितच पाहत होते, पण त्याहीपेक्षा जास्त म्हणजे एक व्यक्ती म्हणूनसुद्धा तो तिला आवडत नसे. एके दिवशी तिने कसेही करून फ्रँकलीनच्या उपदेशाचे अनुकरण करणार, असे ठरविले. तिचा मॅनेजर कार्यालयात दयाळू माणूस नसला, तरी तो फार संसारसमर्पित माणूस होता; या सद्‌गुणाचे तिला खरोखरच कौतुक वाटले. काही दिवसात, या सद्‌गुणावर लक्ष केंद्रित केल्यानंतर तो तिला अधिकाधिक आवडू लागला. एके दिवशी तिने त्याच्याजवळच अतिशय प्रामाणिकपणे, तो अतिशय संसारी गृहस्थ आहे, अशी त्याची प्रशंसा केली. तिला आश्चर्य वाटले, की दुसऱ्याच दिवशी तो तिच्या ऑफिसमध्ये आला आणि तिला उपयुक्त असलेली महत्त्वाची माहिती त्याने तिला दिली. तिला पूर्ण खात्री होती, की इतर प्रसंगी त्याने अशी कृती कधीच केली नसती.

३६ 'टी टॉवेल्स'च्या जाहिरातीपासून आपण काय शिकू शकतो?

२ एप्रिल २००५, संध्याकाळी पोप जॉन पॉल, दुसरे यांच्या निधनाच्या घोषणेनंतर लगेच एक आश्चर्यकारक गोष्ट घडली. कोणत्याही स्पष्टीकरणाशिवाय लोकांची झुंबड स्मरणार्थ वस्तूंच्या दुकानात जाऊ लागली आणि कॉफी कप, चांदीचे चमचे यांसारख्या स्मृतिप्रीत्यर्थ सर्व वस्तूंची खरेदी करू लागली. जर अशा वेळी पोप जॉन पॉल दुसरे यांचा चेहरा असलेल्या अंगठी किंवा ताईतसारख्या वस्तू त्यांच्या कॅथलिक चर्चचे प्रमुख असण्याच्या स्मरणार्थ लोक खरेदी करत असते, तर ती गोष्ट समजून घेता आली असती. पण या स्मरणवस्तू नुकत्याच देहावसान झालेल्या पोपशी कोणत्याच दृष्टीने संबद्ध नव्हत्या किंबहुना तशा प्रकारची धावपळ किंवा गर्दी व्हॅटिकन सिटी (Vatican City) किंवा रोम (Rome) किंवा इटली (Itali) मध्ये सुद्धा आढळून आली नाही, पण ती हजारो मैल अंतरावर झाली. पण तरीही या औत्सुक्यपूर्ण खरेदीची धावपळ करणाऱ्या लोकांवरसुद्धा पोपचा तेवढाच प्रभाव होता, यात शंका असू शकत नाही.

साम्यवाद हाणून पाडण्यामधील एक उल्लेखनीय समर्थशक्ती म्हणून ज्यांना नेहमी श्रेय दिले जाते, त्या पोप जॉन पॉल, दुसरे यांचा ग्राहकवादापासून ते गर्भपातासारख्या अनेक प्रश्नावर विलक्षण प्रभाव होता... पण तरीही स्मरण म्हणून कॉफी कप? ८ एप्रिल २००५ विंडसर, इंग्लंड (Windsor, England) मध्ये झालेल्या वेल्सचे युवराज चार्ल्स (Charles, Prince of Wales) आणि कॅमिला पार्कर बाऊल्स (Camilla Parkar Bowles) यांच्या विवाहाच्या स्मृतिप्रीत्यर्थ साध्यासुध्या कॉफीच्या कपांची नाही; तर एकदम राजेशाही कपांची विक्री झाली.

प्रत्यक्षात फक्त कॉफी कपांनेच गर्दीस आकर्षित केले नव्हते. चहाचे सेट्स, चांदीचे चमचे, टी टॉवेल्स (डीश, प्लेट्स पुसण्याचे टॉवेल्स), उंदराच्या वड्या आणि की रींग हे स्मृतिवस्तू शोधणाऱ्याचे 'लक्ष्य' होते. स्मृतिप्रीत्यर्थ वस्तू घेणाऱ्या या लक्षणीय गर्दीचे कारण काय असू शकते?

४ एप्रिल २००५, सोमवारी व्हॅटिकन सिटीने पोप जॉन पॉल, दुसरे यांच्यावर येत्या शुक्रवारी रोममध्ये अंत्यसंस्कार होतील; अशी घोषणा केली आणि त्याच दिवशी राजघराण्यातील विवाह होणार होता. आदरांजली अर्पण करण्याकरिता आणि युवराजांना अंत्यसंस्कारास उपस्थित राहता यावे, यासाठी राजेकुटुंबाने घाईघाईने नियोजित विवाहात बदल करून तो अंत्यविधीच्या दुसऱ्या दिवशी– म्हणजे शनिवारी, ९ एप्रिल २००५ या दिवशी करण्याचे ठरविले. परिणामी, विंडसरमधील प्रत्येक भेटवस्तूंच्या दुकानात आता विवाहाच्या आठवणीप्रीत्यर्थ साठविलेला भेटवस्तूंचा 'चूक तारीख नोंदविलेला' साठा होता. लवकरच या वस्तू दुर्मीळ ठरतील आणि आपण त्या e-bayवर किंवा एखाद्या हौशी संग्राहकास विकू, असा विचार करून लोकांनी या चालून आलेल्या संधीतून आर्थिक लाभ मिळवण्यासाठी या स्मृतिवस्तूंची खरेदी सुरू केली.

या चूक तारखांच्या स्मृति वस्तू आधुनिक दिवसात मुद्रणदोष असलेल्या जगातल्या पहिल्या पोस्टाच्या तिकीटासारख्या झाल्या. (Penny Black : पोस्टाचे जगातले पहिले चिटकविण्याचे तिकीट) चूक तारखेमुळे स्मृतिवस्तूंच्या संग्राहकांच्या संग्रहात भरच पडली. लवकरच दुकानातील सर्व वस्तू विकल्या गेल्या. विंडसरमध्ये राजघराण्यातील विवाहाचा वृत्तांत मिळविण्यासाठी जमा झालेल्या असंख्य वार्ताहरांनी, दुकानातून बॅगा भरून स्मृति वस्तू घेऊन येणाऱ्या लोकांना थांबवून विचारले, की सर्वसामान्य परिस्थितीमध्ये तुम्ही अशा वस्तू खरेदी करणाऱ्या लोकांसारखे आहात का? आणि बहुतेकांनी नकारार्थी उत्तर देऊन त्यांना आश्चर्याचा धक्काच दिला. कॉफीच्या मगची आवश्यकता किंवा त्यांचा दर्जा किंवा त्यांचा राजघराण्यातील प्रसंगाशी संबंध यांपैकी कशामुळेच हे स्मरणवस्तूंच्या शोधात असलेले लोक प्रभावित झालेले नव्हते. ते फक्त चूक तारीख असलेल्या या वस्तू कदाचित भविष्यात मौल्यवान ठरू शकतील, या विचारानेच भारावून गेले होते. मागील पाच दशकातील मन:परिवर्तन शास्त्रज्ञांच्या अभ्यासाने असा निष्कर्ष काढला आहे, की दिवसेंदिवस दुर्मीळ आणि एकमेव असणाऱ्या वस्तू आपल्यासाठी जास्त किंमती ठरत आहेत. जेव्हा आपल्याला समजते की वस्तू दुर्मीळ आहेत, मर्यादित कालावधीसाठी मर्यादित संख्येत उपलब्ध आहेत; तेव्हा त्या आपल्याला अधिक हव्याशा वाटतात. राजघराण्यातील स्मृतिवस्तूंच्या बाबतीत लोकांचा समज झाला, की चूक माहितीमुळे या सर्व वस्तू दुकानदार फेकून देतील. राजघराण्यातील विवाह हा आधुनिक

काळातील फार लोकप्रिय प्रसंग नव्हता. त्यामुळे उपरोधिकपणे जेव्हा काही दिवसात दुकानात बरोबर तारखा असलेल्या स्मृति वस्तूंचा पुन्हा साठा करण्यात आला, तेव्हा बरोबर तारीख असलेल्या वस्तूंपेक्षा चूक तारीख असलेल्या स्मरणवस्तू बाळगणाऱ्या लोकांची संख्या जास्त झाली. चूक तारीख असलेल्या स्मरणवस्तू ज्या दुर्मीळ होतील असे वाटले होते; त्या प्रत्यक्षात खूप प्रमाणात सामान्य झाल्या आणि त्यामुळे कवडीमोल झाल्या.

तरीही त्यात काही सूक्ष्म दृष्टीचे ग्राहक होते, जे काही दिवसांनंतर दुकानात बरोबर तारीख असलेल्या स्मृतिवस्तू विकत घेण्यासाठी गेले. त्यांना माहीत होते, की झालेल्या गोंधळाच्या अनुषंगाने अतिशय दुर्मीळ गोष्ट म्हणजे चूक तारीख आणि बरोबर तारीख असलेल्या मगचा पूर्ण सेट!

म्हणजेच, जास्त मन:परिवर्तन राहण्याविषयी हा प्रसंग आपल्याला काय सांगतो? तुमचा जर व्यापार असेल, तर तुम्ही तुमच्या ग्राहकांना तुमच्या वस्तूंच्या आणि सेवेच्या दुर्मिळतेविषयी आणि एकमेवत्त्वाविषयी माहिती द्यायलाच हवी. प्रतिस्पर्ध्यांच्या मालात जे नाही, ते वैशिष्ट्य आपल्या मालात आहे; हे सांगणे प्रतिस्पर्ध्याच्या ऐवजी तुमच्या मालाच्या खरेदीसाठी ग्राहकाला तयार करण्याचे सशक्त साधन होऊ शकते. अशाच प्रकारे, तुमच्यासोबत काम करणाऱ्या सहकाऱ्यांना 'प्रत्येक वेळी अशा प्रकारचा पुढाकार घेण्याची संधी आपल्याला मिळतेच असे नाही,' असे सांगून त्या योजनेच्या किंवा घेतलेल्या पुढाकाराच्या एकमेवत्त्वाविषयी सांगितल्याने, ते तुम्हाला मदत करण्यासाठी तयार होऊ शकतात.

जेव्हा आपल्या कुटुंबातील सदस्यांना आपण सांगतो, की त्यांचा वेळ आणि साहाय्य वरचेवर दुर्मीळ आणि कमी होत आहे; तेव्हा तेसुद्धा जास्त प्रतिसाद देण्याची संभावना असते. तुमच्या वस्तू, सेवा, वेळ आणि मदत मर्यादित आहे हे फक्त प्रामाणिकपणाने लक्षात आणून देण्याने तुम्ही त्यांचे महत्त्व वाढवता आणि त्या क्षणी लोक त्यांना आणि तुम्हाला जास्त पसंत करतात आणि सर्वसाधारणपणे ज्यांना आपण पसंत करतो, त्यांनाच 'होकार' (Yes) देत असतो.

आपल्या निर्णय घेण्यावर प्रभाव टाकण्याची दुर्मीळतेत शक्ती असते, या गोष्टीस शास्त्रीय संशोधने बऱ्याच अंशी पुष्टी देतात. आपल्या रोजच्या जीवनातसुद्धा 'दुर्मीळतेचे तत्त्व' कार्यरत असते. ख्रिसमसच्या काळात, दुकानातील साठा संपला दाखविण्याच्या खेळात प्रत्यक्ष दुकानात पालक परस्परांशी भांडणे करत असल्यामुळे, गेल्या काही वर्षांत सुटीची प्रेरणासुद्धा दुर्मिळ झाली आहे. २००० सालातील उन्हाळ्यात ब्रिटनमध्ये पेट्रोलचा तुटवडा झाला होता. परिणामी, लोकांची वर्तणूक विक्षिप्त झाली होती. उपलब्ध असलेल्या मर्यादित साठ्यातून पेट्रोल मिळविण्यासाठी ते रेटारेटी करीत होते. दुसरे उदाहरण, २००३च्या फेब्रुवारी महिन्यात ब्रिटिश

एअरवेजने, लवकरच आम्ही 'कॉन्कॉर्ड' विमान नेहमीसाठी बंद करणार आहोत, अशी घोषणा करताच, त्यानंतरच्या त्या विमानाच्या तिकीटविक्रीवर विपरीतपणे विरुद्ध परिणाम झाला होता आणि ऑक्टोबर २००३मध्ये आपण काहीतरी गमावणार आहोत, या भावनेपोटी हजारो लोकांनी आपल्या कार रस्त्यावर थांबविल्या. सर्व रस्ता 'कॉन्कॉर्ड'च्या शेवटच्या उड्डाणाचे दृश्य पाहण्यासाठी थांबवलेल्या लोकांनी खचाखच भरला होता. एक गोष्ट लक्षात घेतलीच पाहिजे, की हे दृश्य मागच्या तीस वर्षांपासून दर एक दिवसाआड दिसतच होते.

आपल्या सर्वांनीच आपल्या दैनंदिन आयुष्यात 'दुर्मीळतेच्या तत्त्वाचा' मानसिक परिणाम अनुभवलाच आहे. तरीही एक कमी महत्त्वाचे क्षेत्र आहे, जिथे 'दुर्मीळतेचे तत्त्व' सुप्त आणि शक्तिशाली दोन्ही प्रकाराने कार्य करीत असते, ते क्षेत्र म्हणजे 'माहिती'चे क्षेत्र. अभ्यासाने हे दाखवून दिले आहे, की स्पष्टपणे मिळणाऱ्या माहितीकडे अधिक मोलाची आणि अधिक परिणामकारक या दोन्ही दृष्टिकोनातून पाहिले जाते. उदाहरणार्थ, संशोधक अम्राम क्नीशिन्स्कीने (Amram Knishinsky) केलेल्या अभ्यासानुसार, जेव्हा वातावरणाच्या अंदाजाप्रमाणे ऑस्ट्रेलियातून येणाऱ्या मांसाचा (Beef) तुटवडा उद्‌भवण्याची शक्यता आहे, अशी माहिती मांसखरेदी करणाऱ्या ठोक व्यापाऱ्यांना देण्यात आली; तेव्हा त्यांनी आपली मागणी दुपटीपेक्षा जास्त वाढविली. हे मालाच्या दुर्मीळतेच्या परिणामाचे एक प्रात्यक्षिक आहे. त्याहीपेक्षा महत्त्वाचे म्हणजे, जेव्हा खरेदी करणाऱ्यास सांगण्यात आले, की माहिती अधिकृत गोटातून आलेली आहे आणि इतर लोकांसाठी साधारणपणे उपलब्ध नाही (दुर्मीळतेचे दोन्ही वृत्तान्त खरे होते.); त्यांनी आपल्या मागणीत विलक्षण ६०० टक्क्यांनी वाढ केली.

तुमची विनंती अधिक परिणामकारक होण्यासाठी आणि त्या मोबदल्यात लोकांनी ती मान्य करायला लावण्यासाठी हे निष्कर्ष स्पष्ट सूक्ष्मदृष्टी आणि उपयोजन सुचवितात. जर तुम्ही तुमच्या एकट्याकडेच असलेली विशेष माहिती देत असाल, पण त्याचे महत्त्व सांगत नसाल; तर तुम्ही तात्त्विक आणि परिणामकारक प्रभावतंत्र वापरण्याची एक उत्तम संधी गमावण्याची शक्यता असू शकते.

३७ गमावण्यातून तुम्ही काय कमावू शकता?

२३ एप्रिल १९८५ मध्ये कोका-कोला कंपनीने एक निर्णय घेतला, ज्याची 'मार्केटिंगमधील दशकातील फटफजिती' म्हणून 'टाईम' मासिकाने संभावना केली. जास्त लोकांना पेप्सीची गोड चव आवडत असल्याच्या माहितीवरून त्यांनी प्रचलित कोकचा फॉर्म्युला बाजारातून काढून, त्याऐवजी जास्त गोड 'नवीन कोक' बाजारात आणण्याचा निर्णय घेतला. आमच्यापैकी बऱ्याच जणांना तो दिवस आठवतो. एका बातमीदाराच्या शब्दांत सांगायचे झाल्यास, 'या कृतीतून येणाऱ्या असंतुष्टतेचे काय घोर परिणाम होतील, याचा कोका-कोला कंपनी अंदाज लावू शकली नाही.' बॅनगॉरपासून बरबँक (Bangor, Burbank) आणि डिट्रॉईट (Detroit) पासून ते डेल्लासपर्यंत (Dallas) हजारो कोकप्रेमी लोकांनी उठाव केला आणि नवीन कोकच्या चवीचा तीव्र निषेध केला आणि त्यांच्या जुन्या कोकची परत मागणी केली.

सामूहिक उद्रेकाचे आणि आशावादाचेही पराकोटीचे उदाहरण म्हणजे सियाटलचे माजी गुंतवणूकदार गे मुलिन्स (Gay Mullins) यांच्या गोष्टीतून येते. त्याने 'अमेरिकेचे जुने कोला पिणारे' या नावाने सोसायटी स्थापन केली आणि तो जणू काही राष्ट्रीय पातळीवरील प्रसिद्ध व्यक्ती झाला. सर्वत्र पसरलेला लोकांचा तो एक समूह होता, ज्यांनी उपलब्ध असलेल्या नागरी, न्यायालयीन किंवा वैधानिक सर्व साधनांचा उपयोग करून, पारंपरिक फॉर्म्युला बाजारात परत आणण्यासाठी अथक परिश्रम केले होते. उदाहरणार्थ– मुलिन्सने एक हॉटलाईन तयार केली, ज्यावर नागरिक आपला राग व्यक्त करून भावना नोंदवू शकत होते. त्यावर साठ हजारांपेक्षा जास्त कॉल्स आले होते. त्याने नवीन कोकविरोधी हजारो बटन्स आणि टी-शर्ट्स वाटले होते आणि कोकाकोला कंपनीविरुद्ध सार्वजनिक चळवळीतून

न्यायालयात खटला दाखल करण्याचा प्रस्ताव दाखल केला होता, जो संघीय न्यायाधीशाने फेटाळला. मुलिन्सच्या वागणुकीतील अत्यंत आश्चर्यकारक गोष्ट म्हणजे, त्याने डोळे झाकून कोकची चव पाहिली असती, तर त्याला काही फरक पडला नसता. तो मूळ कोकपेक्षा नवीन पसंत करीत होता किंवा त्या दोन्हीतील फरक सांगू शकत नव्हता.

म्युलिन्सला आपल्याला काय आवडते, यापेक्षा आपण काहीतरी गमावत आहोत, ही भावना अधिक महत्त्वाची होती. दरम्यानच्या काळातील नोंदविण्याजोगी गोष्ट म्हणजे, ग्राहकांची मागणी पूर्ण करण्यासाठी जरी कंपनीच्या अधिकाऱ्यांनी मूळ कोक पुन्हा बाजारात आणला होता, तरी या धक्क्यामुळे ते गोंधळले होते आणि वस्तुस्थिती त्यांना झोंबली होती. कोका-कोला कंपनीचे तेव्हाचे अध्यक्ष डोनाल्ड केऑफ (Donald Keough) ग्राहकांच्या मूळ कोकविषयीच्या असामान्य एकनिष्ठतेविषयी म्हणाले होते, ''हे अमेरिकेचे आश्चर्यकारक रहस्य आणि प्रेमळ कोडे आहे; आणि तुम्ही प्रेम, अभिमान किंवा देशभक्ती याप्रमाणेच त्याचेही मोजमाप करू शकत नाही.''

हे आम्ही मान्य करत नाही. सर्वप्रथम जर तुम्हाला 'दुर्मीळतेचे तत्त्व' समजले आणि विशेषत: आपल्याजवळ अग्रेपासून असलेले काहीतरी गमावण्याच्या लोकांच्या संवेदनशीलतेशी ते कसे जुळलेले आहे, हे समजले; तर हे रहस्य मुळीच नाही. विशेषत: कोकाकोलासारखी एखादी वस्तू जी लोकांच्या मनात आणि रुढीत बऱ्याच काळापासून आहे, त्याबाबतीत हे घडते.

दुसरे म्हणजे, कोकाकोला पिणाऱ्यांची त्याबाबतची सहज आवड काही मोजमाप करता येऊ शकत नाही; पण कोकाकोला कंपनीने त्यांच्या मार्केट सर्वेक्षणात ती मोजली. बस्स! यापेक्षा काही नाही. तो समोर ठेवूनच त्यांनी हा अप्रिय निर्णय घेतला, पण त्यांनी त्यांच्या माहितीची सांगड सामाजिक प्रभावाच्या घटकांशी घातली नाही.

कोका-कोला कंपनीचे लोक कवडीचुंबक नाहीत. जेव्हा मार्केट संशोधनाचा प्रश्न येतो, तेव्हा आपल्या नवीन उत्पादनाची मार्केटमध्ये अचूक शहानिशा झाली की नाही, याची खात्री करण्यासाठी ते लाखो डॉलर्स खर्च करण्याची तयारी ठेवतात. नवीन कोक स्वीकारण्याच्या निर्णयापूर्वी, १९८१ ते १९८४ पर्यंत त्यांनी २५ विविध शहरातून जवळपास २ लाख लोकांकरवी जुन्या आणि नवीन कोकची चाचणी करून घेतली. जुन्याच्या ऐवजी नवीन कोकची चवचाचणी घेताना त्यांना आढळून आले, की ५५ टक्के लोकांना काहीच कळत नव्हते, तर ४५ टक्के लोकांनी नवीनला पसंती दर्शविली. काही चाचण्या मात्र लेबल नसलेल्या नमुन्यातून घेण्यात आल्या नाहीत. अशा वेळी मात्र सहभागी होणाऱ्यांना कोणते नवीन आणि

कोणते जुने हे अगोदरच सांगण्यात आले होते. अशा परिस्थितीत नवीन कोकची पसंती ६ टक्क्यांनी वाढली होती.

यावरून जेव्हा कंपनीने शेवटी नवीन कोकची सुरुवात केली, तेव्हा लोकांनी जुन्या कोकलाच स्पष्ट पसंती दर्शविली होती, ही वस्तुस्थिती कशी समजते? फक्त एकाच पद्धतीने ती कळू शकते आणि ती म्हणजे या 'कोड्यास दुर्मीळतेचे तत्त्व' लागू केल्याने! चवचाचणीच्या दरम्यान लोकांना नवीन कोक विकत घेण्यासाठी उपलब्ध नव्हते आणि म्हणून जेव्हा त्यांना माहिती होते, की कोणता नमुना कशाचा आहे, तेव्हा त्यांनी त्यांना जे मिळू शकत नव्हते त्याला खूप पसंती दाखविली; पण जेव्हा कंपनीने जुन्याच्या ऐवजी नवीन पद्धतीचा बदल केला, तेव्हा जुना कोक मिळू शकत नव्हता, म्हणून तोच त्यांच्या आवडीचा झाला.

कंपनीने जेव्हा कोणता नमुना कशाचा आहे, हे सांगून चवीच्या चाचणीतील फरकाचा परिणाम पाहिला, तेव्हा त्यांच्या संशोधनातील नवीन कोकच्या पसंतीतील ६ टक्के वाढ बरोबर होती. अडचण ही आहे, की त्यांनी त्याचा चुकीच्या पद्धतीने अर्थ लावला. कदाचित ते स्वत:शी म्हणाले असतील, 'वा! छान. याचा अर्थ जेव्हा लोकांना कळेल, की त्यांना काहीतरी नवीन मिळत आहे, तेव्हा त्यांची त्याविषयीची उत्कंठा निश्चित वाढणार आहे.' पण वस्तुस्थितीत या ६ टक्के वाढीचा खरा अर्थ काय होता, तर जेव्हा लोकांना त्यांच्याकडे काय नाही हे कळते, तेव्हा त्यांची उत्कंठा वाढणार असते. आयुष्यभर कोक पिणाऱ्या लोकांना बाजारातून उत्पादन काढून घेणे किंवा शेल्फमधून मूळ कोक काढून टाकणे यापेक्षा, नियमित सवयीत असलेली एखादी वस्तू आपण गमावत आहोत, हे अधिक प्रकर्षाने जाणवले आणि संभाव्य प्राप्तीपेक्षा संभाव्य नुकसानीविषयी अधिक संवेदनशील असण्याच्या प्रवृत्तीस समाजशास्त्रातील निष्कर्षसुद्धा उत्तमप्रकारे पुष्टी देतात. 'तोट्याच्या धास्तीविषयी परीक्षण करणारे आणि सिद्धान्त मांडणारे वर्तणूक संशोधक डॅनियल कॅन्हेमन (Daniel Kahneman) आणि अमॉस त्वर्स्की (Amos Tversky) हे पहिले शास्त्रज्ञ होते. त्यांचे संशोधन मानवी वर्तणुकीविषयी अर्थ, निर्णयक्षमता, वाटाघाटी आणि मन:परिवर्तनासह अनेक क्षेत्रात विश्लेषण देऊ शकते.

उदाहरणार्थ– तोट्याच्या धास्तीचा एक परिणाम म्हणजे अनुभव नसलेल्या गुंतवणूकदारांना किंमत वाढली की वेळेपूर्वीच शेअर विकण्याची इच्छा होते, कारण जे काही मिळाले आहे, ते त्यांना गमवावयाचे नसते. तसेच खूप नुकसान टाळण्याच्या इच्छेपोटी हे गुंतवणूकदार खरेदीच्या तारखेपासून किंमत उतरलेले शेअरसुद्धा सांभाळतात. कारण त्या क्षणी शेअर विकणे म्हणजे गुंतवणुकीत निश्चित आणि भरून न निघणारे नुकसान होते. बरेच गुंतवणूकदार असे करण्यास नाराज असतात. या निर्णयाचा सहसा परिणाम शेअरच्या किमती अजून घसरण्यात होतो.

तोट्याची धास्ती मार्केटिंगच्या दृष्टीनेसुद्धा फार महत्त्वाची असते. सामान्यपणे बोलायचे झाल्यास, मार्केटिंग आणि जाहिरातक्षेत्रात काम करणारे, त्यांच्या उत्पादनाच्या फायद्याविषयी सक्षम ग्राहकांना सांगणाऱ्या संदेशावरच आपले लक्ष केंद्रित करतात. असा प्रयत्न करीत असताना, ते सहसा त्यांच्या उत्पादनातून उभरते ग्राहक काय मिळवू शकतात हे सांगणारेच संदेश तयार करतात. अशा वेळी प्रेक्षक काय गमावू शकतात यावर भर देऊन अधिक मन वळविण्याची एक उत्तम संधी ते वाया घालवतात. 'संधीचा फायदा घ्या, आमचे नवीन उत्पादन वापरून पाहा आणि २० टक्के सवलत मिळवा!' असे लिहिण्याऐवजी ते अधिक यशस्वीपणे म्हणू शकतात, '२० टक्के सवलत असलेले आमचे नवीन उत्पादन वापरण्याची संधी दवडू नका!' नंतरच्या प्रकरणात ते प्रेक्षकांना सांगू शकतील, की ही सवलत काही कारणास्तव दुर्मीळ आहे (जसे मर्यादित कालावधीसाठीच उपलब्ध आहे), की ती सध्या असलेल्या २० टक्के सवलतीसह खरेदी करण्याची संधी गमावण्याचा धोका त्यांना पत्करावा लागेल.

अशाच प्रकारे समजा तुमच्या एखाद्या योजनेत तुमच्यासोबत काम करण्यासाठी सहकाऱ्यांचे मन:परिवर्तन करायचे असेल, तर यातून त्यांना संधी आणि अनुभव या दृष्टीने काय प्राप्त होईल, हे सांगणे महत्त्वाचे आहेच; पण त्यासोबतच ते काय गमावू शकतात, हे सांगणेसुद्धा आवश्यक आहे. समाजशास्त्रज्ञ मर्जोरी शेली (Marjorie Shelley) याने केलेल्या संशोधनानुसार व्यवस्थापकीय निर्णयप्रक्रियेत काय संपादन करणार आहात, यापेक्षा काय गमावणार आहात, हे सांगण्याने खूप जास्त भारदस्त परिणाम होतो. उदाहरणार्थ, समजा तुमच्याकडे एक कल्पना आहे. ती अनुसरण्याने तुमच्या विभागाची एका वर्षात एक लाख पौंडाची भरघोस बचत होऊ शकेल. ही कल्पना बचतस्वरूपात मांडण्याऐवजी, जर तुम्ही 'ती कल्पना स्वीकारली नाही तर तेवढ्या रकमेचे नुकसान होऊ शकते' अशी सुरुवात केली; तर ती जास्त मन:परिवर्तक होण्याची शक्यता असते.

'नुकसानाची कल्पना' म्हणजे आपल्याला मिळणाऱ्या संदेशातून सक्ती करणेच होय. कॅलिफोर्निया विद्यापीठातील संशोधकांनी ते स्थानिक वापरातल्या वस्तूकंपनीचे कर्मचारी आहेत असे भासविले, तेव्हा त्यांच्या निदर्शनास आले; की घरमालकांना जेव्हा सांगण्यात आले, की ते प्रतिदिन ५० सेंटची बचत करू शकतात, त्यापेक्षा त्यांना जेव्हा सांगण्यात आले, की प्रतिदिन त्यांचे ५० सेंटचे नुकसान होणे चालूच राहिल, तेव्हा ऊर्जाक्षमता वाढविण्याचे यंत्र घरी घेऊन जाणाऱ्या घरमालकांची संख्या ३०० टक्क्यांनी वाढली होती. या उदाहरणातील दोन संदेशात आर्थिकदृष्ट्या काहीच फरक नाही हे लक्षात घ्या. आर्थिकदृष्ट्या ५० सेंट तेवढेच आहेत. पण मानसिकदृष्ट्या नुकसान दर्शविणाऱ्या संदेशातून मन:परिवर्तनात तिप्पट वाढ निर्माण केली.

या पद्धतीने तुम्ही फार काही अवास्तवपणे प्रभावित होता, असे समजणेसुद्धा धोक्याचे आहे. उदाहरणार्थ– काही कपटी मध्यस्थी किंवा कारविक्री करणारे लोकसुद्धा अपेक्षित अंतिम किंमत आपल्या आवाक्यात आल्यासारखी वाटेपर्यंत वाट पाहतात आणि नंतर मान्य करण्यास कठीण असलेली किंमत, मग घ्या किंवा घेऊ नका म्हणून मागतात, जेव्हा की त्यांना पूर्ण खात्री असते की समोरचा परत जाणार नाही. शेवटी परत जाणे म्हणजे जास्त वेळ, मेहनत आणि संधी दवडल्यासारखे होईल. ('Sunk Cost'/'बुडालेली किंमत' म्हणूनसुद्धा ज्ञात आहे.) तुम्ही ज्या विक्रीप्रतिनिधीशी वाटाघाटी करत आहात तो तुमच्या नुकसानधास्तीस अशाप्रकारे फार हुशारीने हाताळतो आहे; तर तुम्ही लक्षात ठेवले पाहिजे, की विक्रीप्रतिनिधीला ते नुकसान वाटत आहे.

३८ कोणत्या एका शब्दाने तुमचे मन:परिवर्तनाचे प्रयत्न शक्तीशाली होतील?

एल. फ्रँक बामच्या (L. Frank Baum) बालगोष्टींच्या पुस्तकावर आधारित १९३९चा चित्रपट 'द विझार्ड ऑफ ऊझ' (The Wigad of Oz) आतापर्यंतचा सर्व कुटुंबाने आवडीने पाहावा, असा चित्रपट आहे. आपल्यापैकी बहुतेकांना 'यलोब्रिक रोड'च्या बाजूने धोकादायक प्रवास करीत असताना, डोरोथी (Dorothi) आणि तिचे मित्र स्केअरक्रो (Scarecrow), टीन मॅन (Ten Man) आणि लायन (Lion) यांची झालेली दुरवस्था माहीतच आहे. ऊझच्या विझार्डला तो परोपकारी आणि शक्तीशाली दोन्ही असल्याचे पटवून सांगण्यात पूर्ण यश प्राप्त झाले होते. पण रस्त्याने ते चार प्रवासी जे गाणे गुणगुणत, 'कारण, कारण, कारण, कारण! तो सर्व आश्चर्यकारक गोष्टी करतो;' (Because, because, because ! of all the wonderfull things he does) ते आपल्याला आपण जो मार्ग प्रस्थापित करीत आहोत, त्या मार्गावरून इतरांनी चालावे, असे मन:परिवर्तन करण्याविषयी कसे सांगू शकतात?

आपण रांग लावण्याविषयी विचार करू. तुम्ही बँकेत, सुपरमार्केटमध्ये किंवा करमणूक उद्यानात कुठेही असा; रांग लावणे ही काही तुमची मजेची कल्पना नाही. रांगेतून शक्य तेवढ्या लवकर पुढे सरकणे ही बहुतेक सार्वजनिक प्रेरणा लक्षात घेता, कोणत्या परिस्थितीत रांग तोडून इतरांना पुढे जाऊ देण्यास तुम्ही इच्छुक असणार? या पुस्तकाची मध्यवर्ती कल्पना आहे, की तुमच्या विनंती करण्याच्या पद्धतीत छोटासा बदल केल्याने नेहमी आश्चर्यकारक मोठे परिणाम मिळू शकतात. पण विनंती करणाऱ्याच्या फक्त एका शब्दामुळे आमूलाग्र बदल होऊन तुम्ही, 'हो,

पुढे जा' असे म्हणणे शक्य आहे का?

'होय' आणि तो शब्द आहे 'कारण!'

('Yes' - and the word is 'Because')

वर्तणूकशास्त्रज्ञ एलिन लँगर (Langer) आणि तिच्या सहकाऱ्यांनी या शब्दांतील मन:परिवर्तन सामर्थ्य तपासून पाहण्याचे ठरविले. लँगरने एका अनोळखी व्यक्तीस झेरॉक्स काढण्यासाठी रांगेत उभ्या असलेल्यांपैकी एकाकडे जाऊन फक्त विचारण्यास सांगितले, "क्षमा करा, पण माझ्याकडे पाचच पाने आहेत, मी झेरॉक्स मशीन वापरू शकतो का?" रांग तोडण्याच्या या प्रत्यक्ष विनंतीला ६० टक्के लोकांनी मान्यता दिली आणि त्या अनोळखी व्यक्तीस रांग सोडून त्यांच्या पुढे जाऊ दिले. जेव्हा अनोळखी व्यक्तिने विनंतीसोबत कारण दिले ('मी झेरॉक्स मशीन वापरू का, कारण मला घाई आहे'), तेव्हा बहुतेक (९४ टक्के) लोकांनी संमती दिली. अशा प्रकारची मदत कदाचित फार आश्चर्यकारक वाटणार नाही, कारण सबळ कारण दिल्याने पुढे जाण्याची विनंती न्याय्य वाटते.

अभ्यासातली खरी गंमत आता आहे. लँगरने विनंतीचे आणखी एक रूप तपासून पाहिले. या वेळीसुद्धा अनोळखी व्यक्तीने 'कारण' हा शब्द वापरला, पण त्यानंतर पाठोपाठ सर्वस्वी अर्थहीन कारण दिले. विशिष्टपणे अनोळखी व्यक्ति म्हणाली, 'मी झेरॉक्समशीन वापरू का, कारण मला प्रती तयार करावयाच्या आहेत.' तुला प्रती तयार करायच्या आहेत? अर्थात या फोटोकॉपिअर मशीनचा उपयोग प्रती काढण्यासाठीच आहे. तुम्ही याचा उपयोग करून पेन्सिलला टोक नाही करत, का करता? थोडक्यात, अनोळखी व्यक्तीने या पोकळ कारणाची पुनरुक्ती करूनसुद्धा, योग्य कारण असताना जेवढ्यांची मान्यता होती, जवळपास तेवढ्याच लोकांची (९३ टक्के) मान्यता मिळाली.

झेरॉक्सच्या अभ्यासातून 'कारण' या शब्दांतील अद्वितीय प्रेरणादायी प्रभाव दिसून येतो. आयुष्यात कालपरत्वे 'कारण' आणि त्या पाठोपाठ चांगल्या कामाचे साहचर्य सतत बळकट करण्याने शब्दांना मन:परिवर्तनाचे सामर्थ्य प्राप्त होते. (उदा. '... कारण मला त्याची मदत होईल म्हणून मला ती बढती द्या,' '....कारण मला वेळ होत आहे.' '...कारण इंग्लंडच्या राष्ट्रीय संघात जगातील काही अतिउत्तम फलंदाज आहेत.')

अर्थात, इतर गोष्टींप्रमाणेच 'कारणाच्या' सामर्थ्यालासुद्धा मर्यादा आहेत. झेरॉक्सच्या अभ्यासात 'कारणा'नंतरचा उद्देश कितीही निकृष्ट दर्जाचा असला तरी संमती तेवढीच जास्त होती. त्या वेळी विनंती छोटी होती, विनंती करणाऱ्याने फक्त पाचच प्रती काढण्यासाठी विचारले होते.

मात्र यापेक्षा मोठ्या प्रमाणावर मदत हवी असेल तर काय होते, हे पाहण्यासाठी

लँगरने प्रयोगात काही नवीन अटी लागू केल्या. या वेळेस विनंती करणाऱ्या महिलेने तिला २० प्रती काढायच्या आहेत, असे सांगितले. ज्यांनी झेरॉक्समशीन वापरली, त्यांना हे माहीत असते, जास्तीच्या प्रत्येक प्रतीबरोबर मशिनला लागणारा वेळ वाढत असतो. थोडक्यात, कमी प्रतींपेक्षा जास्त प्रती काढण्याच्या विनंतीचा लोकांच्या उत्तरावर बराच जास्त परिणाम झाला.

या वेळेस अनोळखी महिलेने 'कारण' न देता जेव्हा विनंती केली, तेव्हा फक्त २४ टक्के संमती मिळाली. पण ज्यांनी अयोग्य कारण दिले त्याचे काय? 'कारण' मला प्रती काढायच्या आहेत, असे सांगितल्यामुळे संमती देण्यात मुळीच भर पडली नाही. जेव्हा जास्त प्रतीची विनंती योग्य कारणासह करण्यात आली (...कारण मी घाईत आहे), तेव्हा कसातरी प्रतिसादाचा दर दुप्पट झाला होता. जेव्हा विनंती लहान असते, तेव्हा लोक कसे वागावे, हे ठरविणे थोडक्यात समजून घेण्याची संभावना जास्त असते. या बाबतीत ते फारसा विचार करीत नाहीत. उलटपक्षी जेव्हा विनंती मोठ्या प्रमाणावर असते, तेव्हा कसा प्रतिसाद द्यावा, हे ठरविताना लोक विनंती करणाऱ्याच्या कारणांचे महत्त्व लक्षात घेत असतात.

हे निष्कर्ष एखाद्या स्मरणपत्राचे काम करतात. कारण तुम्हाला जरी कारण पुरेसे स्पष्ट आहे असे वाटले, तरी विनंतीसोबत सबळ उद्दिष्ट नक्कीच देत जा. उदा. जेव्हा ग्राहकांसोबत भेट ठरवायची असते किंवा जेव्हा एखाद्या नवीन योजनेवर सहकाऱ्यांना सहकार्य करण्याची विनंती करायची असते, तेव्हा तुमच्या विनंतीमागचे कारण निश्चितपणे सांगा. कदाचित ते खूप साहजिक असेल; पण पुष्कळदा इतरांना आपल्या विनंतीमागचे कारण समजते, अशी आपली चुकीची समजूत असते.

या पद्धतीचे घरातसुद्धा फायदे होऊ शकतात. नुसती 'रात्रीच्या जेवणासाठी टेबलजवळ या' किंवा 'लवकर झोपा' अशी आज्ञा मुलांना देण्याऐवजी, ती अधिक परिणामकारक होण्यासाठी, 'कारण मी म्हणतो म्हणून' सांगण्याऐवजी, त्यांनी ती कृती का करावी, यामागचे सबळ कारण द्या.

'कारण' हा शब्द दोन्ही मार्गाने काम करतो, याची नोंद घेणे महत्त्वाचे आहे. तुम्ही इतरांनासुद्धा तुम्हाला 'कारण' द्यायला लावू शकता. जसे, समजा तुम्ही IT कंपनीत काम करीत आहात. बऱ्याच दिवसांपासून तुमच्या कंपनीसोबत काम करणाऱ्या ग्राहकांना त्याची सवय झाली असेल, पण प्रत्येक जाणाऱ्या वर्षासोबत तुमच्या कंपनीसोबतच काम का करावे, याचे कारण सुप्त होते किंवा विसरलेसुद्धा जाऊ शकते. परिणामी तुमचा धंदा स्पर्धकांच्या तावडीत जाण्याचा धोका निर्माण होऊ शकतो. तुमचा धंदा आणि तुमचे ग्राहक यांचा तुमच्या कंपनीवरचा विश्वास बळकट करण्याचा एक परिणामकारक मार्ग म्हणजे, तुमच्या कंपनीतील ग्राहकविभागातील निर्णय घेणाऱ्यांनी, त्यांनी तुमच्या कंपनीशीच व्यवहार का करावेत, याची कारणे

तयार केली पाहिजेत. हे ग्राहकाकडून घेतलेल्या माहितीच्या सर्वेक्षणाने (ज्यात ग्राहकांना हे विचारावे, की त्यांना तुमच्या कंपनीसोबत व्यवहार करणे का आवडते) पूर्ण करता येते. ग्रेगरी माईओ (Gregory Maio) आणि त्यांच्या सहकाऱ्यांनी केलेले संशोधन हे सांगते, की ही पद्धत तुमच्या ग्राहकांना तुमच्याबरोबर असलेले संबंध केवळ सवयीचा भागच नसून महत्त्वाचेसुद्धा आहेत, याची जाणीव करून देऊन ग्राहकांची तुमच्या कंपनीवरील निष्ठा अधिक दृढ करील. दुसऱ्या शब्दांत सांगायचे, तर लोकांना तुम्हाला 'कारण' देऊ द्या; म्हणजेच शेवटपर्यंत ते डोरोथी आणि तिच्या सहप्रवाशांसारखी तुमची स्तुतिगीतेसुद्धा गातील.

३८ सर्व कारणांची विचारणा करणे केव्हा चूक ठरू शकते?

'प्रथम इजा करू नका', ही नैतिक (Hippocratic) शपथ प्राधान्याने वैद्यकीय व्यवसाय करणाऱ्यांच्या रुग्णांप्रति असलेल्या उत्तरदायित्वास जरी लागू पडत असली; तरी जाहिरातदार ज्या उत्पादनाची विक्री करण्याचा प्रयत्न करीत असतात, त्यांच्या त्या उत्पादनाप्रती असलेल्या उत्तरदायित्वाससुद्धा लागू पडते. कमीतकमी ते जो माल आणि सेवा विकण्याचा प्रयत्न करीत असतात, त्याला तरी दुखापत करूच नये. पण प्रत्यक्षात एक सद्‌हेतू असलेला कॉपीरायटर स्पर्धकांकडे भरपूर ग्राहक कसे पाठवू शकतो?

अगोदरच्या प्रकरणाचे स्मरण करा, की लोक एखाद्या विशिष्ट भूमिकेचा आग्रह का धरतात, याची कारणावली तयार करणे ही भूमिकेविषयीचा विश्वास दृढ करण्याची एक अत्यंत परिणामकारक पद्धत ठरू शकते. जर हाच विचार जाहिरातीस लागू केला, तर ग्राहकांना आपल्या वस्तू आणि सेवा निवडण्यासाठी शक्य तेवढ्या जास्तीतजास्त कारणांचा विचार करण्यास प्रोत्साहन देणे शहाणपणाचे होईल असे वाटते. असे असले तरी नुकत्याच झालेल्या संशोधनाने सुचविले आहे, की काही विशिष्ट परिस्थितीत याचा प्रत्यक्षात उलट परिणाम होऊ शकतो.

कल्पना करा, तुम्ही एक नवी कोरी कार खरेदी करण्यासाठी बाजारात आहात. तुम्ही तुमची आवड 'बीएमडब्ल्यू' (BMW) किंवा 'मर्सिडीज' (Mercedes) एवढ्यापुरतीच मर्यादित ठेवली आहे. तुम्ही मासिक उघडता आणि त्यात BMWची एक जाहिरात पाहता, त्यात म्हटले आहे की BMW किंवा मर्सिडीज? BMW निवडण्याची अनेक कारणे आहेत. आपण दहा सांगू शकाल? मिशेल वॉंक

(Michaela Wanke) आणि तिच्या सहकाऱ्यांनी एक अभ्यास केला. एका विद्यापीठातील बिझनेसच्या विद्यार्थ्यांनी या जाहिरातीसारख्या इतर अनेक जाहिराती पाहिल्या. त्याच विद्यापीठातील बिझनेसच्या विद्यार्थ्यांच्या दुसऱ्या गटाने दुसऱ्या प्रकारची जाहिरात पाहिली. त्यात म्हटले होते, 'BMW किंवा मर्सिडीज? BMW निवडण्याची अनेक कारणे आहेत. तुम्ही एक सांगू शकाल? (भर वाढविला)'

नंतर सहभागी होणाऱ्यांना एखाद्या दिवशी दोन्हीपैकी कोणती गाडी घेणे पसंत कराल, या प्रश्नासह BMW आणि मर्सिडीजविषयी त्यांचे मत विचारण्यात आले. परिणाम अगदी स्वच्छ होते. ज्या जाहिरातीत BMW निवडण्याची दहा कारणे विचारली होती, त्या वाचकांची मर्सिडीजची पसंती जास्त होती आणि जिथे BMW निवडण्याचे एकच कारण द्यायचे होते, त्या वाचकांची BMWची पसंती तुलनेने जास्त होती.

असा उलट परिणाम कशामुळे झाला? संशोधकांनी खुलासा केला, की या अभ्यासात सहभागी होणाऱ्यांचा BMW पसंती देण्याचा निर्णय हा ब्रँड निवडण्यामागचे कारण देणे किती सोपे होते, यावर आधारित होता. जेव्हा त्यांना फक्त एकच कारण द्यायचे होते, तेव्हा त्यांना ते सोपे वाटले. जेव्हा दहा कारणे द्यायची होती, तेव्हा ते संकट वाटत होते. म्हणून उत्तम मूल्यांकनासाठी जास्त कारणावली निर्माण करण्याऐवजी, सहभागी होणाऱ्यांनी कारण देण्याची प्रक्रिया सोपी किंवा कठीण यानुसार आपला निर्णय दिला. सर्वसामान्यपणे मानसशास्त्रज्ञ अनुभवाच्या सोपेपणाला किंवा काठिण्याला 'अनुभवाचा सराईतपणा' असे संबोधतात. या संकल्पनेकडे आपण नंतर वळू.

या अभ्यासाच्या माहितीवरून एक निर्देशित होते, की प्रेक्षकांना तुमच्या भूमिकेच्या समर्थनार्थ अनेक कारणे निर्माण करण्यास सांगण्याअगोदर, ते किती सहजपणे ती देऊ शकतील, याचा विचार करणे अत्यंत महत्त्वाचे आहे. हे काम जर तुलनेने कठीण वाटत असेल, तर त्यांना मोजकीच कारणे तयार करायला सांगावीत. हे निष्कर्ष एक उपहासात्मक पद्धत सुचवितात. तुम्ही ग्राहकांना तुमच्याशी स्पर्धा करणाऱ्यांच्या मालाविषयी पुष्कळ कारणे तयार करायला सांगून, स्वतःमध्ये एक सक्षम स्पर्धात्मक धार निर्माण करू शकता. लोकांना जास्त कारणे देणे जेवढे जास्त कठीण जाईल, तेवढे तुमच्या वस्तू आणि सेवा किंवा पुढाकार जास्त चांगला वाटेल.

दुसऱ्या एका संशोधनाने हे दाखवून दिले, की तुमचे उत्पादन वापरण्यास किती सुलभ किंवा कठीण आहे, या कल्पनेचासुद्धा लोकांच्या निर्णयावर परिणाम होईल. समाजशास्त्रज्ञ पेटीया पेट्रोव्हा (Petia Petrova) यांनी संशोधनातून दाखवून दिले, की ग्राहकांना स्वतःला एखाद्या उपाहारगृह किंवा सुट्टीतील भेट देण्यासारख्या स्थळांच्या रम्यतेविषयी कल्पना करण्यास प्रोत्साहन दिले आणि जर ते करण्याची

कल्पना सुलभ असेल, तर त्यांची तिथे भेट देण्याची इच्छा बळावते.

या म्हणण्याप्रमाणे तुम्हाला जाणून घेण्याची इच्छा होऊ शकते, की तुमची उत्पादने किंवा वर्तणुकीविषयीची विनंती प्रेक्षक कुठपर्यंत स्वीकारतील. यामध्ये तुमच्या कृती त्यांना किती नावीन्यपूर्ण किंवा अनोळखी वाटतात यांचा समावेश होतो. उदाहरणार्थ– तुम्हाला काही ठरावीक ग्राहकांना तुमच्या कंपनीने बाजारात आणलेले एकदम नवीन उत्पादन घेण्यासाठी तयार करायचे आहे. जर या उत्पादनात खूप तांत्रिक गुंतागुंत असेल, ज्याचा लोकांना अनुभव कदाचित थोडाच असेल किंवा मुळीच नसेल, किंवा अद्याप त्यांना ते समजविण्यात आले नसेल; तर ते याचा वापर कितपत करू शकतील, याचा विचार करणेसुद्धा तुमच्यासाठी कठीण काम होऊ शकते, त्यामुळे त्याची निवड ते करतील याची संभावना फार कमी असते.

दुसरे क्षेत्र जिथे हे निष्कर्ष नितांत महत्त्वाचे आहेत, ते म्हणजे 'उत्पादनाची जाहिरात' हे होय. कलादिग्दर्शकांना नजर खिळवून ठेवणारे किंवा स्मृतीत राहणारे चित्र निर्माण करण्यासाठी स्वातंत्र्य दिलेले असते; पण ते एखादे गुंतागुंतीचे, न समजणारे चित्र काढतात. प्रेक्षक ते उत्पादन स्वत: वापरण्याची दृश्य कल्पना करण्याच्या योग्यतेवर चित्र किती परिणामकारक ठरेल, याचा फारसा विचार करीत नाहीत. या संशोधनाने हे स्पष्ट होते; की अशा चित्रांपेक्षा साधी, आकर्षक चित्रे जास्त परिणामकारक होऊ शकतात. यात भर म्हणजे, जाहिरात पडताळण्यापूर्वी आणि संबंधित प्रेक्षक हा स्वत: त्या प्रसंगात आहे, याची कल्पना करून ते उत्पादन वापरण्यासाठी, किती सहज किंवा कठीण आहे हे विशेषत: समजून घेणाऱ्या गटांवर लक्ष केंद्रित करण्यापूर्वी, कॉपीरायटर्सच्या संगनमताने अशा बाबतीतले निर्णय घेण्याची पद्धत सुधारू शकतो.

४० नावातील साधेपणा बहुमोलाचा कसा भासू शकतो?

जेव्हा जे. पी. मॉर्गनला 'शेअर बाजार यापुढे कसा राहील' असा क्लिष्ट प्रश्न विचारण्यात आला, तेव्हा त्याने निर्धारात्मक साधा प्रतिसाद दिला, 'तो अस्थिर राहील.' पण तुमचे उत्पादन, योजना किंवा कंपनीच्या नावातील साधेपणा यांची शक्ति तुमचा प्रभाव उंचावण्यासाठी तुम्हाला मदत कशी करू शकते?

समाजशास्त्रज्ञ अॅडम अल्टर (Adam Alter) आणि डॅनिअल ओपेनहेइमर (Daniel Oppenheimer) यांच्यामते, जे नाव किंवा शब्द उच्चारण्यासाठी कठीण असतात, त्यापेक्षा जे नाव किंवा शब्द उच्चारण्यासाठी सोपे असतात, ज्यांच्यात सराईतपणा जास्त असतो, त्याकडे ओढा असण्याची लोकांची प्रवृत्ती असते. ते म्हणतात, ज्या कंपनीचे नाव आणि चिन्ह वाचण्यासाठी आणि उच्चारासाठी कठीण असते, त्यापेक्षा ज्या कंपनीचे नाव आणि चिन्ह वाचण्यास आणि उच्चारण्यास सोपे असते, त्याकडे लोक सकारात्मक दृष्टीने पाहतात. या मानसशास्त्रीय प्रवृत्तीचा परिणाम असा असतो, की ज्या कंपनीचे नाव आणि चिन्ह वाचण्यासाठी किंवा उच्चारण्यासाठी सोपे असते ते अधिक मोलाचे असलेच पाहिजेत, या विचाराने त्यांच्या शेअरच्या किंमती वाढतात.

या अनुमानाचे परीक्षण नियंत्रित अभ्यासात करण्यासाठी त्यांनी काही कंपन्यांची काल्पनिक नावे तयार केली, जी सराईत होती किंवा सराईत नव्हती. त्यांनी सहभागी होणाऱ्यांना सांगितले, की या खऱ्याच कंपन्या आहेत आणि यापैकी प्रत्येकाच्या शेअरच्या भविष्यातील कामगिरीचे मूल्यमापन करण्यास त्यांना सांगितले आणि परिणाम अगदी स्वच्छ होते. सहभागी उमेदवारांनी स्लिंजर्मन (Slingerman),

व्हँडर (Vander), टॅनले (Tanley) यांची कामगिरी सॅग्झटर (Sagxter), फ्रुरिया (Frurio), क्झॅर्गब्दान (Xagibdan) यांच्यापेक्षा खूप चांगली राहील एवढाच अंदाज नाही सांगितला; तर त्यांच्या किंमती वाढतील आणि उरलेल्यांच्या किंमती पडतील, असासुद्धा अंदाज लावला.

वास्तवातही असे झाले का, हे शोधून काढण्यासाठी अल्टर (Alter) आणि ओपेनहेइमर (Oppenheimer) यांनी सर्वसाधारणपणे ८९ कंपन्यांची निवड केली, ज्यांची नोंदणी न्यूयॉर्क शेअर बाजारात केली गेली होती. १९९० आणि २००४ च्या दरम्यान त्यांचे आयपीओ (Initial Public Offering) बाजारात आले होते. त्यानंतर त्यांनी कंपनीच्या नावातील सराईतपणा आणि सुरुवातीच्या देय किंमतीपासून एक दिवस, एक आठवडा, सहा महिने आणि एक वर्षानंतरची स्थिती यांच्या संबंधावर लक्ष दिले. संशोधकांना आढळून आले, की एखाद्या व्यक्तिने यादीतील १० सराईत; सोप्या नावांच्या कंपनीत १००० डॉलर्स गुंतविले असतील, तर त्याच एक वर्षाच्या कालावधीत कमी सराईत नाव असलेल्या कंपनीमधील गुंतवणूक ३३३ डॉलर्स होती. दुसऱ्या एका अभ्यासात त्यांनी शेअरबाजारातील चिन्ह उच्चारण्याजोगे आहे (उदा. KAR) किंवा उच्चारण्याजोगे नाही (उदा. RDO), या निकषावर न्यूयॉर्क स्टॉक एक्सचेंज किंवा अमेरिकन स्टॉक एक्सचेंजमधील ७५० कंपन्या वेगळ्या काढल्या. परिणाम पूर्वीप्रमाणेच होते. म्हणून आम्ही असे सांगतो का, की तुम्ही Yahoo! एक्सचेंजवर तुमच्या Mxyzptik शेअर्सचे ट्रेडींग करून तुमच्या विक्षिप्त शेअर ट्रेडींग आणि सट्टा खेळण्याविषयी वित्तसल्लागारास रागवा किंवा त्यातून सुटण्यासाठी स्वत:चे गॅरेज विका. आम्ही असा सल्ला देतो, की तुमच्या कंपनीचे, उत्पादनाचे किंवा कोणत्याही प्रस्तावाचे नामकरण करीत असतानासुद्धा नावाच्या साधेपणाच्या सामर्थ्यास कमी लेखू नका. सहसा लोक त्यांच्या योजना जास्त प्रभावी करण्याच्या भागावर एवढे लक्ष केंद्रित करतात, की प्रेक्षकांना द्यायच्या सर्वात पहिल्या माहितीकडे– कंपनीच्या नावाकडे दुर्लक्ष करतात. बाकी सर्व गोष्टी समान असताना; नाव जर वाचण्यास आणि उच्चारण्यास अगदी सोपे असेल; तर त्याकडे ग्राहक, सक्षम शेअर होल्डर्स किंवा इतर निर्णय घेणारे अधिक सकारात्मक दृष्टीने पाहण्याची शक्यता जास्त असते.

अशाच प्रकारे संशोधकांना आढळून आले आहे, की मन:परिवर्तन करण्यात, हस्तलिखित संदेशातून हस्ताक्षर कसे आहे याचा प्रभाव पडतो. वाईट हस्ताक्षर म्हणजे संदेश कमीतकमी मन:परिवर्तक होणे. मागील दोन प्रकरणात वर्णिलेल्या पद्धतीप्रमाणे वाचक वाईट हस्ताक्षराचा, संदेश वाचण्यातील अडचणीचा चुकीचा अर्थ लावतात आणि संदेशातील मजकूर विश्वास ठेवण्यास कठीण आहे, असे समजतात. ज्यांच्यासाठी सुंदर हस्ताक्षर एक आव्हान असते, त्यांच्यासाठी सकृत्दर्शनी सोपा आणि अवलंबिण्यासारखा उपाय आहे असे वाटते. आपण आपला मन:परिवर्तक

संदेश टाईप करू शकत नाही का? होय, पण त्या सल्ल्यावरसुद्धा काही प्रतिबंध आहेत. संशोधनाने दाखवून दिले आहे, की तुमचे म्हणणे जर सहजपणे वाचता येण्यासारख्या अक्षरपद्धतीत असेल, तर तो संदेश अधिक मन:परिवर्तक होण्याची दाट संभावना असते. या सर्व संशोधनाचे निष्कर्ष, लोक एकमेकांशी संवाद कसा साधतात, यालासुद्धा सामान्यपणे फार जास्त लागू पडतात. उदाहरणार्थ– बऱ्याचदा, संदेश देणारे आपली विद्वत्ता प्रदर्शित करण्यासाठी खूप भारदस्त, मोठ्यामोठ्या आणि तांत्रिक शब्दांचा वापर आपल्या संदेशातून करतात; म्हणजेच मोठमोठे आणि क्वचित वापरात असलेले तांत्रिक शब्द वापरून ते स्वत:ला हुशार दाखविण्याचा प्रयत्न करतात. उदाहरणादाखल 'न्यूयॉर्क पोस्ट', ऑक्टोबर २००६ च्या अंकामध्ये, एका व्यवस्थापकाने त्याच्या सहकाऱ्यांना दिलेला पुढील संदेश पाहा,

'We are leveraging our assets and establishing strategic alliances to create a robust knowledge centre - one with a customer ruled business structure using market-leading technologies to maximize our human systems.'

हं! या सर्वांचा एकच स्पष्ट अर्थ होतो, 'आम्ही सल्लागार आहोत.'

नुकत्याच झालेल्या संशोधनाने दाखवून दिले आहे, की यासारखी अतिक्लिष्ट भाषा वापरल्याने अपेक्षित परिणामाच्या अगदी विरुद्ध परिणाम होऊ शकतो. कारण प्रेक्षकांना भाषेचा अर्थ लावणे कठीण जाते, संदेश समजण्यासारखा वाटत नाही आणि पर्यायाने लिहिणारा कमी हुशार आहे असा समज होतो. खेदाची गोष्ट म्हणजे अशाप्रकारचे संदेश दैनंदिन आयुष्यातसुद्धा खूप आढळतात, मग ते व्यावसायिक संवाद किंवा आरोग्यवर्धक सल्ले किंवा विद्यार्थ्यांचे निबंधसुद्धा असू शकतात. उदाहरणार्थ, स्टॅनफोर्ड विद्यापीठातील सर्वेक्षणात, सर्वेक्षण केलेल्यांपैकी ८६.४ टक्के विद्यार्थ्यांनी मान्य केले, की आपण हुशार आहोत हे दाखविण्यासाठी त्यांनी त्यांच्या निबंधात गुंतागुंतीची, कठीण भाषा वापरली होती. अधिक बेचैन करण्यासारखी गोष्ट म्हणजे ब्रिटनमधील एका सल्लागार कंपनीच्या कर्मचाऱ्यांपैकी ५६ टक्के कर्मचाऱ्यांच्या म्हणण्यानुसार, त्यांचे व्यवस्थापक आणि अधिक्षक त्यांना स्पष्ट संदेश देत नाहीत, ते नेहमी न समजणारी भाषा वापरतात, त्यामुळे संदेश संभ्रम निर्माण होतो. अशा अडचणी टाळण्याचा एक मार्ग म्हणजे असे संदेश देण्यापूर्वी, ते ज्या सहकाऱ्यांचा त्यांच्याशी प्रत्यक्ष संबंध नाही त्यांना द्यावेत, आणि त्यांची मते विचारात घ्यावीत.

४९ 'यमका'मुळे तुमचा प्रभाव कसा उंचावू शकतो?

'From Michigan State direct to your plate'- कोणत्या कंपनीने हे विधान केले आणि त्याचा संदर्भ कशाशी होता? हेंझ कॉर्पोरेशनने त्यांच्या भाजलेल्या बियांची (baked beans) जाहिरात करण्यासाठी वापरलेले हे घोषवाक्य होते. १८६९ मध्ये हेन्री जॉन हेन्झ (Henry John Heinz) याने शार्पसबर्ग (Sharpsburg) पेनसिल्व्हानिया (Pennsylvania) येथे स्थापन केलेल्या कंपनीची सुरुवात, स्थानिक किराणा-भुसार दुकानदारास मसाले पुरवठा करणारी म्हणून झाली. सुरुवातीला ही कंपनी घोडागाडीतून हॉर्सरॅडिश (तिखट मूळ असणारे रोप), लोणचे आणि टोमॅटो सॉस पुरवत असे. १८९६ मध्ये हेन्झने एक जाहिरात पाहिली ('२१ स्टाईल्स ऑफ शूज') '२१ शैलींची पादत्राणे'. त्याने विचार केला की, आपल्या उत्पादनात विविध शैली नाहीत, पण प्रकार आहेत. जरी त्या क्षणी त्याच्याकडे ६० पेक्षा जास्त प्रकारचे खाद्य पदार्थ होते, तरी त्याने '५७ प्रकार' (57 Varieties) हे घोषवाक्य निवडणे पसंत केले. कारण त्याला ५ आणि ७ अंक आवडत होते. हेन्झच्या भाजलेल्या बियांच्या यमकपूर्ण जाहिरातीसह अनेक लक्षणीय जाहिरातीसोबतच, हेंझचे '५७ प्रकार' हे घोषवाक्य आजसुद्धा वापरात आहे.

१९६० मध्ये दाखविलेल्या ब्रिटिश टेलिव्हिजनच्या व्यावसायिक रूपांतरित जाहिरातीमध्ये, एक आई तिच्या दोन मुलांसाठी संध्याकाळचा स्वयंपाक करीत असते. अनपेक्षितपणे तिची मुलं सोबत भुकेलेल्या मित्रांना घेऊन येतात आणि आईची मनधरणी करण्यासाठी म्हणतात, "मॉम; सॅली आणि रॉबीन, जेफरी आणि डेबी चहासाठी थांबू शकतील का प्लीज?" (Mum, can Sally and Robin and

Jeffery and Debbie stay for tea please?) थोडा त्रासिक दृष्टिक्षेप टाकल्यानंतर स्वागत करणारी आई कपाटाकडे जाते आणि 'हेन्झ बेक्ड बीन्स'चे काही डबे काढते आणि जिंगल सुरू होते, 'रोज लाखो गृहिणी बीन्सचे डबे घेतात आणि म्हणतात, 'बेन्झ मिन्स हेन्झ!' (Beanz Meanz Heinz)

या जाहिरातीचा परिणाम इतका जास्त विचारात घेण्यात आला, की हेन्झ कॉर्पोरेशनने ही जाहिरात तीन दशकांपर्यंत चालू ठेवली. प्रत्यक्षात जेव्हा ही जाहिरात ब्रिटनमध्ये दाखविली जायची, तेव्हा कोणत्याही गल्लीत बऱ्याच लोकांना अचानकपणे थांबवून 'लाखो गृहिणी दररोज बीन्सचे डबे काढतात आणि म्हणतात...' ही ओळ पूर्ण करायला सांगितली, तर ते लगेच नि:संकोचपणे म्हणायचे, 'Beanz Meanz Heinz.' हेन्झच्या या प्रसिद्ध जाहिरातीचे विशेष आकर्षक काय होते, तर त्यांत ग्राहकांना उत्पादनाचे गुणधर्म किंवा फायदे याविषयीची माहिती देण्याचा प्रयत्न केलेला नव्हता. त्यात फक्त उत्पादनाच्या नावाचे यमक जोडले होते. जाहिरात निर्मिती करण्याच्या सर्व शक्य पर्यायांपैकी हेन्झने यमकरूपी संदेश तयार करणेच का पसंत केले असावे? अंशत: असे असू शकेल, की यमकरूपी जाहिराती जास्त आवडण्यासारख्या असतात, तसेच स्मरणीय आणि दुसऱ्यांना पुनरावृत्ती करण्यास सोप्या असतात. पण यमकयुक्त विधाने जास्त अचूक आणि खरी वाटू शकतात का?

'Birds of feather, flock together' यासारख्या यमक असलेल्या म्हणीतील परिणाम लक्षात घेत, समाजशास्त्रज्ञ मॅथ्यू मॅक्ग्लोन (Mathew McGlone) आणि जेसिका टोफायबाक्ष (Jessica Tofighbakhsh) यांनी, यमक नसलेल्या विधानापेक्षा यमक असलेले विधान जास्त अचूक असते किंवा नाही हे शोधण्याचे ठरविले. त्यांच्या अभ्यासाचा एक भाग म्हणून त्यांनी अगोदर यमक असलेली अनेक अपरिचित वाक्ये जमवली आणि त्याची समानार्थी, पण यमक नसलेली वाक्ये तयार करून सहभागी उमेदवारांना दिली. उदाहरणार्थ– त्यांनी एक अप्रसिद्ध वाक्य निवडले, 'Caution and measure will win your treasure' आणि त्यात बदल करून लिहिले, 'Caution and measure will win you riches.' दुसरे उदाहरण त्यांनी घेतले, 'What sobriety conceals, alcohol reveals' आणि त्यात बदल केला 'What sobriety conceals, alcohol unmasks.' सहभागी होणाऱ्यांनी काही वाक्ये वाचली आणि त्यात वापरलेल्या शब्दांतून खऱ्या अर्थाने जगरहाटी कितपत प्रतिबिंबित होते, त्याप्रमाणे प्रत्येक वाक्याचा दर्जा ठरविला. संशोधकांच्या निदर्शनास आले, की सहभागी होणाऱ्यांचा जरी विश्वास होता, की यमक कोणत्याच दृष्टीने अचूकता निर्देशक नसते; तरीही त्यांना वाटले, ज्या वाक्यांत यमक होते, ती यमक नसलेल्या वाक्यांपेक्षा जास्त अचूक असतात.

संशोधकांनी खुलासा केला, की यमक असलेल्या म्हणी अधिक सराईतपणे वापरण्यासाठी ओळखल्या जातात; याचाच अर्थ यमक नसलेल्या म्हणींपेक्षा त्या सहजपणे बौद्धिक प्रणालीत येतात. कारण ओघाने मिळणाऱ्या माहितीच्या आकलनाचे मूल्यमापन पूर्ण किंवा अंशत: अचूकतेवर लोक करू पाहतात, आणि यमक असलेली वाक्ये जास्त अचूक असतात असे ठरविले जाते.

या निष्कर्षाचे रोजच्या जीवनात पुष्कळ उपयोग आहेत. घोषवाक्य, ब्रीदवाक्य आणि जिंगल्स तयार करण्याचा जेव्हा व्यापारी किंवा बिझनेस ऑपरेटर्स विचार करत असतात; तेव्हा त्यांना उत्तम सल्ला असेल, की त्यांनी यमकाचा वापर करावा. त्यामुळे फक्त संदेशाची लोकप्रियताच वाढते असे नाही, तर त्याची सत्यतासुद्धा पटवून दिली जाते. कदाचित त्यामुळेच जेव्हा एका वरिष्ठ जाहिरात अधिकाऱ्यास विचारण्यात आले, की जेव्हा कंपनीकडे त्यांच्या उत्पादनाबद्दल सांगण्यासाठी अधिक काही नसेल, तेव्हा त्यांनी त्या उत्पादनाविषयी काय सांगावे? तेव्हा त्याने उत्तर दिले– ''जेव्हा तुमच्याजवळ तुमच्या उत्पादनाविषयी सांगण्यासारखे काही नसेल, तेव्हा तुम्ही गाणे म्हणावे.''

दुसरे म्हणजे, पालक जेव्हा त्यांच्या बाळांना झोपविण्याचा सामान्य आणि कंटाळवाणा प्रयत्न करत असतात; तेव्हा त्यांनी सोयिस्कररित्या यमकांचा उपयोग करावा, असा आमचा त्यांना सल्ला आहे. तुम्ही त्यांच्यासोबत काही चांगली बालगीते वाचण्याचा आनंद घेतल्यानंतर, त्यापैकी काहींचा त्यांना झोपण्यास, तयार करण्यासाठी आणि झोपविण्यासाठी तुम्ही उपयोग करू शकता.

शेवटी यमक आणि शक्तीचा उपयोग कायदेशीर कारवाईतसुद्धा करता येतो. या संशोधनाच्या लेखकांनी एका कुप्रसिद्ध यमकाच्या उदाहरणाने दाखवून दिले आहे. ते इतके वात्रट वाटते, की ते न्यायाच्या प्रतिष्ठेमध्ये बसतही नाही. ओ. जे. सिम्पसनच्या खूनप्रकरणाच्या सुनावणी दरम्यान, सिम्पसनचे बचाव वकील जॉनी कोच्रॅन न्यायाधीशास म्हणाले,

'If the gloves don't fit, you must acquit!'

यमकाचा सुप्त परिणाम लक्षात घेता, जर कोच्रॅनने जे विधान वापरले, त्याऐवजी 'If the gloves don't fit, you must find him not guilty!' असे विधान केले असते तर कसा परिणाम झाला असता, असा प्रश्न अभ्यासाच्या लेखकाने, विचारणे बरोबर असू शकते.

४२ फलंदाजीचा सराव आपल्याला मन:परिवर्तनाविषयी काय सांगू शकतो?

आपल्यापैकी जास्त मन:परिवर्तक होऊ इच्छित असतील, त्यांच्यासाठी खेळ हे उपयुक्त प्रशिक्षण मैदान होऊ शकते. उदाहरणार्थ– बेसबॉलच्या खेळात खेळाडू खेळापूर्वीच्या सरावात बॅटला एक जड रिंग लावतात, हे सामान्यपणे पाहायला मिळते. खेळाडूच्या मते, जड बॅट पुन:पुन्हा फिरविल्याने, वजन नसलेली बॅट तुलनेत हलकी वाटायला लागते.

समाजशास्त्रात या परिणामामागे असलेले तत्त्व 'काल्पनिक विरोधाभास' (Perceptual contrast) म्हणून ओळखले जाते. साध्या भाषेत सांगायचे झाल्यास, वस्तूंचे गुणधर्म पोकळपणे समजून घेतले जात नाहीत, तर इतर वस्तूंच्या तुलनेत समजून घेतले जातात. उदाहरणार्थ, व्यायामशाळेत तुम्हाला १० कि. ग्रॅ. वजन उचलण्यास सांगितले, तर ते तुम्हाला हलके वाटेल, जर तुम्ही अगोदर २० कि. ग्रॅ.चे वजन उचलले असेल आणि ते जड वाटेल जर तुम्ही अगोदर ५ कि. ग्रॅ. चे वजन उचललेले असेल. तुमच्या दृष्टिकोनाशिवाय १० कि. ग्रॅ. च्या वजनात काही बदल झाला नाही. ही मानसशास्त्रीय पद्धत वजनाच्याच बाबतीत मर्यादित नाही, तर ती तुम्ही घेऊ शकलेल्या बहुतेक कोणत्याही प्रकारच्या निर्णयासही लागू पडते. प्रत्येक बाबतीत पद्धत तीच आहे. तुम्ही अगोदर जो अनुभव घेता, तो नंतरच्या अनुभवाचे आकलन ठरवितो.

सामाजिक मानसशास्त्रज्ञ झकारे टॉर्मला (Zakary Tormala) आणि रिचर्ड पेट्टी (Richard Petty) यांनी परस्परविरोधी परिणामाचा मन:परिवर्तनावर कसा

प्रभाव पडतो, हे दाखविण्यासाठी या तत्त्वांचा उपयोग केला. विशेषत: त्यांनी पाहिले, लोकांना एखाद्या गोष्टीबद्दल जी माहिती आहे असे वाटते, तिचाच एखाद्या गोष्टीविषयी माहिती जाणून घेण्यावर कसा प्रभाव पडतो. या संशोधकांनी काल्पनिक डिपार्टमेंटल स्टोअर 'ब्राऊन' मन:परिवर्तक संदेश ('उद्दिष्ट संदेश', 'the target message') वाचण्यास सांगितला... पण दुसऱ्या एका काल्पनिक डिपार्टमेंटल स्टोअर 'स्मिथ'चा मन:परिवर्तक संदेश ('पूर्व संदेश''the prior message') वाचल्यानंतरच! प्रयोगात सहभागी होणाऱ्या सर्वांसाठी 'उद्दिष्ट संदेश' सारखाच होता. त्यात ब्राऊनच्या तीन विभागांचे वर्णन केलेले होते. स्मिथविषयीची माहिती असलेल्या 'पूर्व संदेशात' मात्र संशोधकांनी बदल केले. यामध्ये तुलनेने कमी माहिती (एकच विभाग) पासून, ते पुष्कळ माहिती (म्हणजे सहा विभागापर्यंत) माहिती ठेवली. त्यांना आढळून आले, की जेव्हा पूर्व संदेशात खूप जास्त प्रमाणात माहिती होती, तेव्हा उद्दिष्ट संदेश कमी मन:परिवर्तक वाटला आणि परिणामी डिपार्टमेंटल स्टोअरबद्दल पसंती दाखविण्याचे प्रमाण कमी होते आणि जेव्हा पूर्व संदेशात कमी माहिती होती तेव्हा नेमके याविरुद्ध घडले. असे दिसते, की सहभागी होणाऱ्यांना स्मिथविषयी अगदी कमी माहिती मिळाली, तेव्हा त्यांना ब्राऊनविषयी खूप माहिती मिळण्यासारखे वाटले आणि तसेच उलटपक्षी वाटले असावे. ह्या कृतीत काल्पनिक विरोधाभासाचा परिणाम आहे.

त्यांच्या निष्कर्षाचा विस्तार करण्यासाठी संशोधकांनी असाच एक प्रयोग केला. फक्त फरक एवढाच होता, की सहभागी होणाऱ्यांना यावेळी ब्राऊनची मन:परिवर्तक माहिती मिळण्यापूर्वी, त्यांना एका कारविषयी (the mini cooper) थोडी किंवा खूप मन:परिवर्तक माहिती मिळाली होती. परिणाम अगोदरच्या अभ्यासाशी सुसंगत होते. यातून हे सूचित होते, की अगोदरची माहिती नंतरच्या जाहिरातीच्या मन:परिवर्तक प्रभावाच्या परिणामासाठी सुसंबद्ध असण्याची आवश्यकता नाही.

ही कल्पना विक्रीसाठी लागू केली जाऊ शकते. कल्पना करा, की तुमची कंपनी अनेक वस्तूंचे उत्पादन करते आणि तुम्हाला पूर्ण खात्री आहे, की त्यांपैकी एक विशिष्ट उत्पादन ग्राहकांच्या आवश्यकतेसाठी एकदम योग्य आहे; तेव्हा तुम्ही इतर वस्तूंविषयीची चर्चा थोडक्यात आटोपून, तुम्हाला योग्य वाटणाऱ्या वस्तूविषयी सविस्तर चर्चा करून, त्याचे फायदे अवश्य सांगितले पाहिजेत. आपण अगोदरच पाहिले आहे, की ही युक्ती वाईनच्या किंमतीबाबतसुद्धा लागू पडते.

लक्षात घेण्याजोगी गोष्ट ही आहे, की काल्पनिक विरोधाभास मन:परिवर्तनासाठी एक अत्यंत सक्षम साधन ठरते. आपल्याला नेहमी आपले उत्पादन, सेवा किंवा विनंती बदलणे सोयिस्कर नसते. ते फार खर्चिक आणि वेळखाऊ होऊ शकते. पण आपण आपली उत्पादने, सेवा आणि विनंतीची तुलना ज्यांच्याशी करायची आहे,

ते बदलू शकतो. वास्तवातील एक उदाहरण घ्यायचे झाल्यास, गृहोपयोगी सोयी पुरविणाऱ्या एका कंपनीने परसात वापरावयाच्या गरम पाण्याच्या मोठ्या टबची विक्री ५०० टक्क्याने वाढविण्यात यश मिळविले. त्यांनी फक्त एवढेच केले. १) ऐपत असलेल्या ग्राहकांना सांगितले, की आतापर्यंत अशा प्रकारच्या टब घेणाऱ्या लोकांनी नोंदविले आहे, की हा टब घेणे म्हणजे घरात एक खोली वाढविण्यासारखे आहे. २) त्यांना विचारले, की घराला जोडून एक खोली बांधणे किती खर्चाचे आहे? सारांश, फक्त ७००० पौंडाचा टब एका खोलीच्या बांधकामाच्या तुलनेत फार कमी आहे, बांधकामासाठी कमीतकमी याच्या दुप्पट खर्च तर निश्चित होईल.

४३ एकनिष्ठेच्या शोधात तुम्ही चांगली सुरुवात कशी मिळवू शकता?

फुकट कॉफी कप, पैशात सूट देणारे वाऊचर्स, सवलतीतील विमानप्रवास किंवा पुढच्या सुट्टीसाठीचे कुपन्स यांसारखी प्रलोभने बऱ्याच कंपन्या ग्राहकांना देऊन, त्यांची आपल्याप्रती निष्ठा वाढविण्याचा प्रयत्न करतात.

इतर लोक तुमच्याशी अधिक प्रामाणिक, एकनिष्ठ होतील यांची संभाव्यता वाढविण्यासाठी आणि तुम्ही जे देऊ पाहता त्यातील गोडी वाढविण्यासाठी एक सूक्ष्म दृष्टी नुकत्याच केलेल्या संशोधनाचे परिणाम तुम्हाला देतात. ग्राहक संशोधक जोसेफ न्यून्स (Joseph Nunes) आणि झेविअर ड्रेझे (Xavier Dreze) यांनी विचार केला, की कंपनीने जर बक्षिसासाठी आवश्यक असलेल्या खरेदीची संख्या कमी न करतासुद्धा चांगली सुरुवात केली, तर प्रलोभनाच्या कार्यक्रमात गुंतलेले ग्राहक कंपनीशी अधिक निष्ठा दाखवतील.

एका अभ्यासात ३०० ग्राहकांना स्थानिक कारवॉशचे 'निष्ठा पत्र' (Loyalty cards) देण्यात आले. ग्राहकांना सांगण्यात आले, की ते कारवॉश घेतील, तेव्हा प्रत्येक वेळी त्या पत्रावर स्टॅम्प लावण्यात येईल. असे असले तरी कार्ड दोन प्रकारचे होते. एका प्रकारात सांगण्यात आले, की मोफत कारवॉश मिळण्यासाठी आठ स्टॅम्प्स आवश्यक आहेत आणि कार्डसोबत स्टॅम्प लावलेला नव्हता. दुसऱ्या प्रकारात सांगितले होते, की मोफत कारवॉश मिळण्यासाठी दहा स्टॅम्प्सची आवश्यकता आहे, मात्र दोन स्टॅम्प्स अगोदरच लावलेले होते. याचाच अर्थ दोन्ही पद्धतीत बक्षीस मिळवण्यासाठी आठ वेळा कारवॉश विकत घ्यावे लागत होते. पण दुसऱ्या प्रकारातील लोकांचे कारवॉश विकत घेण्याचे प्रमाण वाढले असल्याचे दिसत होते.

पर्यायाने, प्रत्येक वेळी ग्राहक फिरून वॉश घेण्यासाठी आला, की कर्मचारी कार्डवर स्टॅम्प लावून वॉश विकत घेतल्याची तारीख लिहित होता. बऱ्याच महिन्यांनंतर जेव्हा संशोधकांनी कार्यक्रम संपविला आणि माहिती पाहिली, तेव्हा त्यांचे अनुमान खरे ठरले. आठ स्टॅम्पसच्या ग्राहकगटातून फक्त १९ टक्के लोकांनी त्यांना मोफत कारवॉश मिळण्यासाठी आवश्यक तेवढ्या भेटी दिल्या होत्या. चांगली सुरुवात मिळालेल्या दहा स्टॅम्प्स गटातील ३४ टक्के जणांनी ते पूर्ण केले. शिवाय चांगली सुरुवात मिळालेल्या लोकांनी आठ खरेदीसाठी कमी वेळ घेतला, त्यांना सरासरी २.९ दिवस कमी लागले होते.

न्यून्स आणि ड्रेझे यांच्यामते, जो कार्यक्रम अद्याप चालूच झाला नाही; त्यापेक्षा जो चालू झाला, पण अपूर्ण राहिला आहे, तो पुन्हा चालू करून पूर्ण करण्यासाठी लोकांना जास्त प्रेरणा मिळते. त्यांनी संशोधनातून हे लक्षात आणून दिले, की जवळ आलेले (दृष्टिपथात आलेले) 'ध्येय' साध्य करण्याकडे लोकांचा कल असतो आणि ते प्राप्त करण्यासाठी ते अथक मेहनत घेतात. कारवॉशच्या प्रत्येक जास्तीच्या भेटीमधील अंतर सरासरी अर्ध्या दिवसाने कमी झाल्याच्या माहितीवरून या कल्पनेला पुष्टी मिळते.

सर्व प्रकारच्या निष्ठाकार्यक्रमाच्या उपाययोजना हा निष्कर्ष सुचवितात, की जेव्हा तुम्ही दुसऱ्या व्यक्तीस कोणत्याही कामासाठी मदत करण्याची विनवणी करत असता; तेव्हा त्या व्यक्तीस हे निक्षून सांगण्याचा प्रयत्न केला पाहिजे, की त्या व्यक्तीने ते काम पूर्ण करण्यासाठी अगोदरच पावले उचलली आहेत. उदाहरणार्थ– जर तुम्हाला एखाद्या योजनेत त्या व्यक्तीची मदत हवी आहे, जिने यापूर्वीच अशा योजनेवर काम केलेले आहे, तर तुम्ही तिच्या विशिष्ट गुणांवर भर देऊ शकता आणि तिने काम किती मग्न होऊन केले होते आणि काम करत असताना निर्माण झालेली गुंतागुत किती उत्तमप्रकारे सोडविली होती, हे सांगू शकता आणि जर असे नसेल आणि योजनेवर तुम्ही अगोदरच बरेच काम केले असेल, तर स्वत:कडे कमीपणा घेऊन सांगा, जवळपास ३० टक्क्यांपर्यंत काम अगोदरच पूर्ण झाले आहे.

दुसरे उदाहरण म्हणजे समजा तुम्ही विक्रीव्यवस्थापक आहात. तुमच्या टीमला विक्रीचे उद्दिष्ट आहे. पण तुमची टीम सुरुवातीस फार चांगले काम करत नाही आणि जर तुम्हाला कळले, की एकंदरीत जी विक्री खूप जास्त व्हायला पाहिजे ती अगोदरच कमी होत आहे; तर अशा वेळी टीमला उद्दिष्ट साध्य झाले नाही, तर त्याचा आपण उपयोग करू शकतो, असा विचार करून माहिती स्वत:पुरती मर्यादित ठेवू नका, त्याऐवजी ती जाहीर करण्याचा प्रयत्न तुम्ही केला पाहिजे. अशाप्रकारे उद्दिष्ट साधण्यासाठी वाटचाल करण्याचा परिणाम तुम्ही सादर करू शकता.

शिक्षक आणि पालकांनासुद्धा या पद्धतीचा फायदा होऊ शकतो. कल्पना करा, तुमचे मूल विशेषत: गृहपाठ करण्याच्या बाबतीत हट्टी होत आहे आणि तुम्हाला वाटते, की प्रलोभन देणे आता आवश्यक झाले आहे. जर तुम्ही ठरविले, की सहा रविवारी त्याने (होमवर्क) गृहपाठ केला, तर प्रत्येक सहा रविवारनंतर एका रविवारी त्याला गृहपाठाला सुट्टी द्यावी, तर तुमचा हा रीतसर दिनक्रम चालू करण्यापूर्वी पहिल्या रविवारी सुट्टी देऊन सुरुवात करा म्हणजे त्याला तुमच्या कार्यक्रमास होकार देण्याची प्रेरणा मिळू शकेल.

संदेश अगदी स्पष्ट आहे : जर तुम्ही लोकांना एखादी योजना किंवा काम पूर्ण करण्यात, त्यांनी अगोदरच कशी प्रगती केली आहे, याचे दाखले दिले; तर लोक त्या योजनेशी किंवा कामाशी चिकटून राहण्याची शक्यता जास्त राहील. 'कार वॉशकडे कार' यासारखी पद्धत जर तुम्ही वापरली, तर तुमचा प्रभाव विलोभनीय होईल.

४४ क्रेयॉनची पेटी आम्हाला मन:परिवर्तनाविषयी काय शिकवू शकते?

ते दिवस गेले, जेव्हा रंगाची नावे साधी होती. आता कोणीही क्रेयॉन रंगाची नवी पेटी उघडली, की लगेच लक्षात येते की रंगाच्या जुन्या सामान्य नावांची (हिरवा, पिवळा, तपकिरी) जागा नवीन नावांनी घेतली आहे, जसे उष्ण कटिबंधातील पावसाळी जंगल (Tropical Rain forest), लेझर लिंबू (Laser yellow) आणि फझी वुझी ब्राऊन (Fuzzy Wuzzy Brown), कॉर्नफ्लॉवर (Cornflower) किंवा रॅझमॅट्झ (Razzmatazz) यासारखी रंगांची नावे तुमच्या कंपनीच्या चिप्स निळ्या रंगाचे आणि कारभार लाल रंगाशिवाय कसा ठेवू शकतात?

संशोधक एलिझाबेथ मिलर (Elizabeth Miller) आणि बार्बरा कान (Barbara Kahn) यांनी क्रेयॉन आणि इतर अगणित उत्पादनांची या संदर्भात नोंद घेतली आणि अशा प्रकारच्या नावातील बदलांचा ग्राहकांच्या पसंतीवर कसा प्रभाव पडतो, हे उत्तमप्रकारे समजून घेण्याचा प्रयत्न केला. त्यांच्या संशोधनाचा भाग म्हणून त्यांनी चार प्रकारच्या रंग आणि चवी यांत फरक केला.

१) सामान्य (Common) - ज्यांना विशिष्ट गुणधर्म असतो, पण विशिष्ट उद्देश नसतो. उदा. निळा /Blue

२) सामान्य वर्णनात्मक (Common descriptive) - ज्यांना विशिष्ट गुणधर्म आणि उद्देश असतो. उदा. आकाशी निळा (Sky Blue)

३) अनपेक्षित वर्णनात्मक (Unexpected descriptive) - ज्यांना विशिष्ट गुणधर्म नसतो, पण उद्देश असतो. उदा. कारमिट ग्रीन (Kermit Green)

४) संदिग्ध (Ambiguous) - ज्यांना विशिष्ट गुणधर्म नसतो आणि विशिष्ट उद्देश नसतो.

उदा. सहस्त्रनारंगी (मिलेनियम ऑरेंज Millenium Orange)

संशोधक सुचवितात, की 'नाव' आणि चवीला सामान्य आणि सामान्य वर्णनात्मक नावे देण्यापेक्षा; अनपेक्षित, वर्णनात्मक आणि संदिग्ध प्रकारची नावे दिल्यास, ती दिलेल्या उत्पादनाप्रती ग्राहकांमध्ये निश्चितपणे अधिक चांगली भावना निर्माण करू शकतात. ही दोन प्रकारची नावे (अनपेक्षित वर्णनात्मक आणि संदिग्ध) वेगवेगळ्या कारणास्तव परिणामकारक होतील. अनपेक्षित वर्णनात्मक नावे, जसे करमीट ग्रीन- परिणामकारक आहेत; कारण ती एखाद्या कोड्याप्रमाणे– 'जे सोडवायचे आहे'– काम करतात. त्यामुळे ती लोकांना उत्पादनाच्या विविध अंगांचा विशेषत: चांगल्या बाबींचा विचार करायला लावतात. जरी हे छोटे कोडे सोडविण्याने ग्राहकांना 'मेन्सा'त (Mensa) सामील होण्याची पात्रता मिळू शकणार नाही; पण त्यामुळे एक असा क्षण निर्माण होईल, जो उत्पादनाविषयी चांगल्या भावना प्रस्थापित करण्यास प्रवृत्त करू शकेल. संदिग्ध नावे– जसे (मिलेनियम ऑरेंज) सहस्त्रनारंगी, ग्राहकांना हे शोधण्याच्या प्रयत्नास प्रोत्साहन देतील, की अर्थपूर्ण माहितीच्या अनुपस्थितीमध्ये वस्तूंच्या नावातून काय सांगण्याचा प्रयत्न उत्पादक करीत आहे. यातूनसुद्धा कंपनी नावातून कोणते चांगले गुणधर्म सांगण्याचा प्रयत्न करीत आहे, याचा विचार ग्राहक करू लागतात. मिलर आणि कानने जेलीबीनच्या विविध चवी आणि स्वेटर्सचे विविध रंग यांचा उपयोग करून आपल्या अनुमानाची खात्री करून घेतली. यातून व्यापारासाठी काय सूचितार्थ मिळतो? एक उत्तर असे असेल, की व्यापारात उत्पादनाच्या विशिष्ट भागासाठी कमी प्रतीचे सरळ नाव वापरण्याससुद्धा संकोच करू नये. पण उत्पादने किंवा सेवेसाठी ही पद्धत लागू पडत नाही. समजा तुम्ही सहकाऱ्याकडून नवीन योजनेसाठी किंवा प्रशिक्षण चालू करण्यासाठी, साधनप्राप्तीसाठी प्रयत्न करीत आहात. अशा वेळी अनपेक्षित मथळा किंवा योजनेचे नाव किंवा संदिग्ध प्रकारातले नाव किंवा मथळा यांचा वापर करून तुम्ही आकर्षणाची भावना किंवा आकर्षण यांची जोपासना करू शकता.

या संशोधनाचे धडे आपण घरीसुद्धा गिरवू शकतो. उदाहरणार्थ, जेव्हा आपली मुलं रात्री जेवणाकरता मित्रासोबत बाहेर जायचे का घरीच जेवण करायचे, या विचारात असतात; तेव्हा डिशला साधे, नेहमीचेच 'चिकन' असे नाव देण्याऐवजी संगीतमय 'चिकन सरप्राईज' असे नाव दिले, तर ते रात्री जेवणासाठी घरी राहण्यास तयार होऊ शकतील. अर्थात रात्री घरी जेव्हा शांत वातावरण असेल, तेव्हा त्या ऐवजी 'ब्रोकॉली ॲण्ड ब्रुसेल्स स्प्राऊट' घेऊन येणे हाही नेहमीचा पर्याय आहे.

४५ तुम्ही तुमच्या संदेशाचे नियोजन कसे कराल, ज्यामुळे तो खात्रीपूर्वक पुढे जात राहील आणि जात राहील आणि जात राहील?

मी कोण आहे? मी गुलाबी आहे. मी खेळण्यातला ससा आहे. माझ्यात विशिष्ट कंपनीच्या बॅटरीची शक्ती आहे, जी शर्यतीत खूप वेळ टिकून राहते. मी कोण आहे?

तुम्ही कुठे राहता त्यानुसार मी एनर्जायझर ससा (Energizer Bunny) किंवा ड्युरासेल ससा (Duracell Bunny) आहे. गोंधळलात? तुम्ही एकटे नाही.

या गोष्टींच्या स्पष्टीकरणासाठी आणि हा गोंधळ आपल्याला परिणामकारक मन:परिवर्तन आणि मार्केटिंगविषयी काय सांगू शकतो, हे चांगले समजून घेण्यासाठी, छोटासा इतिहास पाठक्रमाने दिला आहे. टेलिव्हिजनवरचा अगदी पहिला गुलाबी, बॅटरीची शक्ती असलेला, सतत ढोल वाजवून आनंद निर्माण करणारा ससा 'ड्युरासेल ससा' होता. अधिक अचूक सांगायचे, तर तो केवळ खेळण्यातील ससा नव्हता; तर ती एक प्रजाती होती, 'ड्युरासेल सशांची', ज्यांची शक्ती इतर कोणत्याही कंपनीच्या बॅटरीजपेक्षा जास्त काळ टिकत होती. उदाहरणार्थ– एका जाहिरातीमध्ये वेगवेगळ्या कंपनीची बॅटरी लावलेले, ढोल वाजविणारे खेळण्यातले पुष्कळ ससे हळूहळू स्थिरावतात आणि थांबतात फक्त एकच ससा सोडून... त्यात ड्युरासेलची बॅटरी असते, ज्यात अद्याप खूप ऊर्जा असते.

पंधरा वर्षांच्या कालावधीत ड्युरासेल अमेरिकेमध्ये आपल्या व्यावसायिक खुणेचे नूतनीकरण करू शकले नाही. त्यामुळे त्यांचे स्पर्धक 'एनर्जायझर'ने अतिक्रमण करून, स्वत:ची व्यावसायिक खूण ड्युरासेलच्या जाहिरातीची नक्कल करणारा गुलाबी, बॅटरीवर चालणारा, ढोल वाजविणारा ससा अशी बनविली आणि

आपल्या उत्पादनाच्या श्रेष्ठत्वाचा दावा केला. त्यामुळेच उत्तर अमेरिकेतील टेलिव्हिजन पाहणाऱ्यांना त्यांचे ससे 'एनर्जायझर'वर चालताना पाहण्याची सवय आहे आणि जगाच्या इतर भागात 'ड्युरासेल'वर चालणारे ससे आहेत.

एनर्जायझरची टेलिव्हिजनवरील जाहिरात पाहणाऱ्यांना वाटायचे, की ते दुसऱ्या उत्पादनाची जाहिरात पाहात आहेत (उदा. सीटअगेन, हेमॉऱ्हॉईड ऑईंटमेंट) त्यात मधेच व्यत्यय आणून हे वाक्य पुढे जात आहे, 'अद्याप चालते आणि चालते आणि चालते आणि चालते... एनर्जायझरसमोर कशाचा टिकाव लागत नाही.' सुरुवातीच्या काळात लोकांनी टीका केली, की 'एनर्जायझरची ही दाखविली जाणारी जाहिरात फार विक्षिप्त वाटते आणि ती दुसऱ्या एखाद्या जाहिरातीच्या मध्येच येते.' त्याशिवायही एक अडचण होती. ती म्हणजे, ज्यांना जाहिराती आवडायच्या अशा लोकांनाही, कोणत्या कंपनीच्या बॅटरीची जाहिरात पाहत होतो, हे आठवू शकत नव्हते. त्याहीपेक्षा आश्चर्य म्हणजे, एका सर्वेक्षणामधून निदर्शनास आले, की ज्यांनी सशाची जाहिरात त्या वर्षातील मनपसंत म्हणून निवडली होती, त्यांपैकी ४० टक्के जणांना ही जाहिरात ड्युरासेलचीच वाटली होती. एनर्जायझरच्या सशात खूप फरक होता. वरचा अर्धा भाग तांब्याचा, मोठे कान, काळा चष्मा, मोठा ढोल आणि पंखाचा रंग जास्त गुलाबी... असे असूनसुद्धा अशी परिस्थिती होती. शिवाय ड्युरासेलचे ससे न थांबता, नागव्या पायाने गोल गोल चालत होते आणि एनर्जायझरचे ससे स्थूल आणि पायात चप्पल घातलेले होते. दोन कंपनीच्या सशातील गोंधळाने एक निश्चित भूमिका पार पाडली. पण असे झाले, की ज्या बऱ्याच लोकांनी ड्युरासेलची जाहिरात कधी पाहिलीसुद्धा नसेल, त्यांनीसुद्धा ही ड्युरासेलचीच जाहिरात आहे, असा विचार करून कोणत्या कंपनीने ही जाहिरात केली आहे, हे चुकीच्या पद्धतीने लक्षात ठेवले. त्यामुळे प्रत्यक्षात जेव्हा जाहिरात लोकप्रिय झाली, तेव्हा बाजारात ड्युरासेल्सच्या शेअर्सचा भाव वाढला आणि एनर्जायझरचा मात्र थोडा कमी झाला होता.

ही समस्या थोपवून धरण्यासाठी 'एनर्जायझर'ने काय कार्यवाही केली असावी आणि यातून कोणते धडे शिकले जाऊ शकतात? मानसशास्त्रीय संशोधन स्पष्ट आहे. दुकानाच्या जाहिरातीत आणि प्रत्यक्ष उत्पादनाच्या आवरणावर लक्षात राहील, असे काहीतरी अधिक दाखवा. उदाहरणार्थ– एनर्जायझरच्या सशाच्या चित्राखाली 'चालत राहील आणि चालत राहील आणि चालतच...' असे शब्द लिहिले असते तर ग्राहकांच्या चूकस्मृतीत आणि त्या स्मृती आधारे उत्पादनाची निवड करण्यात खूप प्रमाणात दुरुस्ती होऊ शकली असती आणि काही कालावधीनंतर कंपनीने यशस्वीपणे हेच केले.

सर्वसामान्यपणे जाहिरातीसाठी काय सूचितार्थ आहे? कंपन्या व्यापक प्रसारमोहिमेच्या माध्यमातून, आपले वैशिष्ट्य प्रस्थापित करण्याचा वाढत्या प्रमाणात प्रयत्न करीत

असतात. ज्यामध्ये त्यांच्या वैशिष्ट्यांना आदर्श बनविणाऱ्या गुणधर्माच्या घटकांवर अधिक भर देतात. (उदा. टिकाऊपणा, गुणवत्ता किंवा काटकसर) जेव्हा प्रेक्षक जाहिरात पाहतात, तेव्हा ते उत्पादकांचा संबंध त्या वैशिष्ट्यांसोबत जोडतात. मात्र त्यासाठी जाहिरात योग्य पद्धतीने तयार केली जाणे गरजेचे आहे. ते असेही समजतात, जेव्हा ग्राहक खरेदीस तयार होतो, तेव्हा ते या संबंधाची आठवणसुद्धा करतात आणि ते साहजिकच आहे.

आधुनिक जीवनप्रवाहात शेकडो हजार ग्राहकांची या संबंधीची स्मरणशक्ती काही कामाची नाही, कमीतकमी खरेदीच्या वेळी मागील संबंध आठवून त्याची मदत घेण्याएवढी तर मुळीच नाही. कोणत्याही कारणास्तव मोठ्या जाहिरातीतून आवश्यक चित्र, गुणधर्म किंवा घोषवाक्याचे एकत्रीकरण करणे; दुकानात प्रदर्शित करणे, उत्पादनाच्या आवरणावर छापणे आवश्यक आहे त्यामुळे खरेदीच्या निर्णयप्रसंगी ग्राहक ते पाहू शकतो. थोड्या कालावधीत प्रचारमोहिमेतील मध्यवर्ती घटक बदलून प्रदर्शन करणे किंवा आवरणावर छापणे खर्चाची बाब असली, तरी ते अत्यावश्यक आहे.

ही पद्धत फक्त वस्तूंच्या जाहिरातीपुरतीच मर्यादित नाही. माहिती आणि कल्पना यांचा प्रसार करण्यासाठीसुद्धा ती वापरली जाऊ शकते. उदाहरणार्थ– विचार करा, की तुम्ही जर विद्यापीठीय क्षेत्रांतील एखाद्या आरोग्य संघटनेचे सदस्य असाल, तर दारूमुळे होणारे दुष्परिणाम कमी करण्याच्या मोहिमेत तुम्हाला फार मोठ्या आव्हानास सामोरे जावे लागेल. जरी तुम्ही एक उत्तम जाहिरात मोहीम तयार करून दारूचे प्रमाण कमी करण्यासाठी विद्यार्थ्यांना प्रेरणा देण्यास सक्षम असला, तरी जेव्हा तुमचा संदेश अत्यावश्यक आहे, त्यावेळी त्यांच्या मनात टिकून राहील याची खात्री तुम्ही कशी बाळगू शकता?

एक उदाहरण लक्षात घ्या. विद्यापीठाचे आरोग्य प्रशासक जे विद्यार्थ्यांमधील दारू पिण्याच्या सवयीशी झगडत होते, त्यांच्यामध्ये मन:परिवर्तनाची एक मोहीम लोकप्रिय झाली होती. ती 'सामाजिक अपेक्षित वर्तणूक प्रसार' या नावाने ओळखली जात होती. संशोधकांच्या लक्षात आले, की विद्यार्थी त्यांच्या जास्त पिणाऱ्या नेते मंडळीस अवास्तव मोठेपणा देतात आणि सामाजिक सिद्धान्ताच्या चर्चेतून आपल्याला कळले आहे, की समाजाच्या वर्तणूक पद्धतीचे अनुकरण करण्याकडे लोकांचा कल असतो. 'सामाजिक अपेक्षित वर्तणूक प्रसार' या मोहिमेचे उद्दिष्ट विद्यार्थ्यांमधील गैरसमजात सुधारणा करून, त्यांचे दारू पिण्याचे प्रमाण कमी करणे हे होते. उदाहरणार्थ– 'सामाजिक, अपेक्षित वर्तणूक-प्रसारा'च्या एका (पोस्टर) भित्तीफलकात सांगितले होते, की सर्वेक्षण दर्शविते, की आमच्या विद्यापीठाचे ६५ टक्के विद्यार्थी पार्टीत ३ पेग किंवा त्याहीपेक्षा कमी दारू घेतात. यामागचा विचार असा आहे, की पोस्टर्स वाचणाऱ्या विद्यार्थ्यांना त्यांची नेतेमंडळी नेमकी किती दारू पितात, यांची अचूक माहिती दिल्याने, ते जेव्हा पार्टीत जातील आणि त्यांना पिण्याची इच्छा

होईल तेव्हा त्यांचे प्रमाण कमी होईल.

मात्र हे कार्यक्रम जरी आश्वासक वाटत असले, तरी त्यांच्या यशाचे पुरावे संमिश्र आहेत. जेव्हा विद्यार्थी हे पोस्टर्स प्रत्यक्ष वाचतात, तेव्हा कदाचित ते पुष्कळ मन:परिवर्तक असतात. तरीही मोहीम अधिक परिणामकारक न होण्याचे एक कारण असे असू शकते, की जेव्हा विद्यार्थी दारू पिण्याच्या परिस्थितीत असतात, तेव्हा त्यांना पोस्टरचा विसर पडत असावा किंवा ते या माहितीवर जास्त लक्ष केंद्रित करीत नसावेत. कारण पोस्टर्स, चिन्हे किंवा दारूविरोधी संदेश देणारी माध्यमे सामान्यपणे व्यावहारिक दृष्टिकोनातून समजण्यासारखी असतात; पण नेहमीच्या मोहिमेत ती जिथे दारू घेतली जाण्याची संभावना असते अशा ठिकाणांऐवजी ग्रंथालये, विद्यार्थीसंघटना, आरोग्यकेंद्र आणि निवासस्थानांवर लावली जातात. दुर्दैवाने, विद्यार्थी ही माहिती जिथे वाचतात त्या स्थळात आणि विद्यार्थी जिथे दारू पितात त्या स्थळात दूरान्वयेही संबंध नसतो. बार, क्लब, पार्ट्या आणि निवासी हॉल येथील कर्णकर्कश्य गाण्यांचा, संगीताचा आवाज, दारूच्या बाटल्यांचा किणकिणाट, नशेतील हास्य या प्रचलित आवाजात त्या संदेशाचा दूर अंतरावरून येणारा आवाज विरून जातो.

स्मृती वाढ संशोधन हे सुचविते की 'समाज अपेक्षित वर्तणूक' मोहिमेचे बोध चिन्ह काही प्रमुख स्थानांवर (जसे कोस्टर्स, प्रवेशद्वार, ब्रेसलेट, हँड, स्टॅम्प्स) लावल्याने विद्यार्थ्यांचे या मोहिमेवर लक्ष केंद्रित करण्याचे प्रमाण वाढविले जाऊ शकेल. त्याशिवाय ज्या वस्तूवर मोहिमेचे बोधचिन्ह छापलेले आहे, त्या वस्तू विद्यापीठ विद्यार्थ्यांना मोफत वाटू शकतात. जसे प्लॅस्टिकची खेळण्यातली उडणारी तबकडी. विद्यार्थी ते आपल्या घरी किंवा निवासस्थानी घेऊन जाऊ शकतील आणि त्यामुळे स्मृती वाढविणाऱ्या या वस्तू पाहण्याची शक्यता जास्त असू शकेल. (उपहासाने सांगायचे तर त्यात थोडी दारू मिळाली, तर ही पद्धत जास्त परिणामकारक सुद्धा होऊ शकते. काही संशोधने दर्शवितात, की जेव्हा लोक पीत असतात, तेव्हा साधे मन:परिवर्तक संदेशसुद्धा जास्त परिणामकारक होऊ शकतात.) तसेच काही जमातीने बारमध्येच कायम तळ ठोकून बसणाऱ्याच्या दारूच्या ग्लासात लाईट-क्युबस् टाकून दारूनिर्मूलनाचा प्रयत्न केला होता. (लाईट क्युबस : आईस क्युबसच्या आकाराच्या प्लॅस्टिकमध्ये LED लाईट असतात.) या लाईट क्युबमधून लाल प्रकाशझोत फेकले जातात. या स्मृतीवाढ साहित्यामुळे दारूच्या ग्लासात पोलीसगाडीसारखा परिणाम दिसून येतो आणि कायद्याच्या लांब हाताचा मन:परिवर्तक विस्तार झाल्यासारखा वाटतो.

सारांश, मोहीम सार्वजनिक असो अथवा खाजगी असो, स्मृती वाढविणारे घटक खात्री देतात, की तुमचा संदेश क्षीण होणार नाही, तर तो पुढे जात राहील आणि जात राहील आणि जात राहील...

४९ लोकांना त्यांच्या मूल्यांवर दृढ होण्यासाठी, कोणता उद्देश मन:परिवर्तक ठरू शकतो?

आरसा, भिंतीवरील आरसा, यांपैकी सर्वात जास्त मन:परिवर्तक वस्तू कोणती आहे? खरे तर, आरसा! म्हणजे तुम्हीच!

आरशाचा प्राथमिक उद्देश आपले बाह्यरूप कसे दिसते हे पाहणे आहे, यावर कोणीही शंका घेत नाही. पण आपण कशासारखे दिसतो, हे दाखविण्यासाठी आरसा खिडकीचेसुद्धा काम करतो आणि जास्त महत्त्वाचे म्हणजे, आपल्याला आतून कशासारखे दिसावे असे वाटते, हेही आरसा सांगतो. परिणामी, स्वत:ला आरशात पाहणे सामाजिक दृष्टीने अधिक योग्य पद्धतीने वागण्यास कारणीभूत असते.

समाजशास्त्रज्ञ आर्थर बिमन (Arthur Beaman) आणि त्याच्या सहकाऱ्यांनी हॅलोवीन (Halloween) वर केलेल्या अभ्यासाचे उदाहरण घ्या. विद्यापीठाच्या प्रयोगशाळेत किंवा रस्त्यावर अभ्यास करण्याऐवजी, त्यांनी स्थानिक अठरा घरांचे रूपांतर तात्पुरत्या संशोधनसोयीत केले. जेव्हा 'Trick-or-treaters' नी, यांपैकी एका घराच्या दारावरची बेल वाजविली, तेव्हा एका संशोधन साहाय्यकाने त्यांचे स्वागत केले. त्यांची नावे विचारली आणि जवळच एका टेबलावर ठेवलेल्या खाऊने भरलेले टोपले दाखविले. तिने मुलांना सांगितले, की ते प्रत्येक जण त्यातला एक खाऊ घेऊ शकतात आणि स्वत:ला काहीतरी काम आहे, असे सांगून ती रूममधून बाहेर पडली. हा प्रयोगातील वागणूक (Treat) देण्याचा हा भाग होता आणि आता युक्ति (Trick) : आपण एका चलाखीने आयोजिलेल्या प्रयोगात आहोत, ही वस्तुस्थिती आणि आपले कोणीतरी गुप्त झरोक्यातून निरीक्षण करीत

आहे, या गोष्टी मुलांना माहीत नव्हत्या. ती व्यक्ती दुसरी संशोधन साहाय्यक होती. प्रत्येक मूल एकापेक्षा जास्त खाऊ घेऊन अप्रामाणिक वागत होते का, याची नोंद करण्याचे तिचे काम होते.

जेव्हा परिणाम हाती आला, तेव्हा माहितीवरून स्पष्ट झाले, की मुलांपैकी एक तृतीयांश मुलांनी घ्यायला हवा होता, त्यापेक्षा जास्त खाऊ घेतला होता. नक्की सांगायचे तर ३३.७ टक्के मुलांनी जास्त खाऊ घेतला होता. पण संशोधकांना हे पाहायचे होते, की आरशाच्या उपयोगाने खाऊ चोरण्याचा दर कमी होऊ शकतो का? त्यामुळे बेल वाजण्यापूर्वीच संशोधकांनी योग्य कोन साधून खाऊच्या टोपल्याजवळचा एक मोठा आरसा अशा प्रकारे हलवला, की Trick-or-Treaters ना खाऊ घेताना आरशात पाहावे लागत होते. आरशामुळे चोरीचा दर फक्त ८.९ टक्के झाला होता.

लोक स्वत:कडे आणि त्यांच्या प्रतिमेकडे लक्ष देत त्यांच्या मूल्यांशी सुसंगत कसे वागतात, हे तपासून पाहण्यासाठी आमच्यापैकी एकाने असाच प्रयोग केला. वर्तणूकशास्त्रज्ञ कार्ल काल्लग्रेन (Carl Kallgren) यांच्या पुढाकाराने, शैक्षणिक सत्राच्या सुरुवातीस, या प्रयोगात सहभागी होणाऱ्यांच्या इतस्तत: पसरलेल्या कचऱ्याबद्दलच्या भावनांचे त्यांनी परीक्षण केले. नंतर सत्रात ते जेव्हा प्रयोगशाळेत आले, तेव्हा निम्म्या उमेदवारांसाठी क्लोज सर्किट टीव्हीची व्यवस्था केली, ज्यात ते स्वत:ला आरशात पाहिल्यासारखे पाहू शकत होते. बाकी निम्म्या उमेदवारांना मात्र क्लोज सर्किट टीव्हीमध्ये भौमितिक आकृत्या दिसत होत्या. त्यांना सांगण्यात आले, की ते एक काम पूर्ण करतील, ज्यात त्यांच्या हृदयाच्या स्पंदनाचा दर नमूद करणे गरजेचे असेल. या कारवाईत त्यांच्या हातावर जेल लावण्यात आले. संबंधित व्यक्तिस आपले काम झाले, असे वाटताच एक संशोधन साहाय्य त्यांना हातावरील जेल पुसण्यासाठी कागदी नॅपकीन देऊन बाहेर जाण्यास सांगत होता. बाहेर जाण्याच्या मार्गात एक कचरापेटी ठेवलेली होती. आम्ही हे पाहत होतो, की बाहेर जाणारा (तो/ती) प्रत्येक जण कागदी नॅपकीन मार्गातील कचरापेटीत टाकतो किंवा नाही.

आमच्या निदर्शनास आले, की कचरा टाकण्यापूर्वी ज्यांना स्वत:ची प्रतिमा पाहता आली नाही, त्यांपैकी ४६ टक्के लोकांनी कागदी नॅपकिन इकडेतिकडे टाकले. ज्यांना प्रतिमा पाहता आली, त्यांपैकी जवळपास २४ टक्के जणांनीच असे केले होते. 'जे कचरा करतात, ते रोज स्वत:ला आरशात कसे पाहू शकतात?' या प्रश्नाचे उत्तर देण्यासाठी या अभ्यासाचा उपयोग झाला. या प्रश्नाचे उत्तर नकारार्थी आले.

दैनंदिन जीवनात आपण आरशाचा उपयोग दुसऱ्यांनी सामाजिक दृष्टिकोनाच्या पद्धतीने जास्तीतजास्त हुशारीने वागण्याच्या मन:परिवर्तनासाठी करू शकतो.

आपण हॅलोवीन ट्रीची व्यवस्था कशी करावी, हे सांगण्याखेरीज हे संशोधन सुचविते, की काळजीपूर्वक ठेवलेल्या आरशामुळे मुलांना एकमेकांशी प्रेमळतेने वागण्यासाठी प्रोत्साहन मिळू शकते. ज्या व्यवस्थापकास संस्थेच्या मालाच्या साठ्याच्या खोलीतून चोरी होत असल्याचा अनुभव येतो, तोसुद्धा आरशामुळे चोरीचे प्रमाण कमी होण्याचा आश्चर्यकारक परिणाम पाहू शकेल. या बाबतीत आरसे व्हिडिओला चांगला पर्याय ठरतील. व्हिडिओ खर्चिक असून त्यातून कर्मचाऱ्यावर विश्वास नाही, असे संकेतही मिळतात; त्यामुळे कमी होण्याऐवजी चोरी वाढण्याची शक्यता जास्त संभवते.

जर योग्य ठिकाणी आरसे लावणे प्रत्यक्षात शक्य नसेल, तर आरशासारखा परिणाम तयार करण्याचे दोन पर्याय आहेत. पहिला– सामाजिक मानसशास्त्रज्ञ एड डायेनेर (Ed Diener) आणि त्यांच्या सहकाऱ्यांना आढळून आले आहे, की लोकांना त्यांचे नाव विचारण्याचासुद्धा असाच परिणाम होतो. याचाच अर्थ मुलांना आणि कर्मचाऱ्यांना त्यांच्या नावाचे लेबल वापरायला लावणे, हे अधिक योग्य वर्तणुकीच्या दृष्टीने मूलभूत काम व्हायला हवे. दुसरा पर्याय– शास्त्रज्ञ मेलिसा बॅटसन (Melissa Bateson) आणि त्याच्या सहकाऱ्यांनी नुकत्याच केलेल्या संशोधनानुसार, भिंतीवर डोळ्यांचे साधे चित्र लावल्यानेसुद्धा, दुसऱ्याकडून सामाजिक जाणीवेच्या वागणुकीचे अपेक्षित परिणाम प्राप्त होऊ शकतात. जसे, संशोधकांनी जिथे कर्मचाऱ्यांना चहा किंवा कॉफी घेण्यासाठी एका भांड्यात काही पैसे टाकणे अपेक्षित होते, अशा सार्वजनिक ठिकाणी चित्र लावले, पण प्रत्येक वेळी ते चित्र बदलत होते. एका आठवड्यात फुलांचे चित्र होते. दुसऱ्या आठवड्यात डोळ्यांचे चित्र होते, त्या नंतरच्या आठवड्यात वेगवेगळ्या फुलांचे चित्र होते, पुन्हा वेगळ्या प्रकारचे डोळे आणि असेच पुढे चालू ठेवले. परिणामातून दिसून आले की चहा, कॉफी पिणाऱ्यांनी जेव्हा दोन डोळ्यांचे चित्र होते, तेव्हा फुलांचे चित्र पाहिल्यानंतर जेवढे पैसे दिले, त्यापेक्षा २.५ पट जास्त पैसे दिले होते.

सारांश, ते तुमचे डोळे असोत किंवा इतर कोणाचे, प्रसंग पाहणारे वेगळे दोन डोळे दुखावू शकत नाहीत.

४७ नाराज असण्याने तुमच्या वाटाघाटी बिघडतात काय?

'सेक्स ॲण्ड सिटी' (Sex and City) या अत्यंत यशस्वी टीव्ही मालिकेच्या एका भागात त्या मालिकेतील प्रमुख पात्र कॅरी ब्रॅडशॉ (Carrie Bradshaw) त्याच्या जवळच्या मैत्रिणीसोबत– समन्था जोन्ससोबत (Samantha Jones) न्यूयॉर्कच्या एका गल्लीतून चालत असतो. लंगडत चालत असलेली जोन्स चालताना मध्येच ओरडते, "आँऊ!" प्रतिसादात सहानुभूति असलेला कॅरी विचारतो, "हनी, तुला जर एवढा त्रास होत आहे, तर आपण शॉपिंगसाठी का जात आहोत?" समन्था प्रत्युत्तर देते, "माझा पंजा मोडला आहे, उत्साह मोडकळीस आलेला नाही."

प्रति वर्षी आपल्यापैकी लाखो लोकांना खरेदीतून आपले दुःख हलके केल्यासारखे वाटते. समाजशास्त्रज्ञ जेनीफर लर्नर (Jennifer Lerner) आणि तिच्या सहकाऱ्यांनी एक प्रयोग केला आणि खरेदी, विक्री आणि वर्तणुकीवर आपल्या दुःखी भावनांचा कसा परिणाम होतो; याचा शोध घेतला आणि या नैसर्गिक घटनेविषयी एक उत्तम सूक्ष्मदृष्टी दिली.

संशोधकांनी अनुमान केले, की माणसाला परिस्थिती बदलण्याची प्रेरणा दुःख देते, ज्यामुळे मानसिकता बदलण्यास मदत होते. त्यांनी असाही विचार केला, की या प्रेरणेचा खरेदी आणि विक्री करणाऱ्यावरसुद्धा वेगळ्या प्रकारे परिणाम होतो. दुःखी ग्राहक दिलेल्या वस्तूची सामान्य ग्राहकापेक्षा जास्त किंमत देण्यास तयार होईल, जेव्हा की दुःखी विक्रेता तीच वस्तू सामान्य विक्रेत्यापेक्षा कमी किंमतीत देण्यास तयार होईल.

या कल्पना तपासून पाहण्यासाठी संशोधकांनी एक प्रयोग आयोजिला. यात सहभागी होणाऱ्यांमध्ये, दोन चित्रपटांपैकी एका चित्रपटातील क्षणचित्रे दाखवून त्यांच्यात दुःखाची भावना किंवा भावनाहीनता निर्माण केली. ज्यांच्यामध्ये दुःखाची भावना जागृत करण्यात आली होती, त्यांना 'द चॅम्प' (The Champ) चित्रपटातील क्षणचित्रे दाखविण्यात आली. यामध्ये एका मुलाच्या पालकाचा मृत्यू दाखविण्यात आला होता. पाठोपाठ त्यांना 'दाखविलेल्या प्रसंगात तुम्ही असता, तर तुम्हाला कसे वाटले असते,' याबाबत थोडक्यात एक परिच्छेद लिहिण्यास सांगण्यात आले. ज्यांच्यामध्ये भावनाहीनता निर्माण करण्यात येणार होती, त्यांना भावनिकदृष्ट्या तटस्थ असे माशाचे दृश्य दाखविण्यात आले. त्यानंतर त्यांनी त्याच्या दिनचर्येविषयी लिहिले. त्यानंतर सर्वांना सांगण्यात आले, की वरील प्रसंगाशी संबंध नसलेल्या दुसऱ्या एका प्रयोगात त्यांना लगेच भाग घ्यायचा आहे. निम्म्या उमेदवारांना काही 'हायलायटर्स' (फोटो किंवा मजकूर उठावदार करणारा पेन) देण्यात आले आणि त्यांची विक्रीकिंमत ठरविण्यास सांगितले. बाकी निम्म्या लोकांना ते काय किंमतीत विकत घेतील, हे ठरविण्यास सांगितले.

निष्कर्ष लर्नरच्या गृहितकास पुष्टी देणारे होते. दुःखी खरेदीदार सामान्य भावनिक खरेदीदारापेक्षा जवळपास ३० टक्के जास्त किंमत देऊन वस्तू विकत घेण्यास तयार होते आणि त्याचेच प्रतिरूप म्हणजे दुःखी विक्रेते भावनिकदृष्ट्या सामान्य विक्रेत्यापेक्षा जवळपास ३३ टक्के कमी किंमतीत ती वस्तू देण्यास तयार होते. यातून संशोधकांच्या निदर्शनास आले, की चित्रपटांतील भावनेची परिणति आर्थिक निर्णयात झाली होती, जी विषयांच्या जाणतेपणाच्या बाहेर होती. त्यांना याची कल्पना नव्हती, की दुःखी भावनेच्या अवशेषांचा त्यांच्यावर एवढा सखोल परिणाम झाला होता.

हे संशोधन तुमच्याशी कसे संबंधित आहे? कोणताही महत्त्वाचा निर्णय घेण्यापूर्वी, महत्त्वाच्या वाटाघाटीची सुरुवात करण्यापूर्वी किंवा एखाद्या अप्रिय ई-मेलला.

इ-मेलला उत्तर देण्यापूर्वीसुद्धा; तुम्ही कोणत्या भावनिक अवस्थेत आहात, हे जाणून घेणे अत्यंत महत्त्वाचे आहे. उदाहरणार्थ– समजा तुम्हाला एखाद्या विक्रेत्याबरोबर तुमच्या कराराच्या आर्थिक शर्तींच्या वाटाघाटी करायच्या आहेत. जर तुम्ही नुकतेच एखाद्या भावनिक प्रसंगातून गेला आहात आणि तुम्ही जरी समजता, की त्याचा तुमच्या निर्णयक्षमतेवर काही परिणाम होणार नाही, तर तुम्ही थोड्या वेळासाठी वाटाघाटीची प्रक्रिया प्रतिक्षेत ठेवण्याचा निश्चितपणे विचार करायला हवा. क्षणिक विलंबाने तुमच्या भावना शमतील, त्यामुळे तुम्ही काही ठोस निर्णय घेऊ शकाल.

तुमची भावना काहीही असो, सर्वसामान्यपणे बहुमोलाचा निर्णय घेण्याच्या

प्रसंगी थोडा कालावधी जाऊ देण्याचा सराव तुमची मानसिक तयारी करण्याच्या दृष्टीने चांगले असते. सहसा लोक सोयीच्या दृष्टीने एकापाठोपाठ एक मिटिंग ठरवितात. असे असले, तरी दोन सलग मिटींगच्या मध्ये थोड्या वेळाची विश्रांती (break) असायला हवी. त्यामुळे पहिल्या मिटींगमध्ये काही भावनात्मक प्रसंग उद्‌भवले असतील, तर त्याचे पडसाद दुसऱ्या मिटींगमध्ये पडण्याची संभाव्यता कमी होईल. विशेषत: दुसरी मिटींग काही महत्त्वाचे निर्णय घेण्याची असेल तर...

तुम्ही घरीसुद्धा जे निर्णय घेणार असाल, त्या बाबतीतसुद्धा हे लागू पडते. तुम्ही कदाचित नवीन फर्निचर, एखादे यंत्र, घर सुधारण्यासाठीच्या काही नवीन वस्तू किंवा घरसुद्धा विकत घेण्याच्या विचारात असू शकता किंवा कदाचित तुम्ही काही वस्तू ऑनलाईन विकण्यासाठी त्यांच्या किंमती ठरवत असू शकता. अशा परिस्थितीत एक पाऊल मागे घेऊन, जेव्हा भावनिकदृष्ट्या शांत असाल, तेव्हा तुम्हाला या कार्यवाहीविषयी कसे वाटते आणि ती कशी पूर्ण करायची याचे परीक्षण करा.

शेवटी आपल्यापैकी जे इतरांच्या निर्णयावर प्रभाव टाकू पाहत असतील, त्यांनीसुद्धा मानसिकतेची प्रमुख भूमिका असते, हे जाणून घेणे आवश्यक असते. अर्थात, जर कोणी एखादी बातमी/माहितीमुळे नुकताच दु:खी झाला असेल तर त्याचे मन:परिवर्तन करण्याचा प्रयत्न करणे मूर्खपणाचे आणि चूक दोन्ही ठरेल. किंवा त्याहून वाईट म्हणजे त्या व्यक्तीस प्रसन्न आनंदी करण्यासाठी एखादा दुसरा विषय त्याच्यापुढे मांडणे होय. (उदा. मी तुझ्या कुत्र्याविषयीची वाईट बातमी ऐकली, तरीही सहजच आपल्या व्यवहारासाठी म्हणून मी किंमतीचा प्रस्ताव ठेवतो.) अशा निर्णयामुळे बऱ्याचदा वाईट वाटते आणि दीर्घ हितसंबंध सुप्रस्थापित करण्यासाठी ते कमी पडतात. वस्तुस्थितीमध्ये एखादी व्यक्ती जर नुकतीच एखाद्या वाईट प्रसंगातून गेली असेल, तर त्याला वाटाघाटी लांबणीवर टाकण्याचा प्रस्ताव दिल्याने तुमचे संबंध अधिक बळकट होतील आणि तुम्ही सात्त्विक, जबाबदार आणि शहाणे आहात असे वाटेल; जे अधिक मन:परिवर्तक होऊ इच्छिणाऱ्यांसाठी अमूल्य गुणधर्म आहेत.

४८ 'भावना' मन:परिवर्तनास 'चालना' कशी देऊ शकते?

२००२ मध्ये 'सिव्हिअर ॲक्युट रेस्पिरेटरी सिंड्रोम' (Severe Acute Respitratory Syndrome : better known as SARS) (श्वासोच्छ्वासाची अत्यंत गंभीर आणि असह्य विकृती : जी 'सार्स' म्हणून अधिक ज्ञात आहे) ची साथ आली. आशियामध्ये सगळीकडे घबराट निर्माण झाली. त्यामुळे त्या भागात प्रवास करण्याचे प्रमाण कमी झाले. 'सार्स' होणे आणि त्यातूनच मृत्यू येण्याची संभाव्यता फारच कमी होती, तरीही अशी परिस्थिती निर्माण झाली होती. पण भावनाप्रधान प्रसंगातून लोकांची निर्णयक्षमता बदलणे आणि इतरांकडून त्यांच्यावर पडणाऱ्या प्रभावाचा परिणाम याविषयी लोकांच्या प्रतिक्रिया आपल्याला काय शिकवू शकतात?

संशोधन शास्त्रज्ञ ख्रिस्तोफर हसी (Christopher Hsee) आणि युवल रॉटनस्ट्रेईच (Yuval Rottenstreich) यांनी प्रतिपादन केले आहे, की लोकांचे निर्णय आणि निर्णय घेण्याची क्षमता सार्सच्या साथीसारख्या घटनेतून क्षीण होते. त्यातून एक नकारात्मक भावना निर्माण होते, म्हणून हे होत नाही; तर भावना कशीही असो, तो एक भावनाप्रधान प्रसंग आहे, म्हणून होते. विशेषत: ते म्हणतात, 'या भावनेमुळे संख्या कमी किंवा जास्त याबद्दलची संवेदना कमी होते आणि लोक फक्त घटनेच्या असणे किंवा नसणे यांवरच लक्ष केंद्रित करण्याची शक्यता जास्त असते.' व्यापारी परिभाषेत याचाच अर्थ काय आहे, की अंतर्भूत विशिष्ट अंकापेक्षाही प्रस्ताव भावनायुक्त आहे किंवा नाही, याकडे लोक जास्त लक्ष देतात.

या कल्पनेचे परीक्षण करण्यासाठी काही प्रसंगाविषयी भावनापूर्ण किंवा भावनाहीन विचार करण्यासाठी थोडा वेळ खर्च करण्याची संशोधकांनी सहभागी उमेदवारांना विनंती केली. थोड्याच वेळानंतर या संशोधनातील उमेदवारांना सांगण्यात आले; की कल्पना करा, तुम्ही ज्याला ओळखता, असा कोणीतरी मॅडोनाच्या सीडी (Madona CD) चे संच विकत आहे. निम्म्या लोकांना सांगितले, की एका संचात पाच सीडी होत्या आणि बाकी निम्म्यांना सांगण्यात आले, की संचात दहा सीडी होत्या. नंतर उमेदवारांना ते संचाची जास्तीतजास्त किती किंमत देऊ इच्छितात, याची नोंद करण्यास सांगितले.

संशोधकांच्या निदर्शनास आले, की ज्यांनी भावनारहित विचार करण्याचा सराव केला होता, ते दहा सीडीच्या संचास पाच सीडीच्या संचापेक्षा जास्त किंमत देण्यास तयार होते, जे अगदी रास्त होते. पण मजेची गोष्ट म्हणजे, ज्यांनी भावनापूर्ण विचार करण्याचा सराव केला होता, ते सीडीच्या संख्येतील फरकाबाबत कमी संवेदनशील होते आणि त्यांनी नमूद केले, की प्रत्येक सेटकरिता साधारणपणे सारखीच किंमत देऊ.

या संशोधनाचे निष्कर्ष सुचवितात, की निर्णय घेण्यावर भावनिक अनुभवाचा घातक परिणाम होऊ शकतो. कदाचित तुमचे मन बदलायला नको असतानाही, एखाद्या प्रलोभनामुळे बदलू शकते. समजा तुम्ही कच्चा माल पुरवठा करणाऱ्या पुरवठादाराबरोबर वाटाघाटी करीत आहात. त्या मोबदल्यात पुरवठादार जेवढा माल देऊ इच्छितो, यात १०,००० पौंडाचा फरक आहे. ही तफावत माहीत असूनही तुम्ही जी किंमत मोजता, त्या बदल्यात तुम्हाला जास्त माल देण्यास पुरवठादार तयार नाही. पण मग तो पुरवठादार एकदम त्याच्या एखाद्या नवीन मालाचे ५० युनिट्स देण्याची भाषा बोलतो आणि त्यामुळे तुम्ही खूश होता. पण असे असू शकते, की त्या नवीन मालाच्या ५० नाही, तर १०० युनिट्सची किंमत साधारणपणे १०,००० पौंड आहे. हे संशोधन सांगते, की यासारखे भावनायुक्त प्रस्ताव खरेदीदारास ५० युनिट्सची किंमत वाढवून समजण्याच्या मोहास बळी पाडू शकतात आणि त्यातून एक निकृष्ट आणि नफारहित निर्णय होतो.

अशा घटकांचा आपल्यावर प्रभाव पडण्यास आपण प्रतिबंध कसा घालू शकतो? या संशोधनाचे निष्कर्ष हे दर्शवितात, की वाटाघाटीपूर्वी संख्येवर लक्ष केंद्रित करण्यासारखे साधे काम करण्याऐवजी, तुम्ही तुमची सर्व क्षमता एकवटून संख्येचे पृथक्करण करा. तुमचे लक्ष विचलित करणाऱ्या भावना बाजूला करा, म्हणजे तुम्ही वास्तव आणि संबद्ध माहितीच्या आधारे कराराच्या वाटाघाटी करू शकता आणि त्यातून शक्य तेवढा उत्तम निर्णय घेऊ शकता.

४९ लोकांना ते जे वाचतात, त्या प्रत्येक गोष्टींवर विश्वास कशामुळे वाटू शकतो?

चीनच्या एका माजी राजकीय कैद्याने बौद्धिक उपदेश करण्याच्या उद्देशाने स्वत:च्या अनुभवाचे वर्णन केले, 'तुम्ही संपूर्णपणे नामशेष झालेले असता, थकलेले असता. तुम्ही स्वत:वर ताबा ठेवू शकत नाही किंवा दोन मिनिटांपूर्वी तुम्ही काय म्हणाला होता, हे तुम्हाला आठवत नाही. तुम्हाला सगळे संपल्यासारखे वाटते आहे. त्या क्षणापासून न्यायाधीश खऱ्या अर्थाने तुमचा अधिपती असतो. तो जे म्हणेल, ते तुम्ही मान्य करता' (अधिक भर देऊन).

तो कोणत्या तंत्राच्या संदर्भात बोलत होता, आणि हे आपल्याला इतरांना आपले मन:परिवर्तन करू देणाऱ्या घटकांविषयी काय सांगते?

जरी तो माजी कैदी वैविध्यपूर्ण विचार सुधारण्याच्या राजनीतिचा बळी असला, तरी तो निद्रानाशाच्या प्रणालीच्या संदर्भात बोलत होता. अर्थातच जेव्हा चांगली झोप झालेली असते, तेव्हा आपण अधिक चांगल्या प्रकारे कार्यरत असू शकतो. यात आश्चर्य वाटण्यासारखे काहीच नाही. अनुभवातून आपल्या सर्वांनाच माहिती आहे, की आपली विश्रांती पूर्ण झालेली असताना आपण अधिक लक्ष केंद्रित करतो, अधिक तरतरीत असतो आणि अधिक मधुर वाणीने संवाद साधत असतो. पण सामाजिक मानसशास्त्रज्ञ डॅनियल गिल्बर्ट (Daniel Gilbert) यांचे कार्य या संदर्भात काहीशी अस्वाभाविक, पण राजकीय कैद्याच्या अनुभवाविषयी पूर्णपणे सुसंगत अशी सूक्ष्म दृष्टी देते. आपण जेव्हा थकलेले असतो, तेव्हा दुसऱ्याच्या फसव्या प्रभावाच्या डावपेचास सहज बळी पडू शकतो. एखाद्याचे विधान ऐकून, ऐकणारा लगेच त्या संदेशाच्या सत्यतेवर विश्वास ठेवतो, मग ते खरे असो किंवा

नसो. या अनुमानास पुष्टी देणारे पुरावे गिल्बर्टने अनेक अभ्यासमालिकेतून मिळविले होते. काही सेकंदानंतर बुद्धीला थोडा ताण दिल्यावर ऐकणाऱ्याच्या लक्षात येते, की ते विधान खोटे आहे आणि नंतर तो ते नाकारतो.

जेव्हा ऊर्जा जास्त असते, तेव्हा सहसा असत्य भासणारे विधान नाकारण्यासाठी ज्ञानाची साधने आणि प्रेरणा भरपूर असते. पण जेव्हा लोक थकलेले असतात, तेव्हा फसविले जाण्याची शक्यता वाढली जाऊ शकते, कारण थकव्यामुळे ज्ञानाची जाणीव आणि प्रेरणा धूसर झालेल्या असतात. गिल्बर्टच्या मते, नकार देण्याची अवस्था येण्याची संधी प्राप्त होण्यापूर्वीच, संदेशाचे आकलन होण्याचा संपर्क तुटलेला असतो; अशी परिस्थिती इतरांच्या कमकुवत किंवा एकदम खोट्या विधानावरही विश्वास ठेवण्यास लोकांना भाग पाडते. उदाहरणार्थ– एखादा व्यवस्थापक मोठ्या वितरणासंबंधी वितरकाशी बोलणी करीत असताना जर अनुभवी वितरकाने विधान केले, की आमची वितरण यंत्रणा जगाच्या पाठीवर सर्वोत्तम आहे; तर व्यवस्थापक थोड्याशा झोपाळलेल्या अवस्थेत असल्यास, वितरकाच्या या विधानावर शंका घेण्याची शक्यता फारच कमी असते. त्यापेक्षाही तो किंवा ती या विधानाच्या दर्शनी मूल्यासच गृहीत धरण्याची शक्यता खूप जास्त असते.

फक्त निद्रानाश किंवा थकव्यामुळेच आपली दिशाभूल केली जाऊ शकते, असे नाही. अभ्यासाने हेसुद्धा दाखवून दिले आहे, की लक्ष विचलित झाले तरी, मग ते अगदी क्षणभरासाठी विचलित झाले, तरीही लोकांचा प्रभाव मान्य करण्यावर असाच परिणाम होतो. उदाहरणार्थ, बार्बरा डेव्हिस (Barbara Davis) आणि इरीक नॉवेल्स (Eric Knowles) यांच्या संशोधनातून निदर्शनास आले, की जेव्हा घरोघरी फिरून ख्रिसमसचे कार्ड विकणारा 'ही सवलत आहे', हे सांगण्यापूर्वी कार्डची किंमत नेहमीप्रमाणे डॉलरमध्ये सांगण्याऐवजी पेनीजमध्ये सांगून अनपेक्षितपणे लक्ष विचलित करतो; तेव्हा घरमालक त्याच्याकडून कार्ड विकत घेण्याची शक्यता दुप्पट झालेली असते. अभ्यास हेसुद्धा दर्शवितो, की फक्त किंमत पेनीमध्ये सांगितल्यानेच विक्री वाढली नाही, तर सामान्य आवाजापेक्षा मोठ्या आवाजात 'ही सवलत आहे', असे मन आकर्षित करून घेणाऱ्या वाक्याने, कार्ड स्वीकारण्याची लोकांची मानसिकता बळावली. निष्कर्ष हेसुद्धा स्पष्ट करतात; की तात्काळ, क्षणिक लक्ष विचलित करण्याच्या दरम्यान विक्रेता मन:परिवर्तन निर्णय लोकांच्या गळी उतरवू शकतो.

याच संशोधन संघाने केलेल्या दुसऱ्या अभ्यासानुसार, जेव्हा रस्त्यावरचा बेकरीवाला 'हाफ-केक'च्या ऐवजी 'कप-केक' असे ओरडतो आणि लगेचच 'अत्यंत चविष्ट' असे विशेषण जोडतो, तेव्हा रस्त्याने जाणारे लोक त्याचे 'हाफ केक' विकत घेण्याचे प्रमाण वाढते.

आपण सहजपणे मन:परिवर्तनास बळी पडण्याच्या घटकाविषयी या अभ्यासातून काय निष्पन्न होते? उत्तम सल्ला म्हणजे खूप झोप घ्या. अर्थात, आपल्या सर्वांना डोळे झाकून घेणे अधिक आवडेल. हे सांगणे सोपे असते, पण करणे कठीण असते. जर कधी तुम्हाला (मन विचलित झाल्यासारखे) बेचैन वाटले, किंवा झोप झाली नाही, असे वाटले; तर माहितीवजा, शंका निर्माण करणाऱ्या कार्यक्रमापासून स्वत:ला अलिप्त ठेवण्याचा प्रयत्न करा. जर असे केले नाही तर, तुम्हाला व्यायामाची सायकल आवश्यक आहे आणि ती चालविताना कुरकुरीत पॉपकॉर्नसुद्धा लागतील, हे म्हणणेही पटेल. त्याऐवजी जेव्हा तुम्हाला ताजेतवाने असल्यासारखे वाटेल, तेव्हा दुसऱ्यांच्या खरे असण्याच्या दाव्याच्या निकालावर विसंबून असलेले महत्त्वाचे निर्णय घेण्याचा प्रयत्न करा.

समजा, पुढे तुमच्यावर नवीन पुरवठादार निवडण्यासारख्या महत्त्वाच्या कामाची जबाबदारी आहे, अशा वेळी तुम्ही जागरूक असणे चांगले असते. अशा वेळी फोनवर बोलण्यासारख्या गोष्टीमुळे तुमचे चित्त विचलित झाले, तरी तुम्ही वेबसाईटवर वाचलेल्या माहितीवर किंवा औपचारिक बोलीवर अवलंबून राहू शकता. जर तुम्ही तुमच्यातील अस्थिरता कमीतकमी केली, तर तुम्ही दुसऱ्यांच्या विधानाचे अचूक मूल्यमापन करू शकता आणि फसव्या दिशाभूल करणाऱ्या डावपेचांस सर्वसामान्यपणे अधिक प्रतिकारात्मक राहू शकता. तुम्हाला कामाच्या ठिकाणी किंवा घरीसुद्धा वैयक्तिक निर्णयास वेळ मिळू शकेल, जो लक्ष विचलित होण्यापासून किंवा इतर आवाजांच्या अडथळ्यापासून मुक्त असेल, त्यामुळे हातातील कामावर तुम्ही लक्ष केंद्रित करू शकता. अगोदर फसविल्या जाण्यापासून (दुप्पट व्यवहार करण्यासाठी पटविणाऱ्यांकडून) आणि नंतर बाहेर फेकले जाण्यापासून (तुमच्या असंतुष्ट संस्थेकडून) बचाव करण्यासाठी, जेव्हा थकवा खूप जास्त असतो, तेव्हा बहुउद्देशीय जबाबदाऱ्या कमी करण्याची कल्पना चांगली असते.

५० ट्राय-मेथ लॅब्स तुमचा प्रभाव वाढवीत आहेत काय?

अंथरूण ओले करणे, तोंड कोरडे पडणे आणि पाय दुखणेसुद्धा... आजकाल जगातील प्रत्येक गोष्टीवर औषध असल्यासारखे वाटते. तुम्हाला कदाचित हे जाणून आश्चर्य वाटेल की; १, ३, ७ ट्रायमेथिलक्झान्थिन (Trimethylxanthin) नावाचे औषध तुम्ही घेतले, तर तुम्ही अधिक मन:परिवर्तनीय बनता आणि इतरांना दिल्याने ते अधिक मन:परिवर्तक बनतात. त्याहीपेक्षा जास्त धक्कादायक वस्तुस्थिती म्हणजे सर्वत्र फोफावणाऱ्या 'ट्राय-मेथ' लॅब्समार्फत हे औषध आता आसपास सगळीकडे पसरत आहे.

हे औषध जास्त सामान्यपणे 'कॅफीन' या नावाने ओळखले जाते आणि या 'ट्रायमेथ लॅब्स' सामान्यपणे कॉफी शॉप्स म्हणून ओळखल्या जातात. एकट्या 'स्टार बकस् कार्पोरेशन'च्या (Star bucks Corporation) ३८ राष्ट्रातून नऊ हजारांपेक्षा जास्त जागा आहेत. 'स्टार बक'चा अध्यक्ष हॉवर्ड शुल्टझ् याला कधी स्वप्नातही वाटले असेल का, की तो जे पेय प्रत्येक गल्लीच्या कोपऱ्यावर आणि शॉपिंग मॉलमधून उपलब्ध करून देणार आहे, ते एवढे समर्थ मन:परिवर्तक साधन होईल. आम्ही सर्वांनी ऐकले आहे, पुष्कळांनी अनुभवही घेतला आहे, कॅफीनमुळे आपल्याला अधिक तरतरीतपणा कसा येतो; पण ते आपल्याला अधिक मन:परिवर्तक कसे बनवू शकते?

या प्रश्नाचा शोध घेण्यासाठी वैज्ञानिक पर्ल मार्टीन (Pearl Martin) आणि तिच्या सहाकाऱ्यांनी, सर्व सहभागी होणाऱ्यांना त्याच पेयासारखे दिसणारे नारंगी रंगाचे पेय पिण्याची विनंती केली. शाळेतील खोडकर मुलांनी आपल्या फ्लास्कमधील

गोष्टी शाळेच्या डिस्कोतील 'पंच बाऊल'मध्ये मिसळाव्या, त्याप्रमाणे संशोधकांनी निम्म्या लोकांना नारंगी पेय देण्यापूर्वी त्यात हे पेय मिसळले. संशोधकांनी साधारण दोन कप एस्प्रेस्सोएवढे कॅफीन मिसळले.

हे पेय प्यायल्यानंतर थोड्याच वेळात सर्व सहभागी लोकांनी एका विशिष्ट पदासाठी परस्परविरोधी प्रकारचे उत्तम युक्तिवाद असलेले संदेश वाचले. ज्यांनी साधे पेय घेतले होते, त्यापेक्षा ज्यांनी कॅफीनयुक्त पेय वाचण्यापूर्वी घेतले होते, ते ३५ टक्के अधिक त्या पदाच्या बाजूने होते.

याचा अर्थ असा होतो का, की तुम्ही तुमच्या लंचब्रेकमध्ये जवळच्या कॉफी शॉपमध्ये जाऊन तेथील एका गिऱ्हाईकास 'ब्रुकलीन ब्रीज' (Brooklin Bride) विकावे? क्वचितच! दुसऱ्या एका अभ्यासात जेव्हा युक्तिवाद निकृष्ट दर्जाचा होता, तेव्हासुद्धा कॅफीनचा परिणाम पाहिला गेला आणि असे दिसून आले, की अशा परिस्थितीत कॅफीनच्या मन:परिवर्तनाचे सामर्थ्य कमी होते.

या निष्कर्षातून तुम्ही भाव ग्राहक, सहकारी यांच्यासह इतरांसमोर प्रस्तुतीकरण कसे करता, याचे उपयोजन आहे. उदाहरणार्थ : तुम्ही तुमच्या माहितीचे प्रस्तुतीकरण ज्या दिवशी करायचे ठरविले असेल, त्या दिवसाची वेळसुद्धा विचारात घ्यायला हवी. समजा तुम्ही नवीन ग्राहक मिळविण्यासाठी तुमच्या विक्रीचे प्रस्तुतीकरण करीत आहात, तर दुपारच्या जेवणानंतर लगेच किंवा त्यानंतर तुम्हाला बोलायला लावणे, संयुक्तिक सल्ला नाही. तुमचे प्रस्तुतीकरण करण्याची उत्तम वेळ म्हणजे सकाळची, जेव्हा ग्राहकांनी नुकतीच कॉफी आणि थोडा नाष्टा केलेला असतो. जरी तुम्ही दिवसाची वेळ निवडू शकला नाहीत, तरी कॉफी किंवा कॅफीनयुक्त पेय हाताशी असल्यानंतर प्रेक्षक तुमचे म्हणणे चांगल्या प्रकारे ग्रहण करतात. जर तुमचे म्हणणे तार्किक आहे याची तुम्हाला खात्री असेल तरच! आणि अर्थात ती असेलच.

२१व्या शतकातील प्रभाव

आता आपण २१व्या शतकात प्रवेश केला आहे. आपण आपल्या संस्थेअंतर्गत आणि बाहेर लोकांशी जे व्यवहार करतो, त्यात दोन मूलभूत बदल झाले आहेत, ज्याचा परिणाम आपण इतरांचे मन:परिवर्तन कसे करतो यावर होतो. पहिला– घरगुती आणि बहुतेक सर्व व्यवहारी क्षेत्रांत इंटरनेटचा सार्वत्रिक प्रसार झाल्यामुळे, दैनंदिन दळणवळणात आमूलाग्र बदल झाला आहे. दुसरा– आपल्या कार्यक्षेत्रात तसेच व्यावहारिक दळणवळणात आपण ज्या लोकांच्या संपर्कात येतो, त्यांची आणि आपली संस्कृती भिन्न असते. या जलद गतीने झालेल्या स्थित्यंतराविषयी नुकतेच झालेले संशोधन तुम्हाला मन:परिवर्तन शास्त्राविषयी जास्तीची सूक्ष्मदृष्टी देते.

ई-प्रभाव (E-Influence) :

इतर कोणत्याही दळणवळण कंपनीप्रमाणे, 'मिड वेस्टर्न युनायटेड स्टेट्स' (Midwestern United States) मधील बिनतारी वाहतूक करणारी मोठी कंपनी 'युएस सेल्युलर' (US Cellular) त्यांच्या व्यापारासाठी पाठीच्या कण्याप्रमाणे तंत्रज्ञानावर संपूर्णपणे विसंबून आहे. त्यामुळे कंपनीने अनेक वर्षांपूर्वी कार्यान्वित केलेल्या कृतियोजना उपरोधिक वाटतात. पाच हजारांपेक्षा जास्त कर्मचाऱ्यांना सांगण्यात आले, की त्यांना शुक्रवारी एकमेकांशी ई-मेलद्वारा संवाद करण्यास परवानगी नाही.

हे कसे शक्य होईल? ज्या युगात आपल्या सहकाऱ्यांशी जलदपणे, परिणामकारक आणि अचूक संवाद साधण्यासाठी इलेक्ट्रॉनिक संचाराच्या आपण एवढे आधीन झालो आहोत; तिथे ई-मेलवर बंधने म्हणजे हाता-पायांच्या बोटांचा वापर करण्यासाठी कॅल्क्युलेटरच्या वापरावर बंदी घालण्यासारखेच आहे. 'युएस सेल्युलर'चा कार्यकारी

उपाध्यक्ष जे एलिसनने (Jay Elison) अशा प्रकारचे आदेश का काढले असावेत की, हा वरिष्ठ व्यवस्थापनेने कर्मचाऱ्यांच्या वैयक्तिक मोबाईल्सचे बिल वाढविण्याच्या वाईट हेतूने आणि कंपनीचा अल्प कालावधीचा नफा वाढविण्याच्या दृष्टीने केलेला कट होता?

एलिसन उघडून पाहात होता त्यापेक्षा अधिक मेलच्या होणाऱ्या भडिमारामुळे त्याला असे वाटू लागले, की इलेक्ट्रॉनिकमधील अखंड व्यक्तीनिरपेक्ष संपर्काच्या ओघामुळे कामात सुधारणा होण्याऐवजी, संघटित कामावर आणि उत्पादनावर वाईट परिणाम होत आहे. ABCNews.com च्या अहवालानुसार, त्यांच्या आदेशात कर्मचाऱ्यांना सांगण्यात आले, 'तुमच्या गटास समोरासमोर भेटण्यासाठी बाहेर जा, फोन घ्या आणि एखाद्याला फोन करा... मला तुमच्यापैकी कोणाकडूनही काही ऐकणे अपेक्षित नाही. पण तुम्हाला जेव्हा वाटेल तेव्हा वारंवार थांबत जा.'

बातमी अहवालात या नवीन कृतियोजनेतून निष्पन्न झालेल्या काही नाट्यमय परिणामाचे वर्णन दिले आहे. उदाहरणार्थ– दोन सहकारी ज्यांच्यामध्ये यापूर्वी फक्त ई-मेलद्वारे संवाद होत होता, त्यांना एकमेकांशी फोनवरच बोलावे लागत होते आणि असे करीत असताना त्यांना हे समजून आश्चर्याचा धक्काच बसला, की दोघे वेगवेगळ्या देशात नसून शेजारच्याच हॉलमध्ये आहोत. या शोधामुळे त्यांच्या समोरासमोर भेटी होऊ लागल्या आणि त्यातून त्यांचे संबंध अधिक घनिष्ट झाले.

ही योजना अंगवळणी पडण्यास वेळ लागला, तरी युएस सेल्युलरच्या आकडेवारीनुसार 'शुक्रवारी ई-मेल नाही,' ह्या कृतियोजनेने भरघोस यश प्राप्त केलेले आहे आणि आपले इतरांशी संबंध बळकट करण्यात वैयक्तिक संपर्काची महत्त्वाची भूमिका असते, ही महत्त्वाची आठवणही करून दिली. पण ही बाब आपल्या कार्यक्षेत्राच्या संबंधावर इलेक्ट्रॉनिक संपर्काचा होणारा परिणाम प्राथमिक स्वरूपात स्पष्ट करते. इलेक्ट्रॉनिक संवादाचा आपल्या मन:परिवर्तन सामर्थ्यावर कसा परिणाम होतो?

उदाहरणार्थ– वाटाघाटीसारख्या प्रक्रियेवर आपण ती ऑनलाईन केली आहे, की समोरासमोर केली याचा परिणाम कसा होऊ शकतो? वाटाघाटी फक्त प्रत्यक्ष किंवा फोनवर करण्याचे दिवस आता गेले आहेत. आज, करोडो डॉलर्सच्या कराराच्या महत्त्वाच्या अटींची बोलणी करण्यापासून, ते ऑफिसच्या पार्टीसाठी उत्कृष्ट पिझ्झा मागविण्यापर्यंतच्या अधिकाधिक गोष्टी ऑनलाईन होत आहेत.

जरी इंटरनेटचा संदर्भ नेहमी माहितीचा उत्तम महामार्ग असा केला जात असला, तरी वाटाघाटी करणाऱ्या पक्षात वैयक्तिक संपर्काची त्रुटी ही यशस्वी फलिताचा मार्ग असण्यापेक्षा रस्ता बंद असल्यासारखे वाटत आहे का? हे अनुमान तपासून पाहण्यासाठी समाजशास्त्रज्ञ मायकेल मॉरिस (Michael Morris) आणि

त्याच्या सहकाऱ्यांनी एक प्रयोग केला. यात MBAच्या विद्यार्थ्यांना वाटाघाटीचे काम समोरासमोर किंवा ई-मेलद्वारा करायचे होते. संशोधकांच्या निदर्शनास आले, की ई-मेलद्वारा करण्यात आलेल्या वाटाघाटीत वैयक्तिक माहितीची देवाणघेवाण कमी झाल्याची शक्यता असू शकते, ज्यामुळे चांगले अहवाल प्रस्थापित करण्यास मदत होत नाही आणि अंतिमत: वाटाघाटी निकृष्ट दर्जाच्या फलितात रूपांतरित झालेल्या असू शकतात.

वर्तणूक संशोधक डॉन मूर (Don Moore) आणि त्याच्या सहकाऱ्यांनी विचार केला, की या असुलभ महत्त्वाच्या प्रश्नास, आपल्याजवळ अत्यंत साधे उत्तर असू शकते. वाटाघाटीपूर्वी जर वाटाघाटी करणाऱ्यांनी परस्परांची प्रत्यक्ष भेट घेतली, तर काय होईल? दुसऱ्या शब्दांत सांगायचे, तर ई-मेलवर विषयाशी संबंध नसलेल्या मुद्यावर थोडा वेळ एकमेकांशी बोलण्यासोबत त्यांनी एकमेकांची पार्श्वभूमी जाणून घ्यावी. ही कल्पना तपासून पाहण्यासाठी संशोधकांनी दोन प्रसिद्ध बिझनेस स्कूलमधील जोड लावली आणि ई-मेलद्वारा वाटाघाटी करायला लावल्या. निम्म्यांना फक्त वाटाघाटी करण्याच्या सूचना दिल्या गेल्या. बाकी निम्म्यांना वाटाघाटीतील भागीदाराचा फोटो, आणि सोबतच त्याची थोडक्यात वैयक्तिक माहिती दिली (उदा. विद्यापीठ पदवीधर, छंद इ.) आणि वाटाघाटीला सुरुवात करण्यापूर्वी ई-मेलद्वारा परस्परांना जाणून घेण्याच्या सूचना देण्यात आल्या.

प्रयोगाच्या परिणामातून उघडकीस आले, की जेव्हा सहभागीदारांना अवांतर माहिती पुरविण्यात आलेली नव्हती, तेव्हा फक्त २९ टक्के जोड्यांना करारावर सहमत होण्यात अपयश आले होते. वैयक्तिक माहिती असलेल्यांपैकी ६ टक्के जोड्या महत्प्रयासाने करारावर एकमत झाल्या होत्या. यशाचे दुसरे मापदंड वापरून संशोधकांना हेसुद्धा आढळून आले, की जेव्हा परस्परांना मान्य असलेल्या वाटाघाटीतील तोडग्यावर सहमत होऊ शकत होत्या. ठरावाचे संयुक्त फलित म्हणजेच प्रत्येक सहभागीदार सोडून गेला त्याचा सारांश, तो वैयक्तिक माहिती नसलेल्या गटापेक्षा, वैयक्तिक माहिती असलेला गट १८ टक्क्यांनी जास्त होता. म्हणून वाटाघाटीपूर्वी, वाटाघाटी भागीदाराविषयी थोडेसे जाणून घेण्यास आणि स्वत:विषयी थोडी माहिती देण्यास थोडा वेळ दिल्याने दोघांच्याही दृष्टीने जास्त चांगली फलश्रुति प्राप्त होऊ शकते.

हे प्रयोग वाटाघाटातील ई-संवादाच्या भूमिकेविषयी काही सांगतात, जिथे संवादक दुसऱ्या व्यक्तीचे एखाद्या कल्पनेविषयी किंवा प्रकरणाविषयीचे मत बदलू इच्छितो, अशा प्रत्यक्ष मन:परिवर्तनाविषयी काय? आघाडीचा संशोधक रोसन्ना गौडग्नो (Rosanna Guadagno) याच्यासोबत आमच्यापैकी एकाने केलेल्या प्रयोगाद्वारे या प्रश्नावर आम्ही प्रकाश टाकण्याचा प्रयत्न केला. सहभागीदारांना

सांगण्यात आले, की एक जण दुसऱ्याची प्रत्यक्ष समोरासमोर किंवा ई-मेलद्वारे मुलाखत घेईल आणि विद्यापीठ क्षेत्रातील प्रश्नांबाबत ते चर्चा करतील. यात सहभागी असलेली दुसरी व्यक्ति ही संशोधन साहाय्यक होती, हे त्यांना माहीत नव्हते. पूर्व निर्धारात लिखित विधानांचा उपयोग करून संशोधन साहाय्यकाने खऱ्या भागीदारास, विद्यापीठाने परिपूर्ण परीक्षापद्धती चालू करावी, म्हणजे विस्तृत विषयवार रचनेवर आधारित दीर्घ आणि कठीण परीक्षेच्याद्वारे त्यांच्या ज्ञानाचे परीक्षण झाल्याशिवाय कोणत्याही उमेदवारास पदवी मिळता कामा नये, हे समजावून सांगण्याचा प्रयत्न केला. एक गोष्ट लक्षात घेण्यासारखी आहे, की एखाद्या मुद्द्यावर विद्यापीठाचे जास्तीतजास्त विद्यार्थी सहमत होतील, असा मुद्दा शोधून काढणे फार कठीण काम आहे. तुरळक अपवादात्मक हुशार विद्यार्थ्यांसह इतरांना परिपूर्ण परीक्षेची आवश्यकता आहे, याच्याशी ते सहमत आहेत का; हे विचारणे म्हणजे दारू पिण्यासाठी किमान वयोमर्यादा २५ असावी, याच्याशी हे सहमत आहेत का, हे विचारण्यासारखेच आहे. जरी सुरुवातीस सार्वत्रिक बहुतेक विद्यार्थ्यांचा परिपूर्ण परीक्षापद्धतीस विरोध करण्याकडे कल असला तरी त्यांचे मन जिंकले जाऊ शकते असे वाटते. पण असे मन:परिवर्तनशील संदेश ई-मेलद्वारा किंवा समोरासमोर दिल्याने काही फरक पडतो का?

कोणत्या लिंगाचे लोक यात समाविष्ट आहेत, यावरही हे उत्तर अवलंबून आहे. कारण पुरुषांपेक्षा समलिंगी, समवयस्क आणि समविचारी व्यक्तिशी निकटचे संबंध प्रस्थापित करण्याच्या प्रभावाखाली सहसा स्त्रिया असतात आणि समोरासमोर संपर्काची या प्रक्रियेत सोय होते. आम्ही अंदाज लावला; की समलिंगी, समवयस्क आणि समविचारी संवादात ई-मेलपेक्षा समोरासमोर झालेल्या संवादात स्त्रियांचे अधिक मन:परिवर्तन केले जाऊ शकेल, जेव्हा की पुरुषांसाठी संवादाच्या माध्यमाचा फारसा फरक पडणार नाही आणि आम्हाला अगदी तसेच आढळून आले. स्त्रियांचे वैयक्तिक संवादातून अधिक मन:परिवर्तन झाले होते, मात्र पुरुषांच्या मन:परिवर्तनात माध्यमाचा कोणताही फरक पडला नव्हता. दुर्दैवाने आम्ही विरुद्धलिंगी जोडीमध्ये अशा प्रकारच्या मन:परिवर्तनाच्या फरकाचे परीक्षण केले नाही. पण ते कदाचित असेच असेल, कारण विरुद्धलिंगी मन:परिवर्तनाचा विषय संपूर्णपणे वेगळ्या प्रकारच्या पुस्तकांचा आहे.

आतापर्यंत, वैयक्तिक संबंध प्रस्थापित करण्याचा आणि ते टिकविण्याच्या मार्गामध्ये ऑनलाईन संवाद अडथळ्याचे काम कसा करतो, याच्या काही अंगाची चर्चा आम्ही केली. पण ई-संवाद मन:परिवर्तनासाठी वेगळ्या कारणाने हानिकारक असू शकतो. यात चूकसंदेश दिला जाण्याची शक्यता अधिक असते आणि वाईट गोष्ट म्हणजे, माहिती स्वीकारणारा तुमचा संदेश, त्या संदेशामागचा उद्देश यांपैकी एका किंवा दोन्हीबद्दल गैरसमज करतो. अशा वेळी जगाच्या पाठीवरील कोणतेही

समर्थ विधान आणि परिणामकारक मन:परिवर्तन करणारी प्रणालीसुद्धा तुमचे कधीच भले करणार नाही.

ई-मेलद्वारा चूकसंदेश पोहोचणे एवढे सामान्य का आहे, याचा खुलासा वर्तणूकशास्त्रज्ञ जस्टीन क्रुगेर (Justin Kruger) आणि त्यांच्या सहकाऱ्यांनी केला आहे. त्यांनी सुचविले; की आवाजातील चढउतार, शारीरिक हावभाव आणि नि:शब्द खाणाखुणा या ई-मेलमध्ये अनुपस्थित असतात आणि जेव्हा संदेशातील मसुदा संदिग्ध असतो, तेव्हा विशेषकरून या गोष्टी संपर्काचे खरे अर्थदर्शक म्हणून काम करीत असतात. उदाहरणार्थ, समजा तुमच्या एका सहकाऱ्याने एका विक्रेत्याच्या करारासंबंधी पाठविलेल्या संदेशाच्या प्रतिसादात तुम्ही परत लिहिले, 'ते खरंच पहिले प्राधान्य आहे!' (That's real Priority!)

तुम्ही जरी पूर्णपणे गंभीर असला, तरी कधीतरी भूतकाळात या विक्रेत्यावर अधिक लक्ष देण्यास विरोध दर्शविला असेल; त्यामुळे तुमचा संदेश उपहासात्मक आहे, तुमचा सहकारी असा अर्थ लावील. त्याऐवजी हे प्रत्यक्ष बोलला असता, तर तुमच्या आवाजातील चढउतार, तुमच्या चेहऱ्यावरचे हावभाव आणि देहबोली यावरून तुम्ही गंभीर आहात, हे स्पष्ट झाले असते. ई-मेल संपर्कात प्रश्न उद्‌भवतात, हे दाखविण्यासाठी एवढी एक वस्तुस्थिती पुरेशी आहे. पण क्रुगेर आणि त्याचे सहकारी जे सांगतात, ते यापेक्षा जास्त भयानक आहे. ते म्हणतात, 'असे संदेश पाठविणारे बहुतेक वेळा पूर्णपणे अनभिज्ञ असतात, की त्यांचा संदेश कदाचित गैरसमज निर्माण करू शकतो. कारण संदेश पाठविणाऱ्याला संदेश पाठवित असतानाचा त्याचा उद्देश पूर्णपणे माहीत असतो आणि तो समजतो की संदेश घेणारासुद्धा ते जाणतो.'

हे अनुमान तपासण्यासाठी संशोधकांनी अनेक प्रयोग करून पाहिले. एका प्रयोगात सहभागीदारांच्या जोड्या लावण्यात आल्या आणि प्रत्येकाला ठरवून दिले, की अनेक संदेशांत तो संदेश देणारा किंवा घेणारा असेल. माहिती देणाऱ्याचे काम होते, की त्याने अनेक विधाने तयार करावीत; ज्यातून उपरोध, गांभीर्य, राग किंवा दु:ख या भावना संदेश घेणाऱ्यांना स्पष्ट कळल्या पाहिजेत. सहभागीदारांना अचानकपणे ई-मेल, आवाज किंवा समोरासमोर या तीनपैकी एक माध्यम देण्यात आले. प्रत्येक विधान केल्यानंतर संदेश घेणारा विधानाच्या उद्देशाचा सूर ओळखण्याचा प्रयत्न करीत होता. या प्रयोगापूर्वीच माहिती देणाऱ्यांनीसुद्धा संदेश घेणारा तो बरोबर ओळखेल किंवा नाही, याचा विचार करून अंदाज लावला होता.

या अभ्यासाच्या निकालांनी स्पष्ट दाखवून दिले आहे, की जरी माहिती घेणाऱ्या सर्व प्रायोगिक गटांनी त्यांच्या सुरांचा कितपत योग्य अंदाज संदेश घेणारे लावतील, याचा थोडा प्रमाणाबाहेर अंदाज लावला असला, तरी ई-मेल गटातील तफावत

सर्वांत जास्त होती. प्रयोगातील गटाशिवाय माहिती देणाऱ्यांनी ही माहिती घेणारे ८९ टक्के वेळापर्यंत माहितीचा सूर बरोबर ओळखतील, असा अंदाज लावला होता. जेव्हा की 'आवाज' आणि 'समोरासमोर' चे गट फक्त ७४ टक्के वेळा अचूक होते आणि ई-मेल गटातील सहभागीदार जवळपास फक्त ६३ टक्के वेळा बरोबर होते. या निष्कर्षातून सर्वसाधारणपणे लेखी स्वरूपातील माहितीमध्ये संदेश घेणारा, देणाऱ्यांच्या आवाजाचे चढउतार ऐकू शकत नाही, त्यामुळे त्याला / तिला संदेशाचा अर्थ लावणे कठीण जाते, असे वाटते.

सहसा अशा प्रकारच्या प्रयोगात एकमेकांचा अनुभव नसलेल्या अनोळखी लोकांचा समावेश केला जातो, हे विचारात घेता; असे निष्कर्ष निष्पन्न होणे, यात काही नवल नाही, असा विचार तुम्ही करू शकता. पण मग निकट स्नेही त्यांच्यातील 'ई-मेल'चा जास्त अचूक अर्थ निश्चितपणे लावू शकतील काय? संशोधकांनी याचासुद्धा विचार केला. विशेष म्हणजे निष्कर्ष अगदी असाच दिसतो. आपल्या अगदी जवळ असलेलेसुद्धा लेखी माहितीचा पूर्णपणे बरोबर अर्थ लावू शकत नाहीत. ही वस्तुस्थिती हे सुचविते, की तुमचे जवळचे मित्र जेव्हा म्हणतात, की ते तुम्हाला पुस्तकासारखे वाचू शकतात, तेव्हा ते चूक असतात. अर्थात, जोपर्यंत तुम्ही त्यांना श्राव्य पुस्तकाच्या किंवा टीव्हीसाठी लिहिलेल्या कार्यक्रमाच्या स्वरूपात मिळत नाही तोपर्यंत! म्हणून माहिती देणाऱ्याने या धोक्याविषयी काय करावे? तुम्ही 'ई-मोटीकॉन्स'चा (e-moticons = emotion + icons) उपयोग करू शकता. ई-मोटीकॉन्स म्हणजे छोटे गंमतीदार चेहरे, जे भावना व्यक्त करण्यासाठी वापरले जातात. ई-मोटीकॉन्स चित्र संदेशाच्या उर्वरित भागात मिसळून जाऊ शकतात किंवा इतर प्रकारे अस्पष्ट असू शकतात. परिणामी, जास्त संभ्रम निर्माण होतो. ई-मेल पूर्णपणे वगळून टाकणे आणि संपर्क फक्त फोनद्वारा किंवा समोरासमोर करणे कसे राहील? युएस सेल्युलरसारखे ते आठवड्यातून एक दिवस शक्य होईल. आपल्याला नेहमीच त्या प्रकारचा संवाद साधण्यासाठी वेळ नाही आणि ते शक्यही होणार नाही.

आपण सक्षम उपायासाठी चूक माहिती देण्यामागे असलेल्या केंद्रीय मानसशास्त्रीय विश्लेषणाकडे परत वळू. यापूर्वी आपण पाहिले की, अप्रत्यक्षपणे सांगितल्याप्रमाणे संदेश देणाऱ्यांना ते काय माहिती देऊ इच्छितात, हे निश्चितपणे माहीत असते, पण साहजिकच संदेश घेणाऱ्याच्या मनातले विचार समजून घेण्याकडे त्यांचा कल नसतो. संदेश देणाऱ्यांमधला आपल्या संदेशाचा उद्देश बरोबर समजला जाईल, हा अवाजवी विश्वास कमी करू शकतो का नाही, हे पाहण्यासाठी संशोधकांनी एक प्रयोग केला. या प्रयोगाची रचना थोड्याशा फरकाने काही क्षणांपूर्वी 'सुरांचा अंदाज' लावण्यासाठी केलेल्या प्रयोगासारखीच होती. प्रथम सर्व सहभागीदारांनी एकमेकांशी

पूर्णपणे ई-मेलद्वाराच संवाद साधला होता. दुसरे म्हणजे काही सहभागीदारांना त्यांच्या विधानाचा चूक अर्थ कसा लावला जाऊ शकतो यासंबंधीच्या सूचनांचा आराखडा देण्यात आला होता. संशोधकांना असे आढळून आले की ह्या सहभागी गटाने त्यांच्या संदेशाचा उद्देश बरोबर समजला जाईल किंवा नाही, याच्या अचूकतेत प्रगती केली होती.

या प्रयोगाच्या निष्कर्षावर आधारित, आपण परिणामकारक ई-माहिती देणारे कसे होऊ शकतो आणि आपले ऑनलाईन मन:परिवर्तनाचे कौशल्य कसे वाढवू शकतो? एखाद्या महत्त्वाच्या मुद्द्यावर ई-मेल पाठविण्यापूर्वी, संदेश घेणारा संदेशाच्या एखाद्या विशिष्ट भागाचा वेगळा अर्थ कसा लावेल, या दृष्टिकोनातून संदेश पुन्हा एकदा काळजीपूर्वक एक क्षण वाचणे शहाणपणाचे ठरेल. त्यामुळे तुम्हाला काय अभिप्रेत आहे, त्याप्रमाणे तुम्ही संदेशात बदल करू शकता. दुसऱ्या शब्दांत जसे तुम्ही स्पेलिंग तपासण्यासाठी 'स्पेल-चेक' आणि व्याकरण तपासण्यासाठी 'ग्रामर-चेक' वापरता; तसेच न बदलता येणारे 'सेंड'चे बटन दाबण्यापूर्वी तुमच्या संदेशावरून एक सूक्ष्म नजर फिरविण्याने, तुमचा संदेश चांगल्या प्रकारे समजला जाण्यासारखा होऊ शकतो.

शेवटी एका गोष्टीची नोंद केलीच पाहिजे– जरी संदेश घेणारे तुमचा उद्देश पूर्णपणे समजत असतील, तरीसुद्धा ते तुमच्या विनंतीशी सहमत असतीलच किंवा तुम्ही त्यांना तुमच्या मदतीसाठी येण्याची विनंती केली असेल, तर ते येतीलच, याची निश्चितपणे खात्री देता येत नाही. एक उदाहरण पाहा, आमच्या माहितीतील एका डॉक्टरला त्याची शिफ्ट पूर्ण करण्यासाठी बदली डॉक्टर मिळविण्यात खूप अडचण आली. त्याची शिफ्ट करण्यासाठी जर कोणी तयार झाला असता, तरच त्याला एका लग्नाला उपस्थित राहता आले असते. पण तसे झाले नाही. खरे तर तो सर्वांचा आवडता आणि आदरणीय डॉक्टर होता आणि त्याने बऱ्याच सहकाऱ्यांना अशी मदतही केली होती. त्यामुळे असे का झाले, हे आम्हाला कळू शकले नाही. पण जेव्हा आम्ही विचारणा केली, की त्याने त्याच्या सहकाऱ्यांची मदत नेमकी कशी मागितली होती; तेव्हा तात्काळ आम्हाला कळले की काय अडचण होती: त्याने आम्हाला सांगितले की त्याने विनंतीचा ई-मेल बहुसंख्य लोकांना पाठविला होता. ज्यात प्रत्येक जण इतर सर्वांची नावे पाहू शकत होता.

या पद्धतीची अडचण ही आहे, की यातून जबाबदारीचे विकरण निर्माण होते. (diffusion of responsibility) बहुसंख्य सहकाऱ्यांना ई-मेल पाठविल्याने, मदत करणे ही वैयक्तिक जबाबदारी कोणालाही वाटली नाही. त्याऐवजी बहुतेक सर्वांनी गृहीत धरले, की यादीतील दुसरा कोणीतरी मदत करण्यास तयार होईल. सामाजिक मानसशास्त्रज्ञ जॉन डर्ले (John Darley) आणि बिब लॅटने (Bibb Latane) यांनी

विखुरलेल्या जबाबदारीच्या एका प्रसंगाचे उत्तम प्रस्तुतीकरण केले आहे. यामध्ये सभालयात एक विद्यार्थी दिसतो, ज्याला फेफरे येत असतात. त्यावेळी जेव्हा त्याच्याजवळ एकच व्यक्ती उपस्थित होती, तेव्हा तिचे मदत करण्याचे प्रमाण ८५ टक्के इतके होते. पण जेव्हा पाच बघे वेगवेगळ्या रूम्समध्ये होते, तेव्हा रुग्णास मदत मिळते किंवा नाही, याबद्दल कोणालाच निश्चित माहीत नव्हते. या परिस्थितीत फक्त ३१ टक्के बघ्यांनीच सहाय्य केले होते.

म्हणजे आमच्या मित्राने कोणीतरी त्याची शिफ्ट स्वेच्छेने करेल, ही विलक्षणता वाढविण्यासाठी काय करायला हवे होते? त्याच्याकडे वेळ होता, तर जे लोक त्याला होकार देतील असे वाटत होते, अशांचीच निवड तो करू शकत होता. भूतकाळात ज्यांची शिफ्ट त्याने केली होती, त्यांना त्याने प्रत्यक्ष विनंती करायला हवी होती किंवा वैयक्तिक ई-मेलद्वारा मदतीसाठी विनंती करायला हवी होती किंवा काही कारणास्तव हे पर्याय शक्य नव्हते, तर कमीतकमी काही लोकांना 'ब्लाईंड कार्बन कॉपी' पाठवायला हवी होती; ज्यामुळे किती लोकांना विनंती केली होती, हे इतरांना पूर्णपणे कळले नसते.

आतापर्यंत आपण पारंपरिक माहिती देण्याच्या विरोधात ई-मेलचा वापर करून माहिती देणे आणि इतरांवर प्रभाव पाडणे, या प्रणालीचा परिणाम कसा होतो, याची चर्चा केली; पण ई-मन:परिवर्तनाच्या इतर अंगाविषयी काय? उदाहरणार्थ– तुमच्या वेबसाईटची रचना कशी करावी, यासाठी मानसशास्त्रीय संशोधन कसे उपयोगी पडू शकते?

एक उदाहरण घेऊ– समजा हे पुस्तक वाचल्यानंतर एखाद्या दिवशी तुम्ही ठरविता, की या पुस्तकाच्या आपल्याजवळ आणखी दोन प्रती असाव्यात... एक घरच्यांसाठी, एक कार्यालयासाठी आणि एक आणीबाणीत इतर लोकांसाठी.

स्थानिक दुकानाच्या शेल्फमधून तुम्ही 'येस!'च्या शेवटच्या दोन प्रती घेता आणि त्या घेऊन बिल देण्यासाठी कॅश काऊंटरजवळ जाता... मात्र काऊंटरवरील नोकराच्या वक्तव्यानंतर तुम्ही एक पाऊल मागे सरकता... दुकानातील नोकर म्हणतो, "तुम्हाला या पुस्तकाच्या दोन प्रती नक्की याच दुकानात विकत घ्यायच्या आहेत का?" तो पुढे म्हणतो, "मला माहीत आहे, की आमच्याकडे या पुस्तकाची किंमत तुलनेत जास्त आहे; पण जवळच्याच गल्लीतील दुकान हेच पुस्तक १५ टक्क्याच्या सवलतीत विकते. जर तुम्हाला हवे असेल, तर तिथे कसे जायचे, त्या रस्त्याचा मी तुम्हाला नकाशा काढून देऊ शकतो." अशा प्रकारच्या 'ग्राहक सेवे'सह किंवा जास्त अचूक बोलायचे तर अशा प्रकारच्या 'अ-ग्राहक सेवे'सह हे दुकान अद्याप इथे कसे चालू आहे, याचेच तुम्हाला आश्चर्य वाटते.

जरी हे उदाहरण थोडेसे विक्षिप्त वाटत असले, तरी काही धंद्यात ही स्वत:साठी

हानिकारक भासणारी सवय अंगीकारलेली आहे. उदाहरणादाखल अमेरिकेतील वाहन विमाक्षेत्रातील तिसऱ्या क्रमांकाची कंपनी 'प्रोग्रेसिव्ह ऑटो इन्शुरन्स' घेऊ. या कंपनीने १९९५ मध्ये स्वत:ची वेबसाईट सुरू केली. असे करणारी ती पहिली सर्वांत मोठी विमा कंपनी होती. या गोष्टीबद्दल, तसेच त्यांच्या प्रतिस्पर्ध्यांपेक्षा वेगळे सिद्ध करणाऱ्या इतर अनेक गोष्टींबद्दल कंपनीला अभिमान होता. एक वर्षानंतर फक्त प्रोग्रेसिव्ह कंपनीचेच इन्शुरन्स दर पाहण्यासाठी नाही, तर त्यांचे प्रमुख प्रतिस्पर्धी इन्शुरन्सचे दर काय देतात, हे पाहण्यासाठी कारधारक वेबसाईटचा उपयोग करीत होते. त्यामुळे वेबसाईट पाहणाऱ्यांना हेसुद्धा कळले, की वेबसाईटच्या होमपेजवर ३६ रेट टीकर आहे, जे तुलनात्मक माहितीची यादी देते आणि जरी प्रोग्रेसिव्हचे दर बहुतेक वेळा चांगले असले, तरी प्रत्येक वेळी असेच असेल असे नाही. उदाहरणार्थ, हे लिहिण्यापूर्वी एक मिनिटापूर्वी आम्ही जेव्हा साईट तपासली, तेव्हा दर्शकांवर दाखविले होते, की ज्याच्या नावाची आद्याक्षरे सी.एम. आहेत, अशा अमेरिकेतील विस्कॉनसिनमधील कोणीतरी त्याच्या किंवा तिच्या टोयोटाचा इन्शुरन्स, प्रोग्रेसिव्हच्या प्रतिस्पर्धी कंपनीत करून प्रतिवर्षी ९५२ डॉलर्सची बचत करू शकेल.

म्हणजे या पद्धतीने प्रोग्रेसिव्ह जास्त ग्राहकांना आकर्षित करत होती, की स्वत:ला संपविण्याचेच ठरवित होती? ही नावीन्यपूर्ण कल्पना अंमलात आणल्यापासून कंपनीची दरवर्षी सरासरी १७ टक्के या दराने झालेली प्रचंड प्रगती आणि ३.४ अब्ज डॉलर्सपासून १४ अब्ज डॉलर्सपर्यंत वार्षिक हप्ता हेच दर्शविते, की ती चालू आहे. व्हॅलरी ट्रीफ्टस (Valerie Trifts) आणि जेरॉल्ड हाऊब्ल (Gerald Haubl) यांचे संशोधन या संदर्भातल्या 'का'चे विश्लेषण करू शकेल.

प्रयोगामध्ये ट्रीफ्टस आणि हाऊब्ल यांनी सहभागीदारांना सांगितले, की त्यांच्या विद्यापीठाने अनेक किरकोळ ऑनलाईन पुस्तक विक्रेत्यांपैकी एकासोबत संयुक्त भागीदारी करण्याचा विचार केला आहे. सहभागीदारांचे काम होते, की त्यांनी ऑनलाईन ठरविलेल्या यादीतील पुस्तके शोधायची, वेगवेगळ्या किरकोळ विक्रेत्यांकडच्या किंमतीची तुलना करायची आणि कोणत्या किरकोळ विक्रेत्याकडून ती विकत घ्यायची ते ठरवायचे. महत्त्वाचे म्हणजे सहभागी झालेल्या निम्म्या जणांना यादीतीलच किरकोळ विक्रेत्यांनी त्या ठरावीक पुस्तकांची स्वत:कडे असलेली किंमतच दिली नव्हती, तर सोबत इतर किरकोळ विक्रेत्यांकडील किंमतीची तुलनात्मक माहितीसुद्धा दिली होती. बाकी निम्म्यांना मात्र ही तुलनात्मक माहिती पुरविली नव्हती. संशोधकांनी किरकोळ विक्रेत्याच्या बाजारातील स्थानामध्ये बदल केला होता. याचा अर्थ काही सहभागीदारांनी किरकोळ विक्रेत्याच्या किंमती तुलनात्मकदृष्ट्या कमी असल्याचे पाहिले, काहींनी जास्त, तर उरलेल्यांनी त्या इतर

किरकोळ विक्रेत्यांप्रमाणेच असल्याचे पाहिले.

परिणाम प्रोग्रेसिव्हच्या पद्धतीस पुष्टी देणारे होते का? बऱ्याच प्रमाणात ते होते. पण एक नोंद घेणे महत्त्वाचे आहे, परिणाम 'बाजारपेठेतील स्थान' या महत्त्वाच्या घटकावर अवलंबून होते. जेव्हा प्रोग्रेसिव्हसारख्या प्रश्नातील किरकोळ विक्रेत्यांच्या किंमती कमी किंवा जास्त होत्या, तेव्हा किंमतीची तुलनात्मक माहिती पुरविण्याचा खऱ्या अर्थाने काही फरक पडला नव्हता. असे असले, तरी जेव्हा प्रोग्रेसिव्हसारख्या किरकोळ विक्रेत्यांच्या किंमती काही पुस्तकांच्या जास्त आणि बाकींच्याच्या कमी होत्या. वास्तवात बिझनेसमध्ये असे केले जाते, त्याच्या फार जवळचे होते आणि इथे तुलनात्मक माहिती देण्यामुळे निश्चित फरक पडला होता. अशा परिस्थितीत संशोधकांनी अहवाल दिला, की ते प्रोग्रेसिव्हसारख्या किरकोळ विक्रेत्याकडे खरेदी करण्याची जास्त संभावना असू शकते. अधिक विश्वसनीय वाटण्याखेरीज, आम्ही या पुस्तकात अगोदर चर्चिल्याप्रमाणे, अप्रमाणिक लोक आणि संस्था त्याच्या हिताच्या विरोधात क्वचितच बोलतात, ग्राहक कदाचित एखाद्या ठिकाणी किंमतीची तुलना असणे पसंत करतात, त्यामुळे त्यांचे कष्ट आणि वेळ दोन्हींची बचत होते.

सारांश, मूळ पुस्तकाच्या दुकानाच्या रूपरेषेकडे वळून पाहता आणि प्रोग्रेसिव्हच्या आजपर्यंतच्या यशस्वी वाटचालीकडे पाहता, या अभ्यासाचे निष्कर्ष सुचवितात; की ज्या कंपन्या त्यांच्या सक्षम ग्राहकांस त्यांच्या प्रतिस्पर्ध्यांच्या किंमती पुरवितात, ते एखादे वेळी लढाई हारतील, पण किंमती नियंत्रित ठेवण्याचे युद्ध नक्की जिंकतात.

ऑनलाईन तुलनेवरील संशोधन हे दर्शविते, की सक्षम ग्राहकांनी वेबसाईट सेवा वापरावी; म्हणून प्रेरणा देण्यासाठी बिझनेस वेबसाईटची वैशिष्ट्ये कशी कौशल्यपूर्ण तयार केली जाऊ शकतात; पण वेबपेजेसची काही अस्पष्ट अंगे आहेत का, जी ग्राहकांच्या वर्तणुकीवर प्रभाव टाकतात? उदाहरणार्थ, वेब पेजेसच्या पार्श्वभूमीसारखे काही सूक्ष्मवेधी आहे का, जे तुमच्या सक्षम ग्राहकाचे रूपांतर बघ्यातून ग्राहकात करू शकते?

ग्राहक संशोधक नाओमी मंडेल (Noomi Mandel) आणि एरिक जॉनसन (Eric Johnson) यांनी केलेल्या अनेक प्रयोगांनी याचे उत्तर होकारार्थी दिले आहे. त्या प्रयोगांपैकी एका प्रयोगात सहभागी झालेल्यांनी काल्पनिक शॉपिंग साईटच्या एका वेबपेजला भेट दिली. त्यावर त्यांना दोनपैकी एक सोफा निवडायचा होता. एक सोफा अत्यंत आरामदायी होता, पण खूप महाग होता. दुसरा लोकांना कमी आरामदायी होता, पण कमी महाग होता. सहभागीदारांचे पैसे वाचवावेत की आराम पाहावा, याविषयीचा निर्णय बदलण्याच्या दृष्टिकोनातून संशोधकांनी वेबपेजेसमध्ये

बदल केला. पार्श्वभूमी निवडण्यात ते भूतपूर्व अभ्यासाच्या माहितीवर विसंबून होते, ज्यात सहभागीदारांना एक जाहिरात दाखविण्यात आली होती. त्यामध्ये दोनपैकी शक्यतो एक पार्श्वभूमी होती. हिरव्या रंगाच्या पार्श्वभूमीवर पेनींचे (सुट्या पैशाचे) चित्र किंवा निळ्या रंगाच्या पार्श्वभूमीवर मऊ कापसासारख्या ढगाचे चित्र. सोफा विकत घेत असताना कोणत्या महत्त्वाच्या बाबी विचारात घ्यायच्या याची यादी तयार करण्याची सहभागीदारांना विनंती करण्यात आली. ज्या सहभागीदारांनी ढगाच्या पार्श्वभूमीचे चित्र पाहिले होते, त्यापेक्षा ज्यांनी पैशाच्या पार्श्वभूमीचे चित्र पाहिले होते, त्यांनी किंमतीचे महत्त्व नोंदविण्याची शक्यता फार जास्त होती. अशाच प्रकारे ज्यांनी पैशाच्या पार्श्वभूमीचे चित्र पाहिले होते, त्यापेक्षा ज्यांनी ढगाच्या पार्श्वभूमीचे चित्र पाहिले होते, त्यांनी आरामास जास्त प्राधान्य देण्याची शक्यता खूप जास्त होती.

या प्राथमिक निष्कर्षाच्या दृष्टिकोनातून मंडेल आणि जॉन्सन यांना शंका आली, की जेव्हा सहभागीदार ढगयुक्त पार्श्वभूमी दाखविणाऱ्या ऑनलाईन दुकानावर सोफा खरेदीसाठी जातील, तेव्हा ते अधिक आरामदायी पण महाग सोफा विकत घेण्याची शक्यता जास्त राहील, त्याच्या विरुद्ध स्थिती पैशाच्या पार्श्वभूमीच्या बाबतीत राहील. आणि त्यांच्या निदर्शनास नेमके तेच आले. हे निष्कर्ष फक्त एकाच प्रकारच्याच वस्तूसाठी मर्यादित नव्हते. उदाहरणार्थ, कार अपघातात पाहता, तशा ज्वालांची आठवण करून देणारी लाल आणि नारंगी पार्श्वभूमी जेव्हा असते, तेव्हा कमी आरामदायी आणि कमी खर्चाच्या कारपेक्षा, जास्त सुरक्षित आणि जास्त खर्चिक कार निवडण्याची सहभागीदारांची शक्यता जास्त होती.

या निष्कर्षाचे विलक्षण वैशिष्ट्य म्हणजे, या सूचना लोकांच्या वर्तणुकीवर समर्थपणे प्रभाव निर्माण करतात. उदाहरणार्थ, या प्रयोगातील जवळपास सर्व सहभागीदारांनी निक्षून सांगितले, की पार्श्वभूमीचा त्यांच्या निवडीवर कोणत्याही प्रकारचा परिणाम होत नाही, तरीही आम्ही जाणतो, हा दृष्टिकोन वस्तुस्थिती प्रतिबिंबित करत नाही.

कदाचित या निष्कर्षाची सर्वांत जास्त महत्त्वाची उपयोजितता म्हणजे, पार्श्वभूमीवर दाखविलेल्या चित्राप्रमाणेच तुमच्या कंपनीच्या वेबपेजेसच्या विशिष्ट अंगाचा तुम्ही विचार करू शकता, त्यापेक्षा कितीतरी जास्त प्रभाव ग्राहकांच्या वर्तणुकीवर होत असतो. ते हेही सुचवितात, की तुमच्या मालाच्या क्षमता आणि सेवेनुसार तुम्ही धोरणीपणे पार्श्वभूमी आणि त्यातील चित्रांची निवड करू शकता. दुसऱ्या शब्दांत सांगायचे, तर तुम्ही तुमच्या वेबसाईटच्या पार्श्वभूमीची योग्य निवड करून, तुमच्या उत्पादनाची तसेच तुमच्या कंपनीची क्षमता डोळ्यात भरण्याजोग्या प्रमुख स्थानावर आणून ठेवू शकता.

जागतिक प्रभाव :

हाय, हो, दा, जा, सै, ओई जगाच्या पाठीवर लोक 'होकार' विविध प्रकारे देतात, पण याचा अर्थ असा होतो का, की त्यांना तसे म्हणण्यासाठी आम्ही मन:परिवर्तनाच्या ज्या पद्धती वापरतो, त्या ऐकणाऱ्यांच्या सांस्कृतिक पार्श्वभूमीप्रमाणे वेगवेगळ्या असल्याच पाहिजेत? किंवा व्यक्ती कुठलीही असो, एकाच प्रकारची पद्धती सारखीच परिणामकारक होऊ शकेल का? या पुस्तकातून चर्चिलेली सामाजिक प्रभावाची मूल्यतत्त्वे आणि त्यांच्या बऱ्याच पद्धती सर्व प्रकारच्या संस्कृतीसाठी समर्थपणे परिवर्तक असल्या, तरी नुकत्याच झालेल्या संशोधनाने हे सुचविले आहे, की तुम्ही ज्या व्यक्तीचे मन:परिवर्तन करण्याचा प्रयत्न करीत आहात, त्यांच्या संस्कृतीच्या पार्श्वभूमीवर आधारित तुम्ही तुमच्या युक्त्यांचे आणि संदेशाचे नियोजन कसे करावे, यात सूक्ष्म फरक आहेत. महत्त्वाचे म्हणजे, संस्कृतीतील निकष आणि रूढी यांच्या बदलामुळे उद्‌भवणाऱ्या फरकामुळे वेगवेगळ्या समाजातील लोक दुसऱ्यापेक्षा मन:परिवर्तक संदेशाच्या एखाद्या बाजूवर अधिक भर देतात.

मायकेल मॉरिस आणि त्याच्या सहकाऱ्यांनी केलेल्या संशोधनाचे उदाहरण घ्या. त्यांनी जगातील सर्वात मोठी बहुराष्ट्रीय वित्तसंघटना असलेल्या सिटी बँकेतील कर्मचाऱ्याचा अभ्यास केला. मॉरिस आणि त्याच्या सहकाऱ्यांनी युनायटेड स्टेट्स, जर्मनी, स्पेन आणि चीन (हाँगकाँग) या चार देशांतील शाखांचे सर्वेक्षण केले आणि तेथील कर्मचाऱ्यांची सहकाऱ्यांनी त्यांच्या कामात मदत करण्याची विनंती स्वेच्छेने मान्य करण्याच्या तयारीचे मोजमाप केले. सर्वेक्षणास प्रतिसाद देणारे जरी बऱ्याच सारख्या घटकांमुळे प्रभावित झाले होते, तरी वेगवेगळ्या देशात काही घटक इतर अनेक घटकांपेक्षा प्रभावी होते.

जसे, अमेरिकेमधील कर्मचारी प्रत्यक्ष परतफेड करण्याच्या पद्धतीवर जास्त भर देणारे होते. ते विचारत होते, 'या व्यक्तीने माझ्यासाठी काय केले आहे?' या पलीकडे जाऊनही एखाद्याने केलेली विनंती स्वेच्छेने मान्य केली, तरी उपकार केल्याची भावना राहत होती. दुसऱ्या बाजूस जर्मन कर्मचारी मात्र विनंती 'संस्थेच्या नियमात बसते की नाही बसत,' या गोष्टीने अधिक प्रभावित होत होते. त्यांनी विनंती मान्य करावी का नाही, हे "कार्यालयीन नियम आणि प्रवर्गाप्रमाणे विनंती करणाऱ्यास मी मदत करणे गृहीत आहे का?" हा प्रश्न विचारल्यानंतर ठरविले होते. स्पॅनिश सिटीबँकेतील व्यक्तिंचे निर्णय मात्र पद आणि प्रतिष्ठानिरपेक्ष त्यांच्या मैत्रीवरील निष्ठेला प्रोत्साहन देण्याच्या निकषावर आधारित होते. त्यांनी विचारले, "हा विनंती करणारा माझ्या मित्रांशी संबंधित आहे का?" आणि शेवटी चिनी कर्मचाऱ्यांनी त्यांच्या गटांतर्गत त्या उच्च प्रतिष्ठेस एकनिष्ठ राहण्याच्या स्वरूपात त्यांच्या अधिकाऱ्यांस प्राथमिक प्रतिसाद दिला होता. त्यांनी विचारले, "हा विनंती

करणारा माझ्या गटातील कोणाशी– विशेषत: एखादा जो उच्चपदस्थ आहे, त्याच्याशी संबंधित आहे का?''

मॉरिस आणि त्याच्या सहकाऱ्यांनी दाखवून दिल्याप्रमाणे या संशोधनाचे अनेक प्रत्यक्ष महत्त्वाचे सूचितार्थ आहेत. पैकी एक- जे उद्योग आपला नित्यक्रम, कृतियोजना आणि संस्थात्मक रचनेचे स्थित्यंतर एका संस्कृतीच्या मांडणीतून दुसऱ्या संस्कृतीच्या मांडणीत करू पाहात असतील, त्यांनी नवीन संस्कृतीच्या कृतज्ञतेच्या निकषांबाबतीत संवेदनशील असणे आवश्यक आहे. नाहीतर एका समाजामधील चांगल्या परिस्थितीतील मशिनचे रूपांतर दुसऱ्या समाजात गंजलेल्या भंगारमध्ये होण्याचा धोका आहे.

निष्कर्ष हेसुद्धा सुचवितात, की व्यवस्थापक जेव्हा एका प्रकारच्या संस्कृतीच्या घडणीतून दुसऱ्या प्रकारात जातात, तेव्हा तेथील शाखेतील लोक संमती मिळविण्यासाठी जी प्रणाली वापरतात, तिच्याशी त्यांना जुळते घ्यावे लागते. उदाहरणार्थ– म्युनिचहून माद्रीदला बदली झालेल्या व्यवस्थापकासाठी तेथील व्यक्तीशी मैत्रीचे नाते प्रस्थापित करणे, त्यांची मर्जी संपादन करण्याच्या दृष्टीने महत्त्वाची बाब ठरते. जो व्यवस्थापक याविरुद्ध वागतो, त्याच्यासाठी संस्थेच्या औपचारिक कार्यप्रणालीबाहेरची विनंती करणे नवीन ठिकाणी योग्य समजले जाणार नाही, असे वाटू शकते. उदा– सहकाऱ्यांना काही पेपरवर्क (कागदी घोडे) टाळण्याची विनंती करणे, जे अगोदरच्या वातावरणात कदाचित सर्वमान्य होते.

सिटीबँकेच्या चार संस्कृतीच्या परीक्षणाचे संशोधन जरी अनेक महत्त्वाच्या मानसशास्त्रीय परिमाणांत भिन्न असले, तरी सामाजिक प्रभावाच्या संशोधकांनी त्याचे लक्ष एका परिमाणावर केंद्रित केले आहे, जे परिमाण 'वैयक्तिक - सामूहिकता' (Individualism collectivison अनेकतेत एकता) म्हणून ओळखले जाते. त्याचा मन:परिवर्तन कार्यपद्धतीवर कसा परिणाम होतो, हे त्यांनी पाहिले. थोडक्यात म्हणजे, वैयक्तिकतेची संकल्पना वैयक्तिक पसंती आणि अधिकारांना सर्वात जास्त प्राधान्य देते. दुसरीकडे सामूहिकतेची संकल्पना समूहाची पसंती आणि अधिकार यांना सर्वात जास्त प्राधान्य देते. अतिशय सोप्या पद्धतीने सांगायचे झाल्यास, एखादा म्हणेल, की वैयक्तिकतेची संस्कृती म्हणजे 'माझ्या'विषयी अधिक आणि सामूहिकतेची संस्कृती म्हणजे 'आमच्या'विषयी अधिक असते. अमेरिका, ब्रिटन आणि पश्चिम युरोपमधील इतर देशांत लोकांचा कल वैयक्तिकतेकडे अधिक असतो. याउलट जगाच्या पाठीवरील आंतरराष्ट्रीय व्यापारात भागीदारी करू पाहणारे देश, तसेच आशिया, दक्षिण अमेरिका, अफ्रिका आणि पूर्व युरोप यांतील देश अधिक सामूहिक आहेत.

सँग-पिल हॅन (Sang-Pil Han) आणि शॅरॉन शॅव्हीट (Sharon Shavit)

या संशोधकांनी विविध सांस्कृतिक प्रणालींची मार्केटिंगच्या संदर्भात मन:परिवर्तनासाठी असलेली उपयोजिता तपासून पाहण्याचे ठरविले. त्यांचा असा अंदाज होता, की सामूहिकतेच्या संस्कृतीमध्ये सामूहिक सदस्यांच्या (उदा. मित्र, कुटुंब, सहकारी इ.) फायद्यावर भर देणाऱ्या जाहिराती, त्याच्या किंवा तिच्या वैयक्तिक फायद्यावर भर देणाऱ्या जाहिरातींपेक्षा अधिक प्रभावी आणि मन:परिवर्तक ठरतील. त्यांनी असाही विचार केला, की हे विशेषत: ह्या वस्तूंच्या बाबतीत होत असेल, ज्या वापरण्यात इतरांचा सुद्धा सहभाग असतो– जसे एअर कंडिशनर किंवा टुथपेस्ट इ.

हॅन आणि शॅव्हीट यांनी प्रथम या कल्पनांना दुजोरा देणारे प्रसंग शोधले. त्यांनी अमेरिकेमधून दोन आणि दक्षिण कोरियामधून दोन मासिके निवडली. ती त्या दोन देशातील लोकप्रियता आणि चालीरीतींशी जुळणारी होती, याची त्यांनी खात्री करून घेतली. त्यातून त्यांनी ढोबळमानाने जाहिराती निवडल्या आणि तेथील प्रशिक्षित मूळ रहिवासी आणि द्विभाषिक लोकांना जाहिरातीत वस्तूचे फायदे वाचकांसाठी किंवा वस्तूंचे फायदे समूहासाठी यांपैकी कोणत्या गोष्टींवर कितपत भर दिला आहे, याचे मूल्यमापन करण्याची विनंती केली. संशोधकांना आढळून आले, की दक्षिण कोरियातील जाहिरातींपेक्षा अमेरिकेतील जाहिरातींमध्ये वस्तूंच्या वैयक्तिक फायद्यावर नक्कीच जास्त भर दिला होता. वस्तू सामूहिक सदस्यांच्या वापराच्या असल्या, तरीसुद्धा अमेरिकेतील जाहिरातींच्या आवाहनाचा कल वाचकांच्या वैयक्तिकतेकडे होता. (उदाहरणार्थ– एकमेव असण्याची कला) स्वत:च्या प्रगतीसाठी प्रेरणा (तुम्हीच फक्त चांगले) आणि वैयक्तिक उद्दिष्ट (उदाहरणार्थ– या नवीन आकर्षक दिसण्याने मी माझ्या नवीन भूमिकेसाठी तयार आहे.) दक्षिण कोरियन जाहिरातींच्या आवाहनाचा कल समूहाप्रति वाचकांच्या जबाबदारीच्या भावनेकडे असतो. (उदा. भरभराटीचे स्वप्न आपल्या सर्वांसाठी) आणि समूहाच्या मतांची जाणीवही (उदा. आमचे कुटुंब गृहसजावटीची निवड मान्य करते) त्यात असते.

समाजाच्या संस्कृतीप्रमाणे चालीरीतींवर आधारित या जाहिरातींमधून दिल्या गेलेल्या मन:परिवर्तक संदेशांनी, विविध ग्राहकांना प्रभावित करण्याचे उद्दिष्ट साध्य केले आहे, याची खात्री करून घेतल्यानंतर संशोधकांना मानसशास्त्रीयदृष्ट्या अधिक महत्त्वाच्या प्रश्नाचे उत्तर द्यायचे होते. सामूहिक आणि वैयक्तिक दृष्टीने दिलेले संदेश खरोखरच त्या त्या संस्कृतीसाठी अधिक मन:परिवर्तक आहेत का? शेवटी, आम्ही प्रस्तावनेत चर्चा केल्याप्रमाणे, मार्केटर्स समजतात त्याप्रमाणे एखाद्या विशिष्ट प्रकारचे संदेश सर्वांत जास्त परिणामकारक होतील, असे म्हणण्याने ते तसे ठरतीलच, असे नाही.

या प्रश्नाचे उत्तर देण्यासाठी हॅन आणि शॅव्हीट यांनी विविध प्रकारच्या उत्पादनांच्या दोन विशिष्ट प्रकारच्या जाहिराती तयार केल्या. एक प्रकार वैयक्तिकताप्रणित

होता तर दुसरा सामूहिकताप्रणित होता. उदाहरणार्थ– वैयक्तिक प्रकारात एका विशिष्ट कंपनीच्या च्युईंगमची जाहिरात होती, 'श्वासाच्या ताजेपणासाठी तुमच्या स्वत:वर उपचार करा.' लक्षात घ्या, की हा संदेश श्वासाच्या ताजेपणाच्या फायद्यावर केंद्रित केलेला आहे, ज्याचा परिणाम एकट्या ग्राहकावर होतो. पण अनुभवातून आपण सर्व जाणतो, की व्यक्तीच्या श्वासाची अवस्था एकट्या व्यक्तीची बाब नाही, त्याचा परिणाम त्या व्यक्तीच्या आजूबाजूच्या लोकांवरसुद्धा होतो. समजूतदारपणे नंतर सामूहिक प्रकारात ही जाहिरात अशी होती, 'श्वासाच्या ताजेपणाच्या अनुभवात सहभागी व्हा.' (अर्थात जाहिराती अमेरिकेमधील सहभागीदारासाठी इंग्लिशमध्ये लिहिल्या होत्या आणि दक्षिण कोरियन सहभागीदारासाठी कोरियनमध्ये लिहिण्यात आल्या होत्या.)

परिणामातून स्पष्ट झाले, की दक्षिण कोरियातील सहभागीदारांचे वैयक्तिकतेच्या जाहिरातीपेक्षा सामूहिकतेच्या जाहिरातीतून अधिक मन:परिवर्तन झाले होते आणि अमेरिकेमधील सहभागीदारांच्या बाबतीत याविरुद्ध झाले होते आणि अगोदरच्या अभ्यासाशी सुसंगत, ज्या वस्तूत लोक दुसऱ्यासोबत सहभागी होतात, त्या वस्तूंच्या बाबतीत परिणाम विशेष समर्थ होते. विविध देशांना एकाच प्रकारच्या मार्केटिंग मोहिमेतून गुंडाळता येते, असा विचार करणाऱ्या कोणत्याही मार्केटरला हे पाहून थोडे थांबलेच पाहिजे. याऐवजी अशा मोहिमा जिथे होत असतील, तेथील समाजाच्या संस्कृती आणि चालीरीतिंना योग्य ठरतील अशा पद्धतीनेच त्या केल्या पाहिजेत.

हॅन आणि शॅव्हीटचे संशोधन हे दर्शविते, की वैयक्तितेच्या संस्कृतीमधील लोक त्यांच्या स्वत:च्या अनुभवांना कसे जास्त विचारात घेतात, उलटपक्षी सामूहिकतेच्या संस्कृतीमधील लोक त्यांच्या निकटच्या इतर लोकांच्या अनुभवास जास्त विचारात घेतात. लोक सामाजिक प्रभावाच्या मूळ तत्त्वांना जे सापेक्ष महत्त्व देतात, त्यावर या संस्कृतीतील फरकांचा परिणाम कसा होऊ शकतो?

या प्रश्नाला वाचा फोडण्यासाठी एक उदाहरण विचारात घेऊ. गोल्फ- अतिवैयक्तिकतेच्या खेळांपैकी एक आणि अमेरिका अतिवैयक्तिकतेच्या देशांपैकी एक! मग या देशातील महत्त्वाच्या व्यक्तीशिवाय वैयक्तिकतेच्या संस्कृतीने प्रेरित लोकांच्या प्रवृत्तीविषयी अधिक चांगले विश्लेषण कोण देऊ शकतो? बऱ्याच वर्षांपूर्वी अमेरिकेचा अद्वितीय गोल्फ खेळाडू जॅक निक्लॉस (Jack Nicklaus) याने आपल्या लहान नातवाचा हृदयभेदी मृत्यू पाहिला होता. बऱ्याच दिवसांनंतर निक्लॉसने एका मुलाखतीत स्पष्ट केले, की त्याची गोल्फच्या प्रतिष्ठित 'द मास्टर्स' या टुर्नमेंटमध्ये खेळण्याची शक्यता जवळपास नाहीच. तरीही बहुतेकांना आश्चर्याचा धक्का म्हणजे, त्याने ही घोषणा केली, की नजिकच्या भविष्यातील इतर

दोन स्पर्धांमध्ये तो खेळेल. या दुःखी माणसास, एवढ्या मोठ्या शोकांतिकेनं पछाडल्यानंतरही, या दोन स्पर्धांत खेळण्यास तयार करणारे कोणते बलवान घटक असू शकतात?

नंतर कळले, की निक्लॉसने त्याचा नातू जाण्यापूर्वी प्रत्येक प्रसंगी खेळण्याचे वचन दिले होते. त्याच्याच शब्दात सांगायचे, तर 'तुम्ही आश्वासन देता, तेव्हा तुम्हाला ते पूर्ण केलेच पाहिजे.' आम्ही चर्चा केली, त्याप्रमाणे एखाद्याला दिलेल्या आश्वासनाशी सुसंगत असण्याची प्रेरणा त्या व्यक्तीची कृती प्रभावशील करण्यात प्रबळ असू शकते. पण ती सर्व संस्कृतीमध्ये सारख्याच शक्तीने समान प्रेरणा देते का? बाकी सर्व गोष्टी सारख्या असताना, दुसऱ्या संस्कृतीची पार्श्वभूमी असलेल्या एखाद्या गोल्फ खेळाडूस, त्याच्या किंवा तिच्या अगोदरच्या कृती आणि आश्वासन अशाच परिस्थितीत असेच बंधनकारक वाटले असते का?

या प्रश्नाचे उत्तर उत्तमप्रकारे समजून घेण्यासाठी आघाडीचे संशोधक पेटीया पेट्रोव्हा (Petia Petrova) आणि स्टीफन सिल्स (Stephen Sills) यांच्यासोबत आमच्यापैकी एकाने केलेला प्रयोग आपण विचारात घेऊ. या अभ्यासात अमेरिकेचे मूळ रहिवासी असलेले विद्यार्थी आणि आशियातील आंतरराष्ट्रीय विद्यार्थ्यांना एक मेल प्राप्त झाला. त्यात त्यांना एक ऑनलाईन सर्वेक्षण पूर्ण करण्यास सांगण्यात आले होते. पहिली विनंती प्राप्त झाल्यानंतर एका महिन्याने प्रत्येकाला पहिल्या योजनेच्या संदर्भात एका ऑनलाईन सर्वेक्षणात सहभागी होण्याची विनंती करणारा एक ई-मेल प्राप्त झाला आणि हे पूर्ण करण्यासाठी मूळ योजनेच्या दुप्पट वेळ लागणार आहे, असे सांगण्यात आले होते.

यातून आम्ही काय प्राप्त केले? प्रथमदर्शनी आमच्या निदर्शनास आले, की प्रतिरूप आशियाई विद्यार्थ्यांपेक्षा अमेरिकन विद्यार्थ्यांनी सुरुवातीच्या विनंतीस संमती देण्याची शक्यता थोडीशी कमी होती. तरीपण ज्यांनी सुरुवातीच्या विनंतीस संमती दिली होती, त्यापैकी दुसऱ्या विनंतीस संमती देणारे आशियायी सहभागीदार जवळपास १० टक्के होते त्यापेक्षा दुसऱ्या विनंतीस संमती देणाऱ्या अमेरिकन सहभागीदारांचे प्रमाण जास्त म्हणजे जवळपास २२ टक्के एवढे होते. दुसऱ्या प्रकाराने सांगायचे, तर आमच्या निदर्शनास आले, की पहिल्या विनंतीस दिलेल्या संमतीचा प्रभाव बऱ्याच प्रमाणात नंतरच्या संमतीवर आशियायी सहभागीदारांपेक्षा अमेरिकन सहभागीदारांमध्ये जास्त होता.

असे का झाले? आमच्यापैकी एकाने इतर अनेक सहकाऱ्यांसोबत केलेल्या संशोधनाच्या दुसऱ्या अभ्यासातून या उद्‌भवलेल्या प्रश्नावर कदाचित अधिक प्रकाश टाकता येईल. या अभ्यासात आम्हाला आढळून आले, की जेव्हा अमेरिकी विद्यार्थ्यांना एका मार्केटिंग सर्वेक्षणात कोणत्याही मोबदल्याशिवाय सहभागी होण्याची

विनंती करण्यात आली, तेव्हा ते अशा विनंतीस मान्यता देण्याच्या त्यांच्या स्वतःच्या इतिहासाने जास्त प्रभावित झालेले होते. दुसऱ्या शब्दांत त्यांच्या श्रेष्ठ पूर्वजांच्या मान्यतेच्या इतिहासापेक्षा त्यांच्या पूर्व आश्वासनाने ते अधिक प्रेरित झाले होते.

पण पोलंड या सामूहिकतेने प्रेरित देशांत याविरुद्ध परिस्थिती होती. पोलंडमधील विद्यार्थ्यांसाठी त्यांनी अगोदर काय केले, यापेक्षा त्यांच्या अगोदरच्या नामांकित विद्यार्थ्यांनी काय केले, हे जास्त प्रेरणादायी होते.

हे निष्कर्ष प्राथमिक स्वरूपात वैयक्तिकता आणि सामूहिकता या संस्कृतीतील फरकामुळे आहेत. कारण वैयक्तिकतेच्या संस्कृतीतील लोकांचा त्यांच्या स्वतःच्या भक्कम अनुभवावर जास्त जोर देण्याकडे कल असतो. स्वतःच्या पूर्वानुभवाचे सातत्य त्यांच्यासाठी अधिक समर्थ प्रेरणा देणारे आहे आणि सामूहिकतेच्या संस्कृतीमधील लोकांचा त्यांच्या निकटच्या इतर लोकांच्या अनुभवावर भर देण्याकडे कल असतो. म्हणून त्या इतर लोकांची वर्तणूक त्यांच्यासाठी जास्त प्रेरणा देणारी असते. याचाच अर्थ काय आहे, की जेव्हा एखाद्या ब्रिटिश अमेरिकन किंवा कॅनेडियनची मदत मागायची असेल; तर त्या व्यक्तीने अगोदर काय केले आहे, यावर लक्ष दिल्याने तुम्ही जास्त यशस्वी व्हाल. पण सामूहिकतेच्या देशांतील लोकांकडून मदत मागायची असेल, तर त्या व्यक्तीच्या समूहाने यापूर्वी काय केले आहे, यावर लक्ष दिल्याने तुम्ही अधिक यशस्वी व्हाल.

एक नेमके उदाहरण घ्या. समजा, तुमची कंपनी दोन वर्षांपासून पूर्व युरोप मधील एका कंपनीशी यशस्वीपणे व्यापार करीत आहे. दरम्यानच्या काळात तुम्हाला तुमच्या युरोपियन भागीदाराकडून मार्केटिंगची अद्ययावत माहिती मिळविण्यासाठी सतत मदत मागावी लागली होती. तुमची तेथील ओळख असणारी मुख्य व्यक्ती स्लॅवेक आणि त्यांच्या सहकाऱ्यांनी आधीच तुम्हाला प्रमाणाबाहेर मदत केली आहे. समजा, तुम्हाला अद्ययावत माहिती पुन्हा एकदा हवी आहे आणि तुम्ही तुमची विनंती करता, त्या फोनवर पुढील संवाद झाला : "स्लॅवेक, तुम्ही आतापर्यंत एवढी मदत केली आहे, की तुम्ही आम्हाला अद्ययावत माहिती पुन्हा पाठवू शकता, अशी मी आशा करत आहे." असे करण्यात तुम्ही एक चूक निश्चित केली आहे. या अभ्यासाचे निष्कर्ष सुचवितात, की जर तुम्ही म्हणाला असता "स्लॅवेक, तुम्ही आणि तुमच्या सहकाऱ्यांनी आतापर्यंत एवढी मदत केली आहे, की तुम्ही आम्हाला अद्ययावत माहिती पुन्हा पाठवू शकता, अशी मी आशा करत आहे"; तर तुम्ही अधिक यश मिळविले असते. ब्रिटिश, पश्चिम युरोपियन किंवा उत्तर अमेरिकन व्यक्तिकडून होणारी एक सहज चूक आहे, त्यांच्यापैकी व्यक्तीशः प्रत्येकजण आपल्या तत्त्वाशी सुसंगत वागणेच पसंत करतो. एखाद्याने काय करायचे, हे त्याने अगोदर काय केले आहे यावरून ठरविण्याची त्यांची प्रवृत्ती असते. पण या

अभ्यासाने दर्शवून दिले आहे, की पुष्कळशा सामूहिकतेच्या देशात सामाजिक सिद्धान्ताच्या तत्त्वानुसार एखाद्याच्या अगोदरच्या कृतीनुसार, वैयक्तिक सुसंगतेस ते महत्त्व देत नाहीत. त्यांच्या समूहाने अगोदर काय केले आहे, त्याप्रमाणे एखाद्याने काय करावे, हे ठरविण्याची त्यांची प्रवृत्ती असते.

सामूहिकता आणि वैयक्तिकता या दोन संस्कृतीमधील लोकांचा संवादाच्या केंद्रीय पद्धतीमध्येही फरक करण्याकडे कल असतो. थोडक्यात, संवादाची एक अनौपचारिक पद्धत आहे. आपण जेव्हा संवाद साधतो, तेव्हा दुसऱ्यांना माहिती देतो. दुसरी थोडीशी अस्पष्ट पद्धत संबंध जोडणारी आहे. आपण जेव्हा संवाद साधतो, तेव्हा दुसऱ्यांशी संबंध प्रस्थापित करतो आणि तो टिकवितो. दोन्ही पद्धती सर्व संस्कृतीच्या लोकांसाठी निश्चितच महत्त्वाच्या असल्या; तरी संशोधक युरी मियामोटो (Yuri Miyamoto) आणि नॉर्बर्ट श्वार्झ (Norbert Schwarz) यांनी सुचविले आहे, की वैयक्तिकतेची संस्कृती अनौपचारिक संवादपद्धतीस फार जास्त महत्त्व देते, जेव्हा सामूहिकतेची संस्कृती नातेसंबंधपद्धतीस फार जास्त महत्त्व देते.

या संस्कृतीभेदाची उपयोजितता विविध प्रकारच्या संवादासंबंधीच्या विषयात असली, तरी मियामोटो आणि श्वार्झ यांनी संवादाच्या फक्त एका अंगाचे परीक्षण केले आहे, जे आपल्या घरी आणि कार्यस्थळी सर्वत्र व्यापलेले आहे. उदाहरणार्थ– फोनवरून दुसऱ्यांना संदेश देणे. संशोधकांना शंका होती, की जपानमधील लोक सामूहिकतावादी असल्यामुळे आणि ते इतरांशी संबंध प्रस्थापित करणे आणि ते टिकवणे, या गोष्टीवर आपले लक्ष जास्त केंद्रित असल्याने, त्यांना उत्तर देणाऱ्या मशीनवर थोडीफार क्लिष्ट विनंती करणे, फार कठीण प्रसंग वाटत असेल. त्यांनी खुलासा केला, की जर जपानी लोक त्यांच्या संवादाचा, त्यांच्या संबंधावर कसा परिणाम होतो, याची अमेरिकन लोकांपेक्षा जास्त काळजी घेत असतील; तर ज्या संवादातून ऐकणाऱ्याकडून मिळणाऱ्या प्रतिसादात तो कशाप्रकारे स्वीकारला गेला याबद्दल काहीच कळत नसेल, तर ते त्यांना अधिक मानसिक ताण येण्यास कारणीभूत होत असलेच पाहिजे. हे पडताळून पाहण्यासाठी मियामोटो आणि श्वार्झ यांनी, अमेरिकन आणि जपानी सहभागीदारांना, उत्तर देणाऱ्या मशीनवर मदतीसाठी सविस्तर निरोप देण्यासाठी सांगितले. अमेरिकन लोकांनी माहितीच्या मुद्द्यास सरळ हात घालून थोडक्यात पण बरोबर संदेश दिला. त्यांच्या उलट जपानी लोकांनी मात्र संदेश स्वीकारणाऱ्यावर त्यांच्या संदेशाचा कसा परिणाम होतो, याचा विचार करण्यात जास्त वेळ घेतला.

संशोधकांनी जपानी आणि अमेरिकन सहभागीदारांच्या उत्तर देणाऱ्या मशीन-विषयीच्या अनुभवाचेसुद्धा सर्वेक्षण केले. अमेरिकन उत्तराच्या मशीनजवळ अर्ध्यापेक्षा जास्त वेळा ताटकळत बसावे लागले, असा अहवाल दिला; तर जपानींनी ८५

टक्के वेळा ताटकळत राहावे लागले, असा आश्चर्यकारक अहवाल दिला आणि जेव्हा उत्तराच्या मशीनबद्दल त्यांना कोणती गोष्ट आवडली नाही, असा प्रश्न संशोधकांनी विचारला, तेव्हा त्यांनी दिलेले उत्तर अगोदरच्या अभ्यासाच्या निष्कर्षाशी सुसंगतच होते. कारण जपानी लोकांनी दिलेले उत्तर हे संबंधांशी संबंधित होते. (उदाहरणार्थ– उत्तराच्या मशीनवर वैयक्तिक आवाज ऐकणे कठीण आहे), तर अमेरिकन लोकांनी माहितीवजा कारणे दिली. (उदाहरणार्थ– लोक काही वेळा उत्तर तपासत नाहीत.)

हे निष्कर्ष कार्यस्थळी आणि बाहेर दुसऱ्यांना प्रभावित करण्याविषयी काय सांगतात? या भागात आम्ही अगोदर चर्चा केल्याप्रमाणे, मन:परिवर्तनाच्या प्रक्रियेत नातेसंबंध हे प्रमुख घटक असतात, पण हे विशेषत: सामूहिकतेची संकल्पना असलेल्या देशातील लोकांबाबत सत्य असते. जेव्हा दुसऱ्यांना संदेश द्यायचा असतो, तेव्हा वैयक्तिकतेच्या संस्कृतीमधील लोक संदेश स्वीकारणाऱ्या लोकांच्या संबंधांकडे दुर्लक्ष करत, प्रभावीपणे माहिती देण्यावर लक्ष केंद्रित करण्याची इच्छा बाळगतात. हे निष्कर्ष सुचवितात, की सामूहिकतेच्या संस्कृतीतील लोकांशी व्यवहार करीत असताना, तुमच्या संबंधांवर लक्ष देणे– विशेषत: जे स्वभावगुण जुळतात- त्यावर लक्ष अधिक महत्त्वाचे आहे.

संवादाच्या बाबतीतसुद्धा हेच लागू पडते. जपानी श्रोते संवादादरम्यान अमेरिकन लोकांपेक्षा अधिक चांगला प्रतिकात्मक प्रतिसाद देतात. (उदाहरणार्थ - 'आय सी', 'येस') या वस्तुस्थिती दाखविणाऱ्या संशोधनावरून मियामाटो आणि श्वाईझ म्हणतात, की जपानी व्यक्तिस अमेरिकन व्यक्तीशी संवाद साधताना उत्तर देणाऱ्या मशीनसोबत बोलल्यासारखेच वाटत असेल. जपानी सहभागीदार उत्तर देणाऱ्या मशीनविषयी नापसंती व्यक्त करतात; कारण 'प्रतिसाद मिळत नसल्यामुळे त्या मशिनवर बोलणे कठीण जाते,' या अतिरिक्त सर्वेक्षणाशी ही कल्पना जुळते. हे निष्कर्ष सुचवितात, की सामूहिकतेच्या संस्कृतीमधील लोकांना आपण संवादात प्रतिसाद अवश्य दिला पाहिजे. त्यामुळे त्यांना कळेल, की आपण त्यांच्या संबंधाकडे लक्ष देत आहोत, तसेच ते जी माहिती देत आहेत, त्यातसुद्धा सहभागी होत आहोत.

हे निष्कर्ष ही सूचनासुद्धा देतात, की 'फोनकॉल व्हॉईसमेलवर टाकणे' धोकादायक निर्णय ठरू शकतो– विशेषत: जेव्हा कॉल सामूहिकतेच्या संस्कृतीमधून असतो. जर तुम्ही विचार करत असाल, की जास्तीतजास्त वाईट काय होईल; तर तुम्ही स्वत: 'फोन टॅग'च्या साध्या खेळात अडकला आणि लवकरच तुमच्या लक्षात येईल, तो एकट्या खेळाडूचा खेळ होईल.

येस! नैतिक प्रभाव

या पुस्तकातून वर्णिलेल्या सामाजिक प्रभावांच्या प्रणालींना, मन:परिवर्तनाच्या साधनपेटीतील साधन असा संदर्भ दिला आहे आणि त्यांचा उपयोग विधायक साधनांसारखा, जी दुसऱ्यांशी विधायक संबंध प्रस्थापित करण्यासाठी, एखाद्यांच्या संदेशातील, उत्पादनातील किंवा सुरुवातीमधील खरी शक्ती दाखविण्यासाठी आणि जे सर्वांच्याच हिताचे असतील, अशा फलितांच्या निर्मितीसाठीच केला पाहिजे. पण जेव्हा या साधनांचा उपयोग अनैतिकपणे केला जातो, उदाहरणार्थ– अप्रामाणिकपणे किंवा नाटकीपणाने सामाजिक प्रभावांच्या तत्त्वांना बळेच अशा प्रसंगात लादणे, जिथे ते नैसर्गिकपणे अस्तित्वात नसतात; तर अल्प काळातील फायद्यापाठोपाठ दीर्घ काळात नुकसान होणे सहसा अटळ होईल. मन:परिवर्तनाच्या पद्धती अप्रमाणिकपणे वापरणे एखादे वेळी थोड्या वेळापुरते चालून जाऊ शकते. कदाचित वाईट विधानांनी एखाद्याचे मन:परिवर्तन होऊ शकेल किंवा फसवेगिरीने तो खराब वस्तू खरेदी करू शकेल; पण कधीतरी अप्रामाणिकपणा उघडकीस येतो, तेव्हा नावलौकिकावर होणारे भयंकर परिणाम दीर्घकालीन असतात.

मन:परिवर्तनाच्या साधनांचा अप्रामाणिक उपयोग टाळणे हेच शहाणपणाचे नाही, तर आम्ही वर्णन केलेल्या मन:परिवर्तनाच्या साधनांच्या उपयोगांचा गैरवापर करण्यातही काही स्वाभाविक धोके आहेत. उदा. २०००मध्ये ब्रिटन स्वत: गंभीर संकटात सापडला होता. व्यापार-उद्योगातील चढ-उताराने देश नैराश्यग्रस्त झाला होता. शाळा ओस पडल्या होत्या, दुकाने गिऱ्हाईकांच्या शोधात झगडत होती, सार्वजनिक सेवा संपुष्टात येण्याचा धोका होता. या संकटाचे कारण काय होते? तिथे पेट्रोल नव्हते. प्रत्यक्षात शेवटचे विधान अंशत:च खरे होते. तिथे पेट्रोल मुबलक प्रमाणात होते, फक्त पेट्रोलपंपावर त्याचा पुरवठा होत नव्हता. कारण

पेट्रोलपंपावर द्याव्या लागणाऱ्या अधिक पैशांमुळे अस्वस्थ झालेल्या निषेधकर्त्यांनी पुष्कळशा तेलशुद्धीकरण स्थानांवरच नाकेबंदी केली होती.

या तुटवड्याचा परिणाम लगेचच झाला. हजारो मोटारगाड्यांनी स्टेशनबाहेर अत्यावश्यक पुरवठ्यातून पेट्रोल भरण्यासाठी रांगा लावल्या होत्या. तुटवड्याने पकड घेण्यास सुरुवात केली, तशी मोटारवाल्यांनी आपली वर्तणूक बदलली. कारवाल्यांना काही मैलाचे अंतर जाण्यासाठी कसे पेट्रोल भरण्यासाठी रांगेत थांबावे लागते, आणि पुन्हा पेट्रोल टाकण्यासाठी लगेच पुन्हा दुसऱ्या रांगेत उभे राहावे लागते, याच्या वर्णनात्मक कहाण्यांवर कहाण्या स्थानिक आणि राष्ट्रीय वर्तमानपत्रे, आकाशवाणी केंद्रे आणि टीव्ही वाहिन्यांनी सांगितल्या होत्या. इतर बरेच ड्रायव्हर्स नाकेबंदीतून एखादी इंधनाची गाडी येईल आणि आपल्या सुदैवाने आपल्याला त्यातून पेट्रोल मिळेल, अशी आस लावून गॅरेजच्या बाहेर पटांगणासमोर रात्रभर आपल्या गाडीत झोपून होते. कृतीमध्ये ही त्रुटीची शक्ती आहे.

या पराकोटीच्या संकटात एक गॅरेजमालक होता, ज्याला अत्यावश्यक इंधनाचा विलक्षण पुरवठा मिळाला होता. खरे पाहता, कित्येक मैलांच्या परिसरात पेट्रोलचा पुरवठा असलेला तो एकमेव गॅरेजमालक होता, आणि ही बातमी लवकरच सगळीकडे पसरली. स्वत:ला मिळालेले अद्वितीय स्थान ओळखून, बाहेर लागत असलेल्या लांबलचक रांगा पाहून, या धूर्त व्यापाऱ्याने पेट्रोलच्या किंमतीत थोडी भर टाकून या परिस्थितीचा फायदा करून घेतला, यात आश्चर्य वाटण्यासारखे काहीच नव्हते. पण त्याने पेट्रोलची किंमत थोडीथोडकी नाही, तर तब्बल दहापटीने वाढविली... ६ पौंड प्रति लीटर!

या असंतुष्ट तरीही पेट्रोल भुकेल्या मोटारवाल्यांनी सामूहिकपणे ही अवास्तव किंमत देण्यास नकार दिला का? क्वचितच! जरी ते संतापलेले होते, तरी शक्य असेल तेवढे पेट्रोल मिळविण्यासाठी ते रांगेत उभे राहिले. काही तासांतच पेट्रोलच्या टाकीमधील शेवटचा थेंब संपला आणि मालकाने दोन आठवड्यांत कमावला असता, तेवढा नफा केवळ एका दिवसात कमावला.

पण दोन आठवड्यांनंतर जेव्हा आणीबाणी संपली, तेव्हा त्याच्या धंद्याचे काय झाले? एका शब्दांत सांगायचे तर परिणाम 'भयानक' होते. पेट्रोल तुटवड्याच्या संधीचा वापर करून आणि हतबल झालेल्या ड्रायव्हरना घृणास्पदपणे अवास्तव किंमत द्यायला लावून त्याने थोड्या कालावधीत खूप नफा काढला; पण दीर्घ कालावधीसाठी तो पूर्णपणे तोट्यात गेला. लोकांनी त्याच्या धंद्यावर बहिष्कार टाकला. काहींनी त्याहीपुढे जाऊन आपले मित्र, सहकारी, शेजारी, सर्वांना या मालकाबद्दल सांगितले. तो त्याच्या प्रत्येक गिऱ्हाईकास मुकला होता आणि अगदी थोड्याच काळात बदनामीमुळे त्याला धंदा बंद करावा लागला. जे कोणी दगाबाजीने

वागतात, त्यांना पुन्हा लोकांचा विश्वास संपादन करणे अशक्य असते. वरील प्रकरण आमच्या या संशोधनाशी अपेक्षेपेक्षा जास्त सुसंगत आहे.

जर मालकाने त्याच्याकडे असलेल्या मन:परिवर्तनाच्या साधनसाठ्यातून उपलब्ध असलेल्या प्रभावी सामाजिक प्रभावाच्या साधनांचा विचार केला असता, तर त्याच्या लक्षात आले असते, बरेच चांगले पर्याय त्याच्याकडे उपलब्ध होते, ज्यामुळे त्याला दीर्घकाळात अधिक जास्त नफा मिळविता आला असता. एक म्हणजे, त्याने प्रथमत: स्थानिक किंवा त्याच्या नियमित ग्राहकांस पेट्रोल मिळते, याची खात्री करून घ्यायला पाहिजे होती आणि तो त्यांच्या निष्ठेची किंमत करतो, म्हणून त्याने असे केले, असेही त्याने नमूद करायला हवे होते. तो फलक लावू शकला असता, की अशा आणीबाणीच्या प्रसंगी केवळ स्वत:च्या फायद्याचा विचार करून (किमान अल्पकालीन फायद्याचा) तो गरजू मोटारमालकांना फसवून पेट्रोल विकणार नाही. त्यामुळे तो अधिक प्रिय होऊ शकला असता आणि मोटारवाल्यांच्या दृष्टीने विश्वासू आणि खरा ठरला असता, ज्यामुळे भविष्यात त्याला खूप जास्त नफा झाला असता. त्याने काहीही न करता फक्त योग्य किंमत जरी ठेवली असती, तरी अशा आणीबाणीच्या काळातही त्याने आपला गैरफायदा घेतला नाही, या भावनेने बरे वाटून ग्राहकांनी आनंदाने त्याच्याकडून थोडे अधिक पेट्रोल घेतले असते.

एक प्रकारे गॅरेजमालकाची वर्तणूकही समजण्यासारखीच आहे. अशाच प्रकारे आपल्यापैकी बरेच लोक, ज्यांच्यावर आपण प्रभाव टाकू पाहतो, त्यांना या जलदगतीने पुढे जाणाऱ्या जगात त्वरित निर्णय घेणे भाग पडते, तेच आपल्यासाठी मन:परिवर्तनाच्या बाबतीत खरे आहे. बहुतेक वेळा सर्वप्रथम प्रभावित करण्याची जी पद्धत मनात येते, ती नैतिक नसते. पण तुमच्याकडील साधनपेटीचा उपयोग करून त्या क्षणी उपलब्ध असलेल्या सर्व पर्यायांचा विचार करण्याचे थोडे जास्त कष्ट घेतले; तर तुम्ही लोकांना उपयोगी, उत्पादक किंवा प्रारंभाकडे वळवू शकता, जे खरोखरच सत्य, प्रामाणिक आणि दीर्घकाळ टिकणारे आहेत आणि त्याचवेळी एक नैतिक मन:परिवर्तक या नात्याने जे सामाजिक प्रभावाचा साधनापेक्षा शस्त्रासारखा वापर करतात; ते निश्चितपणे आपल्याच पायावर दगड मारून घेतील, हे जाणून आपण सुखावू शकतो.

येस! कृतीतील प्रभाव

शास्त्रीय दृष्टिकोनातून प्रभावाच्या पद्धती कशा कार्यरत असतात, याविषयीच्या अनेक सूक्ष्म दृष्टींची चर्चा करण्याचा प्रयत्न या पुस्तकातून केला आहे. अत्यंत काटेकोर नियंत्रणाखाली अभ्यास आणि संशोधनातून पडताळून पाहिलेल्या प्रभावाच्या पद्धतीच फक्त देण्याची दक्षता आम्ही घेतली आहे. आम्ही हेतुपुरस्सरपणेच आमच्या शिफारशी काल्पनिक किंवा रंजककथांवर आधारित केल्या नाहीत. त्याऐवजी सामाजिक प्रभाव आणि मन:परिवर्तनाचा अभ्यास करणाऱ्या महत्त्वपूर्ण संशोधनमंडळावर आम्ही संपूर्णपणे विसंबून राहिलो आहोत. त्याप्रमाणे तुम्ही पूर्ण आत्मविश्वासाने इतरांना प्रभावित करण्याचा आणि मन:परिवर्तन करण्याचा प्रयत्न करू शकता. यापुढे तुम्हाला सर्वस्वी तुमच्या अंत:प्रेरणेवर किंवा अनुभवावर अवलंबून राहण्याची आवश्यकता नाही. आता शास्त्रसुद्धा तुमच्या बाजूने आहे.

लोकांकडून आमच्याशी नेहमी संपर्क साधला जात आहे, जे मन:परिवर्तन शास्त्राच्या उपयोगाचे, त्यांचे अनुभव आम्हाला कळवीत असतात. हे लोक वेगवेगळ्या प्रकारच्या कार्यपद्धतींमधले आहेत. काही बहुराष्ट्रीय संस्थेत काम करतात, काही शासकीय किंवा शैक्षणिक क्षेत्रात काम करतात, काही स्वयंरोजगार असलेले आहेत आणि काही लोक तर असे आहेत, ज्यांना फक्त हे शास्त्र मन:परिवर्तक कसे व्हावे, याविषयी काय सांगावे, हे जाणून घेण्यात उत्सुकता आहे. आम्ही इथे काही उदाहरणे देत आहोत. ते एखाद्या नैतिकतेत किंवा अधिक शास्त्रीय दृष्टिकोनात कसे रमले आहेत, ज्यामुळे ज्यांना अधिक मन:परिवर्तक होण्यास मदत झाली.

■ **निक पोप, डायरेक्टर ऑफ सेल्सफोर्स ट्रेनिंग (युरोप, मिडल ईस्ट, अफ्रिका) बॉश अँड लॉम्ब,(Nick Pope, Director of Salesforce Train-**

ing (Europe, Middle East, Africa), Bausch and Lomb)

ग्राहकांशी संबंध प्रस्थापित करण्याची एक पद्धत म्हणजे त्यांना शैक्षणिक प्रस्तुतीकरणासाठी आणि सभेसाठी निमंत्रित करणे आहे. सध्या विविध कंपन्यांनी प्रायोजित केलेल्या सभेसाठी आणि अभ्यासदिनासाठी उपस्थित राहण्याच्या विनंतींचा ग्राहकांवर वर्षाव होत आहे. यात काही आश्चर्य नाही की काहीवेळा बरेच जण अगोदर कार्यक्रमास उपस्थित राहणार, असे सांगतात, पण प्रत्यक्षात ते येतच नाहीत. याचा आमच्या व्यवसायावर महत्त्वपूर्ण परिणाम होऊ शकतो.

वचनबद्धता आणि सुसंगतता (Commitment and consistency) या तत्त्वाचा उपयोग करून, कोणत्याही ग्राहकास एखाद्या महत्त्वाच्या सभेस निमंत्रित करण्यापूर्वी आम्ही त्यांना विनंती करतो - १) एखाद्या विशिष्ट विषयांतील त्यांची गोडी नोंदवावी आणि २) ज्या मुद्द्यावर उत्तरे दिली जावीत, असे वाटत असेल, त्यावर काही प्रश्न तयार करावेत.

त्यांना जेव्हा निमंत्रण मिळते, तेव्हा आम्ही स्पष्ट करतो, की त्या प्रश्नांतील काहींची उत्तरे आमच्या पाहुण्या वक्त्यांकडून आणि विषयतज्ज्ञ मंडळींकडून दिली जातील.

त्यांचे प्रश्न (जे विचारण्याचे त्यांनी अगोदरच आश्वासन दिले आहे) खुल्या व्यासपीठावर विचारले जाऊ शकतात, या अपेक्षेने, हे तत्त्व वापरल्यापासून, सहभागीदारांच्या प्रमाणात नाट्यमय वाढ झाली आहे.

■ डॅन नॉरिस, डायरेक्टर ऑफ ट्रेनिंग, होल्ट डेव्हलपमेंट सर्व्हिसेस, सॅन अन्टोनियो, टेक्सास. (Dan Norris, Director of Training, Holt Development Services, San Antonio, Texas:)

'मोफत' / 'अतिशय स्वस्त'- क्रीडाजगतातील मक्तेदारीच्या उत्तमपणाचे प्रतीक आहे; मग ते बॉबल हॅट्स, टी शर्ट्स, फ्री सीटस (Bobble hats, T-shirts, Free seats) यापैकी काही असो. आमच्यासारखे बरेच संघ क्रीडाप्रेमी लोकांना आकर्षित करण्यासाठी या गोष्टी वापरतात. आमच्या कंपनीमालकाकडे कनिष्ठ हॉकी संघ क्लबसहित अनेक खेळाचे संघ आहेत.

कमी दरात तिकीटविक्रीचा काळ संपल्यानंतर आम्हाला आमच्या मुदती तिकीटवाल्यांना सांगाव्या लागल्या, की उत्तेजनार्थच्या आमच्या मोफत वस्तूंमध्ये कपात करावी लागेल. आम्ही बरेच स्थानिक गट 'लक्ष्य' म्हणून निवडले होते आणि पहिल्याच गटाने या बातमीविषयी अतिशय नकारार्थी प्रतिक्रिया दिली. ते मोफत दिल्या जाणाऱ्या वस्तूंकडे 'भेटवस्तू' म्हणून पाहण्याऐवजी, अपेक्षित वस्तू म्हणूनच पाहत होते. आम्ही अत्यंत अविचाराने त्यांच्यावर लक्ष केंद्रित करून सांगितले, तुम्ही ज्या वस्तूंच्या अपेक्षेने आला आहात, बहुतेक त्या न मिळण्याची

शक्यता आहे. सभा ताबडतोब माघारी फिरली आणि बरेच चाहते रागात घरी परत गेले.

नंतर आम्ही वेगळ्या प्रणालीवर चर्चा करण्यासाठी भेटलो आणि विचार केला, की परतफेडीचे तत्त्व (Principle of reciprocity) वापरून आपण जास्त परिणामकारक कसे होऊ शकतो? आमच्या लक्ष्यगटाच्या दुसऱ्या सभेत, चाहत्यांना आम्ही येणाऱ्या वर्षांमध्ये कोणत्या वस्तू मोफत द्याव्यात, याची यादी करण्याच्या विनंतीनेच सुरुवात केली. त्यांनी उत्तरादाखल ओरडण्यास सुरुवात केली– 'जर्सी, जास्तीचे तिकीट, स्वाक्षरीत हॉकी स्टीक्स' इत्यादी. त्यांच्यापाठोपाठ आम्ही म्हणालो, "आम्हाला आनंद आहे, भूतकाळात आम्ही त्या भेटवस्तू देऊ शकत होतो आणि भविष्यातसुद्धा आम्हाला ते चालू ठेवण्याची इच्छा आहे. असे असले तरी आमची तिकीटविक्री कमी होत आहे आणि त्यामुळे ते कठीण होईल. तेव्हा आपण सर्वजण मिळून एकत्रितपणे क्रीडाप्रेमींना अधिक प्रमाणात आणण्यासाठी काय करू शकतो?" प्रतिक्रिया पहिल्या गटापेक्षा फार काही वेगळी असू शकली नाही. चाहते, त्यांचे मित्र, कुटुंबसदस्य जास्तीतजास्त संख्येत खेळ पाहण्यासाठी कसे आणले जाऊ शकतील यासाठी संघटित होण्यास सुरुवात झाली आणि काहींनी ही प्रतिक्रियासुद्धा दिली, "तुम्ही आमच्यासाठी खूप काही मोठ्या गोष्टी केल्या आहेत, त्याप्रित्यर्थ आम्ही किमान एवढे करूच शकतो."

■ जॉन फिशर, प्रेस्टन, ब्रिटन (John Fisher, Preston, UK)

माझ्या पत्नीचा लहान मुलांचे कपडे तयार करण्याचा आणि विकण्याचा स्वत:चा व्यवसाय होता. तिने प्रथम सुरुवात केली, तेव्हा तिच्याकडे तिच्या ग्राहकांना देण्यासाठी अगदी थोड्याच शैली आणि कपड्यांचे अगदी मोजकेच प्रकार होते. तिचा व्यवसाय जसा वाढू लागला आणि जसे नवे ग्राहक तिच्याकडे आकर्षित होत होते; तसे तिने कपड्यांची शैली, प्रकार आणि पद्धती यांची व्याप्ती वाढविण्याचे ठरविले. बहुतांश लोकांप्रमाणे जास्तीचे पर्याय असणे, ही एक चांगली गोष्ट असेल, असा आम्ही विचार केला. पण माझ्या पत्नीस आढळून आले, की ग्राहकांना जास्त पर्याय देणे, म्हणजे त्यांचा तिच्यासोबतचा व्यापार कमी करणे होय.

■ बियान एफ. अहर्न, स्टेट ऑटो इन्शुरन्स कंपनीज, कोलंबस, ओहियो (Brian F. Ahearn, State Auto Insurance Companies, Columbus, Ohio)

माझे एक काम म्हणजे आमच्या कंपनीचे प्रतिनिधीत्व करण्यासाठी नवीन स्वतंत्र प्रतिनिधींची नियुक्ती करण्यासाठी मदत करणे आहे. हे करण्याच्या आमच्या

प्रयत्नात आम्ही नवीन प्रतिनिधींना आमचे मार्केटिंग साहित्य पाठविले, ज्यामुळे ते आमच्याविषयी जास्त माहिती मिळवू शकले असते. जेव्हा आम्ही जास्तीतजास्त प्रतिनिधी आमची माहिती वाचतील, अशी आशा केली होती, तेव्हा क्वचितच आम्हाला प्रत्यक्ष उत्तरे मिळाली होती. त्रुटी किंवा अभावाचे तत्त्व (Principle of Scarcity) कळल्यानंतर आम्हाला जाणीव झाली, की आमच्या अगदी समोर सदैव असलेली एक संधी आम्ही गमावत होतो.

आम्ही प्रत्येक राष्ट्रात आमचा व्यवसाय करत नाही. दरवर्षी कार्यक्षेत्रात नवीन प्रतिनिधी नियुक्त करण्याचे एक योग्य उद्दिष्ट ठरवितो. आम्ही पाठवित असलेल्या संदेशात ही वस्तुस्थिती किंवा आमची तत्कालीन प्रगती समाविष्ट करण्याचा आम्ही कधीच विचार केला नव्हता. लोकांना कृती करण्यास अभाव चालना देतो, हे समजल्यानंतर, आम्ही आमच्या माहितीच्या शेवटी असे काही समाविष्ट करण्यास सुरुवात केली– 'प्रतिवर्षी काही नवीन प्रतिनिधी आमच्यासोबत भागीदारी करण्यासाठी निवडण्याचे आमचे एक उद्दिष्ट असते. २००६ साठी आमच्या कार्यरत २८ राष्ट्रांतून फक्त ४२ प्रतिनिधी निवडण्याचे ठरविण्यात आले आहे आणि आतापर्यंत ३५हून अधिक प्रतिनिधी नियुक्त केले आहेत. आमची प्रामाणिक अपेक्षा आहे, की वर्ष संपण्यापूर्वी आम्ही जी नियुक्ती करू, त्या उरलेल्या प्रतिनिधींमध्ये तुम्ही एक असाल.'

तात्काळ फरक लक्षात घेण्यासारखा होता. थोड्याच दिवसात आम्हाला विचारणा येण्यास सुरुवात झाली. जास्तीची किंमत नाही, नवीन मार्केटिंग मोहीम नाही, उत्पादन नाही किंवा कार्यपद्धतीत बदल करण्याची गरज भासली नाही; फक्त एकच बदल होता तो म्हणजे फक्त एक वाक्य जास्त जोडणे, ज्यात सत्यविधान होते.

■ कॅथी फ्रॅग्नॉली, रिझोल्युशन्स ग्रुप, डल्लास ॲण्ड सॅन दिएगो (Kathy Fragnoli, Resolutions Group, Dallas and San Diego)

मी एक वकील आहे, जिने पूर्णवेळ मध्यस्थ होण्यासाठी १३ वर्षांपूर्वी वकिली सोडली. माझे काम जे पक्ष खटल्यात अडकले आहेत त्यांना भेटणे आणि त्यांचे भांडण मिटविण्याचे प्रयत्न करण्याचे आहे. बहुतेकांनी वकील लावलेला असतो. सर्व पक्षांना एका खोलीत एकत्र करून मध्यस्थी करण्याचे काम चालू होते. प्रत्येकाला त्याच्या प्रकरणाची माहिती देण्यासाठी विनंती करण्यात येते. माहिती सांगून झाल्यानंतर मी प्रत्येक पक्षास त्यांच्या खोलीत सोबत घेऊन जाते आणि प्रत्येक पक्षकाराने भांडण मिटविण्यासाठी त्यांचा सकाळचा पवित्रा थोडासा बदलायला हवा, असे सांगून त्यांचे मन:परिवर्तन करण्यासाठी इकडून तिकडे फेऱ्या मारते.

एकमेकांच्या बळकट आणि कमजोर बाबींविषयीची खाजगी माहिती त्यांच्यातील भूमिका सोयीस्कर होण्यासाठी म्हणून देते.

मन:परिवर्तनाचे मानसशास्त्र वाचण्यापूर्वी मी सुरुवातीच्या चर्चासत्रात एका पक्षास त्यांना किती पैसे हवेत, हे दुसऱ्या पक्षास कळण्यासाठी बोलायला परवानगी देत असे. मला सातत्याचे तत्त्व (Principle of Consistency) समजल्यानंतर मी त्यांची आर्थिक मागणी किंवा देऊ करायची किंमत त्यांच्याशी खाजगीत बोलेपर्यंत थोपवून ठेवण्याची विनंती करण्यास सुरुवात केली. माझी मध्यस्थी करण्याची किंमत नाट्यमय प्रकारे वाढली; आणि मला जाणीव झाली की लोकांना रकमेच्या आकड्याचा शब्द देणे, सलोखा घडवून आणण्याच्या प्रयत्नात अडथळा निर्माण करणारे होते आणि माझ्या लगेच लक्षात आले, की सुरुवातीच्या मागण्या ऐकण्यासाठी खोलीत जास्त लोक असतील, तर त्यांना त्यांच्या शब्दापासून हलविणे फार कठीण होते.

■ डील सिद्धु, असिस्टंट चीफ एक्झिक्युटीव्ह, लंडन लँबेथ तालुका (Dil Sidhu, Acting Assistant Chief Executive, London Borough of Lambeth)

मी जेव्हा कार्यालयात आलो, तेव्हा या तालुक्यात कामाच्या, नेतृत्वाच्या बदलाच्या, व्यवस्थापनाच्या अनेक समस्या होत्या. पुनर्निमाण योजना मोठ्या प्रमाणावर कार्यान्वित केल्या होत्या. अधिकाराचे तत्त्व वापरून (जे वरिष्ठांचे ज्ञान किंवा मार्गदर्शनाची हुशारी यावर कसा प्रतिसाद द्यावा, यासाठी लोकांचा विश्वास टिकविणे) शासनाची देखरेख आणि सल्लागार समितीच्या प्रगती प्राप्त करण्याच्या गतीच्या प्रकारास मान्यता देत होती; त्याचे अनेक खात्रीलायक आणि उपयोगी मार्ग मला सापडले होते. मी खात्री करून दिली, की कामाशी संबंधित असलेल्या सर्व लोकांना- जे एकूण कामगिरी सुधारण्यात महत्त्वाची भूमिका बजावत होते– इतर संघटनांबरोबर चांगली प्रसिद्धी दिली जाईल.

एक छोटी गोष्टी, पण तिने सल्लागार समितीच्या वागणुकीत आमूलाग्र बदल निर्माण केला होता.

■ क्रीस्टी फर्नबौच, हिलीअर्ड सिटी स्कूल, हिलीअर्ड, ओहियो (Christy Farnbauch, Hilliard City School Hilliard, Ohio)

मला शाळा करारमोहिमेच्या दरम्यान काही तत्त्वे पडताळून पाहण्याची संधी मिळाली होती. मी ओहिओतील नवव्या मोठ्या क्रमांकाच्या जिल्हा शाळेसाठी काम करते आणि तिसरे हायस्कूल आणि १९व्या प्राथमिक शाळेसाठी लेव्ही करार

करून निधी मिळविण्याचा अयशस्वी प्रयत्न आम्ही तीन वेळा केला होता. मागच्या मोहिमेच्या दरम्यान (फेब्रुवारी-मे २००६) आपण काही मन:परिवर्तनाच्या नवीन युक्त्यांचा वापर करू, असा सल्ला मी दिला.

आम्ही शाळेचे उद्दिष्ट नकारात्मक शब्दांत लिहिण्याची मोहीम निवडली : 'आमची लहान मुलं प्रतीक्षा नाही करू शकत.' यापूर्वी आम्ही नेहमी उद्दिष्ट सकारात्मक देत होतो (उदा. लहान मुलांना संघटित करा, भविष्यकाळाची बांधणी आजच करा इ.) आम्ही योग्य गोष्ट करण्यासाठी मर्यादित वेळ आणि नुकसानीबद्दल असलेल्या तिटकाऱ्याला स्पर्श करणारी माहिती देण्याचा प्रयत्न करीत होतो. उद्देश असा होता, की जर आम्ही आता कृती केली नाही, तर आमच्या लहान मुलांचे (आणि समाजाचे) नुकसान होईल. समाजसंशोधनावर आधारित तीन स्पष्ट मसुदे आम्ही तयार केले आणि स्पष्टपणे ते तीन संदेश पुन्हा पुन्हा पाठविण्याचा पाठपुरावा केला. सिद्ध झालेली राजकीय पद्धत मतप्रणालीतून 'चालते व्हा' जी 'Mine + 9' या नावाने ओळखली जाते, या पद्धतीचा उपयोग करून आम्ही १०,००० पेक्षा जास्त मतदारांचे एक सामाजिक जाळे उभे केले. फोन सर्वेक्षणातून जास्तीतजास्त पाठिंबा देणारे मतदार निश्चित करण्यात आले आणि १००० कार्यकर्त्यांना त्यांच्या मित्र किंवा सहकाऱ्यांची नावे निवडून, निवडणुकीच्या तीन आठवडे अगोदर सतत फोन करून पाठपुरावा करण्याची विनंती केली. कार्यकर्त्यांना सर्व माहिती परिपूर्ण देण्यात आली होती. बरेच कार्यकर्ते, पक्ष बदलले होते ज्यांनी अगोदर विरुद्ध पक्षास मतदान केले होते. सक्षम मतदारांना शाळेच्या प्रकरणावर मतदान करण्याचे आश्वासन देण्याची विनंती केली आणि त्यांच्या मित्रांसाठी किंवा सहकाऱ्यांसाठीही त्यांना जबाबदार ठेवण्यात आले. त्यांना निवडणुकीविषयी निवडणुकीच्या दिवशी मतदान केंद्र बंद होईपर्यंत आठवण देण्यात येत होती. आम्ही मोहिमेची पोस्टकार्डस आणि इतर काही संपर्कसाहित्य तयार केले होते आणि संपूर्ण जिल्ह्यात ठरावीक क्षेत्रात नियोजनबद्ध वाटप केले होते. पुन्हा, पहिले!

यापैकी कोणत्या पद्धतीमुळे आम्ही निवडणूक जिंकली, हे जरी मी शास्त्रोक्त पद्धतीने सिद्ध करू शकले नसले, तरी निश्चितपणे मोठ्या प्रमाणात आम्ही प्रकरण धसास लावले होते. मला विश्वास आहे, की आमच्या यशात या युक्त्यांचा अमूल्य वाटा आहे आणि आम्ही भविष्यातील मोहिमेसाठी त्यांचा पुन्हा उपयोग करू.

■ टिम बॅचलर, ट्रेनिंग मॅनेजर, सरे (Tim Batchelor, Training Manager, Surrey)

प्रमुख फार्मासिटीकल कंपनीच्या प्रशिक्षण प्रमुखाच्या भूमिकेत असताना ब्रिटनमधील आमच्या ४०० कर्मचाऱ्यांसाठी 'कौशल्य कार्यक्रमा'साठी नवीन प्रस्तुतीकरण

सुरू करण्यासाठी जबाबदारी माझ्यावर होती. आम्हाला माहीत होते, की कार्यक्रम अत्यंत नावीन्यपूर्ण आहे पण आम्हाला हेसुद्धा माहीत होते, की प्रत्येकजण सुरुवातीविषयी असाच विचार करणार नाही. बरेच कर्मचारी या संस्थेत काही वर्षांपासून होते आणि त्यामुळे कदाचित त्यांनी असे प्रकार यापूर्वी पाहिले असतील, असा विचार आम्ही केला. लोक त्यांच्यासारख्या अनेक लोकांच्या पुढाकाराचे अनुकरण करतात, या कल्पनेप्रमाणे, सुरुवातीच्या काही कार्यशाळेत आम्ही लोकांना कार्यशाळेविषयी सर्वाधिक खरोखरच आवडलेली एक गोष्ट लिहिण्याची विनंती केली. आम्ही त्यातील चांगल्या प्रतिक्रिया घेतल्या आणि त्या मोठ्या पोस्टरवर छापल्या. त्यानंतरच्या वेळी भिंतीवर लावल्या. प्रत्यक्षात कोणतेही प्रशिक्षण चालू करण्यापूर्वी उमेदवारांना पोस्टरचा आढावा घेऊन, त्यांचे सहकारी कार्यक्रमाविषयी काय म्हणत होते, ते पाहण्यास आम्ही सांगितले. मी सुरुवातीस थोडा साशंक होतो, एवढ्या साध्या गोष्टीचा काही उपयोग होईल किंवा नाही, पण परिणाम विलक्षण होता. कार्यक्रमाच्या शेवटी जे कार्यक्रमास उपस्थित होते, त्यांच्यापैकी २०० पेक्षा जास्त लोकांचे ई-मेल आले होते. (अनपेक्षित संख्या) जास्त आवडीचे काय होते, की या प्रशस्तिपत्रांच्या यादीमुळे मी भविष्यात ज्या योजना राबविणार होतो, त्यासाठी वरिष्ठ व्यवस्थापकांना मला मदत करण्यासाठी त्यांना प्रभावित करण्यास मदत झाली. शेवटी प्रशिक्षण विभाग किती महान होता, हे सांगणारा मी काही एकटाच नव्हतो. आता मी २०० कर्मचाऱ्यांची अशाच प्रकारची प्रशस्तिपत्र लिहिली आहेत.

अनुवाद :
श्याम भुर्के

द माइंड जिम

व्यायामशाळा, पण मनाची...

इथे सांगितलेल्या प्रयोगांचा सराव करा!
आपण आपल्याला हवा तसाच विचार करीत राहतो; ठरविल्याप्रमाणेच वागत राहतो. आपल्याला जे हवं ते साध्य होत नसतानाही त्याच चाकोरीतील आपली वागणूक सोडायला आपण तयार होत नाही.
मनाच्या ह्या सवयीवर एकदा का आपण लक्ष केंद्रित केलं की मग आपल्याला हवे ते बदल दिसू लागतील. मग चांगले परिणाम दिसतील –

* थोड्या वेळात मोठी कामे होतील.
* तणाव नाहीसे होतील. उत्साह वाटेल.
* कठीण आव्हाने पेलाल.
* आपल्या मताशी सभोवतालचे लोक सहमत होतील.
* जीवन आनंदी होईल.

आतापर्यंत १ लाखाहून अधिक लोकांनी या मनाच्या कार्यशाळेतील अर्थात माइंड जिममधील प्रयोग केलेत आणि मग इतरांना ते करण्याची शिफारस केलीय. मानसशास्त्रावर आधारित अशा शेकडो युक्त्या प्रथमच इथे आपणासाठी मांडल्यात. तसंच आपण 'द माइंड जिम' ऑनलाइनचा लाभ आपल्या वैयक्तिक मोफत सदस्यत्व क्रमांकात घेऊ शकता – The Mind Gym Online